UPENDO WA MILELE WA KRISTO

Uelewa wa Kinasibi na Matokeo ya Kiinjili

DR. MAXWELL SHIMBA

Imetolewa Manhattan, New York na Shimba Publishing, LLC.

Shimba Publishing LLC

Jedwali La Yaliyomo

DAMU YA KRISTO NA UPENDO WA KIUNGU

UPENDO WA KRISTO NA MSAMAHA

UPENDO WA KRISTO NA KANISA

UPENDO WA KRISTO NA MATESO

UVUMILIVU – UPENDO WAKE HAUSHINDWI WALA HAUBADILIKI

UJUMUISHO – UPENDO WAKE UNAENEA KWA WOTE

UPENDO WA KRISTO NA ROHO MTAKATIFU

UPENDO WA KRISTO NA WOKOVU

UPENDO WA KRISTO NA KUHESABIWA HAKI

UPENDO WA KRISTO NA UTAKASO

UPENDO WA KRISTO NA UTUKUFU

UPENDO WA KRISTO NA UZIMA WA MILELE

UPENDO WA KRISTO NA KURUDI KWAKE KWA MARA YA PILI

UPENDO WA KRISTO NA MBINGU MPYA NA NCHI MPYA

UPENDO WA KRISTO NA YERUSALEMU MPYA

UPENDO WA KRISTO NA KITI CHA ENZI CHA MUNGU

MISINGI YA KIBIBLIA YA UPENDO WA KRISTO

UPENDO WA KRISTO KATIKA AGANO LA KALE

UTIMILIFU KATIKA AGANO JIPYA

ASILI NA TABIA YA UPENDO WA KRISTO

UPENDO USIO NA MASHARTI- AGAPE YA KRISTO

UPENDO WA KRISTO KATIKA MATENDO

KIELELEZO CHA KIMAADILI - UPENDO WA KRISTO UNATULAZIMISHA TUPENDEANA

DAMU YA KRISTO NA UPENDO WA KIMUNGU

UPENDO WA KIBINAFSI- UHUSIANO WA KRISTO NA WATU BINAFSI

MWANAMKE WA SAMARIA (YOHANA 4:7-26) – UPENDO UNAOVUNJA MIPAKA YA JAMII NA KABILA

MTOZA USHURU ZAKINAI (LUKA 19:1-10) – UPENDO UNAOBADILISHA MAISHA

MWANAMKE ALIYEKAMATWA KATIKA UZINZI (YOHANA 8:1-11) – UPENDO UNAOSAMEHE NA KURUDISHA

UPENDO WA KRISTO KWA WANAFUNZI WAKE

KRISTO KWA WANAFUNZI WAKE

MONGOZO NA ULINZI WA KRISTO

UPENDO KWA WOTE-UPENDO WA KRISTO KWA BINADAMU WOTE

UPENDO WA KRISTO KWA WATU WOTE, MATAIFA, NA VIZAZI VYOTE

WOKOVU UNAPATIKANA KWA "KILA MTU ANAYEAMINI"

UPENDO WA KRISTO UNAVUKA MIPAKA YA WAYAHUDI NA WASEMAMA

UPENDO WA KRISTO ULIVYOVUNJA MIPAKA YA MATAIFA NA KABILA

JUKUMU LA ROHO MTAKATIFU KATIKA UMOJA WA MWILI WA KRISTO

JUKUMU LA ROHO MTAKATIFU KATIKA HUDUMA YA KANISA

UPENDO WA MILELE WA KRISTO

Utangulizi

Umuhimu wa Kithiolojia wa Upendo wa Kristo

Upendo wa Kristo ni msingi wa theolojia ya Kikristo, ukiathiri kila kipengele cha soteriolojia (wokovu), eklesiolojia (Kanisa), na eskatolojia (nyakati za mwisho). Mtume Paulo anatangaza katika Warumi 8:35, *"Ni nani atakayetutenga na upendo wa Kristo?"* Swali hili la kishairi linaangazia asili isiyotikisika na ya milele ya upendo wa Kristo.

Katika Maandiko, upendo wa Kristo hauonyeshwi kama hisia tu bali kama kanuni ya milele inayodhibiti mpango wa Mungu kwa wanadamu. Ulimwengu uliumbwa kwa upendo Wake (Kol. 1:16), Mungu alidhihirika katika mwili kwa upendo (Yoh. 1:14), na Yesu Kristo alikubali kifo cha msalaba kwa upendo (Yoh. 3:16). Upendo huu hauishii katika msamaha wa dhambi pekee bali unapanuka hadi kwenye ahadi ya uzima wa milele kwa wote wanaoamini (Yoh. 10:28).

Katika soteriolojia, upendo wa Kristo ndio nguvu inayomfanya mwanadamu kuokolewa. Kwa neema yake, upendo wa Kristo unashinda dhambi na mauti, ukiwapatia waumini haki mbele za Mungu (Warumi 5:8). Katika eklesiolojia, Kanisa linajengwa juu ya upendo huu, kama mwili wa Kristo ambao unaonyesha neema na huruma kwa ulimwengu (Waefeso 5:25). Katika eskatolojia, ahadi ya kurudi kwa Kristo na ushindi Wake wa mwisho ni dhihirisho la upendo wake usiokoma (Ufunuo 21:3-4).

Kwa hiyo, upendo wa Kristo sio tu kiini cha imani ya Kikristo bali pia ni kiini cha kuwepo kwa mwanadamu. Ni kupitia upendo huu ndipo mwanadamu anaweza kupata msamaha, neema, na tumaini la uzima wa milele. Huu ndio upendo usioweza kushindwa, upendo unaodumu milele, upendo unaozidi uelewa wote wa kibinadamu (Waefeso 3:18-19).

SURA YA 01

Kufafanua Upendo wa Kristo

Asili ya Upendo wa Agape

Utangulizi

Upendo wa Kristo unafahamika vyema zaidi katika muktadha wa neno la Kiyunani *Agape*, ambalo linawakilisha upendo wa kujitoa, usio na masharti, na wa kiungu. Kwa mujibu wa Maandiko, upendo huu hauwezi kulinganishwa na upendo wa kibinadamu, ambao mara nyingi ni wa masharti, wenye kasoro, na wa kimwili. Upendo wa Kristo ni mkamilifu, hauna kikomo, na una uwezo wa kuwakomboa wanadamu kutoka katika dhambi na giza. Katika sura hii, tutachunguza upendo wa Agape kwa mtazamo wa kitheolojia, maandiko ya Biblia, tafsiri za wasomi wa Biblia, na kwa kutumia **Strong's Concordance**, ili kufafanua asili ya upendo huu wa kiungu.

---

1. Maana ya Agape katika Maandiko

Katika Biblia, neno *Agape* linatajwa mara nyingi likielezea upendo wa Mungu kwa wanadamu na upendo ambao waumini wanapaswa kuwa nao kwa Mungu na kwa wenzao. Tofauti na maneno mengine ya Kiyunani yanayotumika kuelezea aina mbalimbali za upendo, kama vile:

- **Eros** – Upendo wa kimapenzi unaojikita katika mvuto wa kimwili.

- **Philia** – Upendo wa urafiki na udugu.
- **Storge** – Upendo wa kifamilia unaohusiana na uhusiano wa damu.

Neno *Agape* linatumika kipekee kuelezea upendo wa Mungu na asili ya Kristo katika kazi ya wokovu. Katika **Strong's Concordance (G26)**, *Agape* linafasiriwa kama "upendo wa kimungu, usio na masharti, usiotafuta faida binafsi, na wa milele."

Katika **1 Yohana 4:8**, maandiko yanasema:

"Yeye asiyependa, hamjui Mungu, kwa maana Mungu ni upendo."

Aya hii inathibitisha kuwa upendo si kitu ambacho Mungu anacho tu, bali ni asili yake halisi. Mungu siyo tu mwenye upendo, bali *ni upendo* kiasili. Hii inathibitisha kuwa upendo haukuwa uumbaji bali ni sehemu ya uhai wa milele wa Mungu.

---

2. Upendo ni Nini?

Theolojia ya Kikristo inafundisha kuwa upendo ni nguvu ya milele inayotiririka kutoka kwa Mungu mwenyewe. Biblia inafundisha kuwa upendo si hisia tu, bali ni tendo la kiungu linalodhihirishwa kwa njia mbalimbali, hasa kupitia Kristo. Upendo unaweza kueleweka katika vipengele vifuatavyo:

1. **Upendo kama asili ya Mungu** – Mungu ni upendo (1 Yohana 4:16).
2. **Upendo kama agizo** – Yesu alitoa amri ya kupendana kama Yeye alivyotupenda (Yohana 13:34-35).
3. **Upendo kama sadaka** – Kristo alitoa uhai wake kwa ajili ya wanadamu (Warumi 5:8).
4. **Upendo kama nguvu ya kiungu** – Hakuna kinachoweza kututenga na upendo wa Mungu (Warumi 8:35-39).

Katika **Strong's Concordance (G25)**, kitenzi *Agapao* (kupenda kwa upendo wa Agape) kina maana ya "kuonyesha upendo wa kiungu kwa njia ya kujitoa kikamilifu, bila kutegemea majibu ya upande wa pili."

Hii ina maana kuwa upendo huu haubadiliki hata unapokataliwa au kutojibiwa, kwani unatokana na asili ya Mungu, si kwa sababu ya sifa za anayependwa.

3. Asili ya Upendo wa Kristo

Yesu Kristo ndiye mfano halisi wa upendo wa Agape. Alionyesha upendo huu kwa njia mbalimbali, kama ifuatavyo:

(i) Upendo wa Kujitoa

Katika **Wafilipi 2:5-8**, Paulo anaeleza jinsi Yesu alivyojitoa kwa unyenyekevu:

"Kwa kuwa ninyi mna nia ile ile aliyokuwa nayo Kristo Yesu: ambaye yeye, mwanzo alikuwa yuna namna ya Mungu, naye hakuona kule kuwa sawa na Mungu kuwa kitu cha kushikamana nacho; bali alijifanya kuwa hana utukufu, akatwaa namna ya mtumwa, akawa anamfanana na wanadamu. Naye alipoonekana ana umbo kama mwanadamu, alijinyenyekeza, akawa mtii hata mauti, naam, mauti ya msalaba."

Kristo hakupenda kwa maneno tu, bali kwa matendo. Alijishusha na kujitoa kama dhabihu kwa ajili ya wanadamu.

(ii) Upendo wa Msamaha

Katika **Luka 23:34**, Yesu anasema akiwa msalabani:

"Baba, uwasamehe, kwa kuwa hawajui watendalo."

Hii ni picha ya upendo wa Agape, ambao husamehe hata wale wanaomsulubisha Mwana wa Mungu.

(iii) Upendo wa Milele

Yesu alisema katika **Yohana 10:28-29**:

"Nami nawapa uzima wa milele; wala hawatapotea kamwe, wala hakuna mtu atakayeweza kuwanyakua katika mkono wangu."

Upendo wa Kristo ni wa milele, hauna kikomo, na hauwezi kushindwa na kitu chochote.

4. Tafsiri za Wasomi wa Biblia kuhusu Upendo wa Agape

(i) Augustine wa Hippo (354-430 AD)

Augustine alifundisha kuwa upendo wa Mungu ni wa kipekee kwa sababu hauhitaji malipo. Aliandika katika kitabu chake *Confessions*:

"Umetupenda si kwa sababu tulikuwa wa kupendwa, bali kwa kutupenda umetufanya tuwe wa kupendwa."

(ii) Thomas Aquinas (1225-1274 AD)

Aquinas alieleza kuwa upendo wa Agape ni tendo la utashi la Mungu kwa wanadamu ili wapate wokovu. Alisema:

"Upendo wa Mungu sio hisia, bali ni tendo la mapenzi yake linaloleta wokovu kwa wanadamu."

---

5. Upendo ni Asili ya Milele, Sio Uumbaji

Upendo wa Agape ni zaidi ya hisia au kitendo cha hiari; ni asili ya Mungu mwenyewe. Tofauti na vitu vingine vyote vilivyoumbwa, upendo haukuumbwa bali umekuwepo tangu milele kwa sababu Mungu ni upendo. Huu ni upendo unaovuka mipaka ya kibinadamu, unaokomboa, unaotoa, na hauwezi kutenganishwa na yeyote anayempokea Kristo kwa imani.

Katika **Warumi 8:38-39**, Paulo anahitimisha kwa kusema:

"Kwa maana nimeshawishika ya kuwa wala mauti, wala uzima, wala malaika, wala enzi, wala mambo ya sasa, wala yajayo, wala wenye uwezo, wala vilivyo juu, wala vilivyo chini, wala kiumbe kingine cho chote, hakitaweza kututenga na upendo wa Mungu, ulio katika Kristo Yesu Bwana wetu."

Hii ndiyo asili ya upendo wa Agape – upendo wa milele, upendo wa Kristo, upendo usioshindwa.

KUTOJITAFUTA – KRISTO ALIJITOA
KWA WANADAMU BILA KUTARAJIA MALIPO

Katika Yohana 15:13, Yesu alisema:

"Hakuna upendo mwingi kuliko huu, wa mtu kuutoa uhai wake kwa ajili ya rafiki zake."

Kauli hii ya Kristo inadhihirisha asili ya upendo wa Agape—upendo wa kujitoa bila masharti. Kutojitafuta kwa Kristo ni dhihirisho la upendo wa milele wa Mungu kwa wanadamu. Aliishi maisha ya unyenyekevu, akatoa uhai wake kwa ajili ya wokovu wetu, na hakutegemea malipo yoyote kutoka kwa wanadamu. Katika sura hii, tutachunguza dhana ya kutojitafuta kwa Kristo kwa mtazamo wa theolojia ya Agano Jipya, tukitumia Maandiko Matakatifu, Strong's Concordance, na maoni ya wasomi wa Biblia.

---

1. Maana ya Kutojitafuta kwa Mtazamo wa Kibiblia

Katika Biblia, kutojitafuta (selflessness) linafafanuliwa kama tendo la kujitoa kwa ajili ya wengine bila kujifikiria kwanza. Neno la

Kigiriki linalotumiwa kuelezea dhana hii ni **"kenosis" (κένωσις)**, ambalo lina maana ya "kujifanya mnyonge" au "kujitoa kikamilifu."

Katika **Strong's Concordance (G2758)**, *Kenoo* linamaanisha "kujitwalia hali ya chini kwa hiari, kuacha haki za mtu kwa manufaa ya wengine."

Neno hili linapatikana wazi katika **Wafilipi 2:5-8**, ambapo Paulo anaeleza jinsi Kristo alijitoa:

"Iweni na nia iyo hiyo ndani yenu ambayo ilikuwamo pia ndani ya Kristo Yesu; ambaye yeye, mwanzo alikuwa yuna namna ya Mungu, naye hakuona kule kuwa sawa na Mungu kuwa kitu cha kushikamana nacho; bali alijifanya kuwa hana utukufu, akatwaa namna ya mtumwa, akawa anamfanana na wanadamu. Naye alipoonekana ana umbo kama mwanadamu, alijinyenyekeza, akawa mtii hata mauti, naam, mauti ya msalaba."

Hii inathibitisha kuwa Kristo hakutafuta utukufu wake mwenyewe bali alijishusha kwa hiari ili wanadamu wapate wokovu.

---

2. Kutojitafuta kwa Kristo Katika Huduma Yake

(i) Kuzaliwa katika Unyenyekevu

Yesu alizaliwa katika hali ya unyenyekevu, mbali na utukufu wa kifalme wa kidunia. Katika Luka 2:7, tunaambiwa:

"Akamzaa mwanawe, kifungu cha mimba yake, akamvika nguo za kitoto, akamlaza horini, kwa sababu hapakuwa na nafasi katika nyumba ya wageni."

Kuja kwa Kristo duniani kulionyesha kwamba alikubali kuchukua hali ya chini kabisa ili awe mwokozi wa watu wa hali zote.

(ii) Kujitoa kwa Wanadamu kwa Huduma Isiyo na Masharti

Katika Marko 10:45, Yesu alisema:

"Kwa maana Mwana wa Adamu hakuja kutumikiwa, bali kutumika, na kutoa nafsi yake kuwa fidia ya wengi."

Kristo hakuwa na lengo la kupata faida binafsi, bali alikuja kuwahudumia wanadamu.

Katika **Yohana 13:3-5**, tunaona Yesu akiosha miguu ya wanafunzi wake, jambo lililokuwa kazi ya mtumwa:

"Yesu, akijua ya kuwa Baba amempa vyote mikononi mwake, na ya kuwa alitoka kwa Mungu, naye anakwenda kwa Mungu; akainuka katika chakula, akaweka kando mavazi yake; akatwaa kitambaa, akajifunga kiunoni. Kisha akatia maji katika bakuli,

akaanza kuwaosha wanafunzi miguu, na kuipangusa kwa kile kitambaa alichojifunga."

Kitendo hiki kilionyesha upendo wa kujitoa, akijishusha chini hata mbele ya wale waliokuwa chini yake kijamii.

(iii) Kujitoa Msalabani kwa Ajili ya Wengine

Katika **Warumi 5:8**, Paulo anasema:

"Bali Mungu aonyesha upendo wake mwenyewe kwetu sisi, kwa kuwa Kristo alikufa kwa ajili yetu, tulipokuwa tungali wenye dhambi."

Yesu hakusubiri wanadamu wabadilike au kustahili upendo wake; alijitoa kwa ajili yao wakiwa bado ni wenye dhambi.

---

3. Kutojitafuta kwa Kristo Katika Maisha ya Kila Siku ya Mkristo

Kristo aliweka mfano wa jinsi waumini wanavyopaswa kuishi kwa kujitoa kwa wengine.

(i) Kutojitafuta Ndani ya Kanisa

Katika **Waefeso 5:2**, Paulo anahimiza:

"Enendeni katika upendo, kama Kristo naye alivyotupenda, akajitoa nafsi yake kwa ajili yetu, kuwa sadaka na dhabihu kwa Mungu, yenye harufu nzuri."

Hii inaonyesha kuwa wafuasi wa Kristo wanapaswa kuishi kwa upendo wa kujitoa, wakihudumiana kama Kristo alivyojitolea.

(ii) Kutojitafuta kwa Wakristo Katika Mahusiano

Katika **Wafilipi 2:3-4**, Paulo anasisitiza:

"Msitende neno lo lote kwa fitina wala kwa majivuno; bali kwa unyenyekevu, kila mtu amhesabu mwenzake kuwa bora kuliko nafsi yake mwenyewe. Kila mtu asiangalie mambo yake mwenyewe, bali kila mtu aangalie mambo ya wengine."

Hii ni picha ya jinsi waumini wanapaswa kuishi maisha yasiyojitafutia faida, bali kutanguliza ustawi wa wengine.

---

4. Tafsiri za Wasomi wa Biblia Kuhusu Kutojitafuta kwa Kristo

(i) Augustine wa Hippo (354-430 AD)

Augustine alieleza kuwa upendo wa Kristo wa kujitoa unafanana na neema ya Mungu, ambayo hutolewa bure bila masharti:

"Mungu alitupenda kabla hatujampenda; akatufia hata tulipokuwa tumemkataa."

(ii) Thomas Aquinas (1225-1274 AD)

Aquinas alifundisha kuwa Kristo alionyesha upendo wa juu zaidi wa *Caritas* (charity) kwa sababu alijitoa kwa ajili ya watesi wake:

"Upendo wa Kristo wa kujitoa ni kielelezo cha upendo wa kweli, ambao hauangalii manufaa binafsi bali ustawi wa wengine."

---

5. Hitimisho: Kutojitafuta kwa Kristo Kama Kiini cha Wokovu

Yesu Kristo aliweka mfano mkamilifu wa maisha yasiyojitafutia faida kwa kujitoa kwa wanadamu bila kutarajia malipo yoyote. Katika kila hatua ya maisha yake—tangu kuzaliwa katika hali ya unyenyekevu, kuhudumu bila kutegemea malipo, hadi kufa kwa ajili ya wenye dhambi—alidhihirisha kiini cha upendo wa Agape.

Katika **Mathayo 16:24**, Yesu alisema:

"Mtu ye yote akitaka kunifuata, na ajikane mwenyewe, ajitwike msalaba wake, anifuate."

Kutojitafuta kwa Kristo siyo tu kielelezo cha upendo wake bali pia mwito kwa waumini kuishi maisha ya kujitoa kwa Mungu na kwa wengine. Huu ndio msingi wa Ukristo wa kweli—kuishi si kwa ajili yetu wenyewe, bali kwa ajili ya utukufu wa Mungu na ustawi wa wengine.

DHABIHU – UPENDO WAKE ULIMPELEKA MSALABANI

Katika **Warumi 5:8**, Paulo anaandika:

"Bali Mungu aonyesha upendo wake mwenyewe kwetu sisi, kwa kuwa Kristo alikufa kwa ajili yetu, tulipokuwa tungali wenye dhambi."

Aya hii inaonyesha kiini cha dhabihu ya Kristo—alijitoa kwa ajili yetu si kwa sababu tulikuwa tumestahili, bali kwa sababu ya upendo wake wa Agape. Katika sura hii, tutachunguza maana ya dhabihu ya Kristo, umuhimu wake kwa wokovu wa wanadamu, na jinsi inavyofundishwa katika Maandiko Matakatifu. Tutatumia **Strong's Concordance**, tafsiri za wasomi wa Biblia, na maelezo ya kina ya kifungu kimoja baada ya kingine ili kuelewa undani wa upendo wa kujitoa wa Kristo.

---

1. Maana ya Dhabihu ya Kristo

Katika Agano Jipya, neno *dhabihu* linatokana na neno la Kigiriki **"thusia" (θυσία)**, ambalo limetafsiriwa katika **Strong's Concordance (G2378)** likimaanisha "kutoa kitu cha thamani kubwa kwa ajili ya faida ya wengine."

Katika Agano la Kale, dhabihu zilikuwa sehemu muhimu ya ibada ya Mungu. Mnyama asiye na kasoro alitolewa kama sadaka kwa Mungu kwa ajili ya ondoleo la dhambi (Mambo ya Walawi 17:11). Hata hivyo, dhabihu hizi zilikuwa kivuli cha dhabihu kamili ya Kristo, ambaye alitoa uhai wake kwa ajili ya wokovu wa ulimwengu.

Katika **Waebrania 9:12**, maandiko yanasema:

"Wala hakuingia kwa damu ya mbuzi na ndama, bali kwa damu yake mwenyewe, mara moja tu, akaingia Patakatifu, akiisha kupata ukombozi wa milele."

Hii inathibitisha kuwa Yesu ndiye dhabihu ya mwisho na ya milele, akitimiza sheria ya Musa kwa ukamilifu wake.

---

2. Dhabihu ya Kristo Katika Maandiko

(i) Kutabiriwa Katika Agano la Kale

Agano la Kale lilitabiri kuwa Masihi atateseka na kufa kwa ajili ya dhambi za wanadamu. Katika **Isaya 53:5-7**, maandiko yanatabiri:

"Bali alijeruhiwa kwa makosa yetu, alichubuliwa kwa maovu yetu; adhabu ya amani yetu ilikuwa juu yake, na kwa kupigwa kwake sisi tumepona."

Hii ilikuwa ishara ya wazi kwamba wokovu wa wanadamu ungetokea kupitia mateso na kifo cha Kristo.

(ii) Yesu Aliitambua Dhabihu Yake

Yesu mwenyewe alijua kuwa alikuja duniani ili kufa kwa ajili ya dhambi za wanadamu. Katika **Mathayo 20:28**, alisema:

"Kama vile Mwana wa Adamu asivyokuja kutumikiwa, bali kutumika, na kutoa nafsi yake kuwa fidia ya wengi."

Neno *fidia* hapa linaonyesha kuwa dhabihu yake ilikuwa malipo ya kuwakomboa wanadamu kutoka kwa dhambi.

(iii) Utimilifu wa Dhabihu Katika Msalaba

Katika **Yohana 19:30**, Yesu alipokaribia kufa alisema: *"Imekwisha."*

Neno la Kigiriki **"Tetelestai" (τετέλεσται)** ambalo limetafsiriwa kama *Imekwisha* linapatikana katika **Strong's Concordance (G5055)**, likimaanisha "kukamilisha, kuleta hitimisho kamili."

Yesu hakufa kama mwathirika wa mateso tu bali kama dhabihu kamilifu iliyoleta ukombozi wa wanadamu wote.

---

3. Umuhimu wa Dhabihu ya Kristo kwa Wokovu wa Mwanadamu

(i) Ondoleo la Dhambi

Katika **Waebrania 10:10**, maandiko yanasema:

"Kwa mapenzi hayo mmepata utakaso kwa kutolewa mwili wa Yesu Kristo mara moja tu."

Hii inaonyesha kuwa kupitia dhabihu ya Kristo, dhambi za wanadamu zimesamehewa kikamilifu.

(ii) Maridhiano Kati ya Mwanadamu na Mungu

Katika **2 Wakorintho 5:18-19**, Paulo anaeleza kuwa Kristo alileta maridhiano kati ya Mungu na wanadamu:

"Lakini vyote pia vyatoka kwa Mungu, aliyetupatanisha sisi na nafsi yake kwa Kristo, naye ametupa huduma ya upatanisho; yaani, kwamba Mungu alikuwa ndani ya Kristo, akiupatanisha ulimwengu na nafsi yake, asiwahesabie makosa yao."

Hii inamaanisha kuwa kwa kupitia msalaba, Yesu alifungua njia ya mwanadamu kurejea katika ushirika na Mungu.

(iii) Ushindi Dhidi ya Mauti

Katika **1 Wakorintho 15:55-57**, Paulo anashangilia ushindi wa Kristo dhidi ya kifo:

"Ewe mauti, u wapi kushinda kwako? Ewe mauti, u wapi uchungu wako? Lakini Mungu na ashukuriwe atupaye kushinda kwa Bwana wetu Yesu Kristo."

Dhabihu ya Kristo haikukomesha tu nguvu ya dhambi, bali pia ilimshinda shetani na kifo.

---

4. Maoni ya Wasomi wa Biblia Kuhusu Dhabihu ya Kristo

(i) Augustine wa Hippo (354-430 AD)

Augustine alifundisha kuwa dhabihu ya Kristo ni upendo wa Mungu unaodhihirishwa kwa kiwango cha juu kabisa:

"Mungu hakutushinda kwa nguvu, bali kwa upendo wa kujitoa. Alitoa Mwanawe ili tupate uzima wa milele."

(ii) Anselm wa Canterbury (1033-1109 AD)

Anselm alieleza kuwa msalaba wa Kristo ulikuwa dhabihu inayolipa deni la wanadamu kwa Mungu:

"Mungu, kwa haki yake, alihitaji malipo ya dhambi. Kristo, kwa rehema yake, alilipa deni hilo kwa damu yake."

(iii) John Calvin (1509-1564 AD)

Calvin alisisitiza kuwa dhabihu ya Kristo ni msingi wa neema ya Mungu kwa mwanadamu:

"Damu ya Kristo ni kiini cha injili, kwa maana kupitia kifo chake tumehesabiwa haki."

---

5. Dhabihu ya Kristo Kama Kiini cha Ukristo

Dhabihu ya Kristo ni msingi wa Ukristo na injili. Katika kifo chake, tunapata ondoleo la dhambi, maridhiano na Mungu, na ushindi juu ya mauti. Yesu alitoa maisha yake kwa upendo usiokuwa na masharti, na kupitia dhabihu yake, tumepata uzima wa milele.

Katika **Waefeso 5:2**, Paulo anatufundisha:

"Enendeni katika upendo, kama Kristo naye alivyotupenda, akajitoa nafsi yake kwa ajili yetu, kuwa sadaka na dhabihu kwa Mungu, yenye harufu nzuri."

Kwa hivyo, waumini wote wanaitwa kuishi kwa kutambua ukubwa wa dhabihu hii, wakiitikia kwa imani, toba, na maisha ya kujitoa kwa Mungu na kwa wengine. Msalaba wa Kristo si tu historia, bali ni mlango wa wokovu wa milele kwa wale wote wanaomwamini.

DAMU YA KRISTO NA UPENDO WA KIUNGU

Damu ya Kristo ni kiini cha mpango wa wokovu wa Mungu kwa wanadamu. Katika **Waebrania 9:22**, maandiko yanasema:

"Na kama ambavyo kwa sheria karibu vitu vyote husafishwa kwa damu, wala pasipo kumwaga damu hakuna ondoleo."

Katika sura hii, tutachunguza umuhimu wa damu ya Kristo kama ishara kuu ya upendo wa Mungu na namna ilivyofanikisha wokovu wa wanadamu. Tutatumia tafsiri za Maandiko, Strong's Concordance, na maoni ya wasomi wa Biblia ili kuelewa kwa kina uhusiano kati ya damu ya Kristo na upendo wa kiungu.

1. Maana ya Damu ya Kristo Katika Maandiko

Katika Agano Jipya, neno la Kigiriki linalotafsiriwa kama *damu* ni **"haima" (αἷμα)**, ambalo linapatikana katika **Strong's Concordance (G129)** na linaashiria "uhai uliotolewa kwa ajili ya wokovu."

Katika Agano la Kale, Mungu aliagiza kwamba dhambi zingeondolewa kupitia sadaka za damu za wanyama (Mambo ya Walawi 17:11). Hata hivyo, damu ya Kristo ilikuwa tofauti kwa sababu ilikuwa dhabihu ya milele isiyohitaji kurudiwa.

Katika **1 Petro 1:18-19**, maandiko yanasema:

"Nanyi mfahamu ya kuwa mlikombolewa si kwa vitu viharibikavyo, kwa fedha wala dhahabu, mpate kutoka katika mwenendo wenu usiofaa, mlioupokea kwa baba zenu; bali kwa damu ya thamani, kama ya mwanakondoo asiye na ila, asiye na waa, yaani, ya Kristo."

Damu ya Kristo ilikuwa thamani isiyo na kifani, ikitimiza haki ya Mungu huku ikidhihirisha upendo wake wa milele kwa wanadamu.

2. Umuhimu wa Damu ya Kristo kwa Wokovu

(i) Ondoleo la Dhambi

Katika **Waefeso 1:7**, Paulo anaeleza:

"Katika yeye huyo tunao ukombozi kwa damu yake, masamaha ya dhambi, sawasawa na wingi wa neema yake."

Kwa kumwaga damu yake, Yesu alifanikisha upatanisho wa wanadamu na Mungu. Hakuna sadaka nyingine inayoweza kulipa deni la dhambi zaidi ya damu yake.

Katika **Strong's Concordance (G629)**, neno *lutrosis* (ukombozi) linamaanisha "kuachiliwa kutoka utumwa kwa kulipwa fidia." Hii inaonyesha kwamba damu ya Kristo ilikuwa fidia halisi iliyotulipia deni letu la dhambi.

(ii) Damu ya Agano Jipya

Katika **Mathayo 26:28**, Yesu alisema:

"Kwa maana hii ndiyo damu yangu ya agano, imwagikayo kwa ajili ya wengi kwa ondoleo la dhambi."

Hii inahusiana na ahadi mpya ya Mungu kwa wanadamu, kwamba kwa kupitia damu ya Yesu, wokovu utapatikana kwa wote wanaoamini.

(iii) Uoshaji na Utakaso wa Dhamiri

Katika **Waebrania 9:14**, maandiko yanasema:

"Basi si zaidi damu yake Kristo, ambaye kwa Roho wa milele alijitoa nafsi yake kwa Mungu kuwa sadaka isiyo na waa, itawasafisha dhamiri zenu na matendo mafu, mpate kumtumikia Mungu aliye hai?"

Damu ya Kristo inatusafisha siyo tu dhambi zetu bali hata dhamiri zetu, ikituwezesha kuishi maisha matakatifu mbele za Mungu.

---

3. Damu ya Kristo Kama Ishara ya Upendo wa Mungu

Damu ya Kristo inahusiana moja kwa moja na upendo wa kiungu.

(i) Mungu Alimtoa Mwana Wake Kwa Upendo

Katika **Yohana 3:16**, Yesu alisema:

"Kwa maana jinsi hii Mungu aliupenda ulimwengu, hata akamtoa Mwanawe wa pekee, ili kila amwaminiye asipotee, bali awe na uzima wa milele."

Damu ya Kristo ni thibitisho la upendo wa Mungu kwa wanadamu wote.

(ii) Upendo wa Kujitoa wa Kristo

Katika **Yohana 15:13**, Yesu alisema:

"Hakuna upendo mwingi kuliko huu, wa mtu kuutoa uhai wake kwa ajili ya rafiki zake."

Kristo alikubali kufa kwa hiari kwa sababu ya upendo wake kwa wanadamu.

(iii) Damu Iliyoleta Ushindi Dhidi ya Shetani

Katika **Ufunuo 12:11**, maandiko yanasema:

"Nao wakamshinda kwa damu ya Mwana-Kondoo, na kwa neno la ushuhuda wao; wasipende maisha yao hata kufa."

Damu ya Kristo haikuleta tu msamaha wa dhambi bali pia ushindi wa milele dhidi ya nguvu za giza.

---

4. Tafsiri za Wasomi wa Biblia Kuhusu Damu ya Kristo

(i) Augustine wa Hippo (354-430 AD)

Augustine alifundisha kuwa damu ya Kristo ni ishara ya neema ya Mungu kwa wanadamu:

"Damu ya Kristo ni huruma ya Mungu iliyomwagwa kwa ajili ya wanadamu wote. Hakuna kinga dhidi ya dhambi isipokuwa katika damu hii."

(ii) Martin Luther (1483-1546 AD)

Luther alifundisha kuwa wokovu haupatikani kwa matendo bali kwa damu ya Kristo pekee:

"Hatukombolewi kwa kazi zetu bali kwa neema inayopatikana katika damu ya Yesu Kristo."

(iii) John Wesley (1703-1791 AD)

Wesley alieleza kuwa damu ya Kristo ni nguvu inayobadilisha maisha ya waumini:

"Damu ya Kristo haiondoi tu hatia bali inatuwezesha kuishi maisha ya ushindi dhidi ya dhambi."

---

5. Damu ya Kristo Kama Kiini cha Wokovu na Upendo wa Mungu

Damu ya Kristo ndiyo msingi wa wokovu wa Kikristo. Kupitia damu yake:

1. Dhambi zetu zimesamehewa (Waefeso 1:7).
2. Tumepatanishwa na Mungu (2 Wakorintho 5:18-19).
3. Tumepokea agano jipya (Mathayo 26:28).
4. Tumeshinda mauti na nguvu za giza (Ufunuo 12:11).

Katika **Waebrania 10:19-22**, maandiko yanatufundisha kuwa tunaweza sasa kumkaribia Mungu kwa ujasiri kwa sababu ya damu ya Yesu:

"Basi, ndugu, kwa kuwa tuna ujasiri wa kupaingia patakatifu kwa damu ya Yesu, njia ile aliyotuafungulia iliyo mpya, iliyo hai, ipitayo katika pazia, yaani, mwili wake; tena tuwe na kuhani mkuu juu ya nyumba ya Mungu; na tuukaribie moyo wa kweli katika utimilifu

wa imani, hali tukiisha kusafishwa mioyo yetu na dhamiri mbaya, na mwili wetu ukiwa umesafishwa kwa maji safi."

Kwa hiyo, damu ya Kristo ni kiini cha mpango wa Mungu wa wokovu na ushahidi wa upendo wake usio na kikomo kwa wanadamu. Kupitia damu hii, tunapata msamaha, upatanisho, na uzima wa milele. Huu ndio upendo wa Kristo—upendo wa kujitoa, upendo wa milele, upendo wa kiungu!

UPENDO WA KRISTO NA MSAMAHA

Upendo wa Kristo hauwezi kutenganishwa na msamaha. Msamaha wake ni wa kipekee, wa milele, na usio na masharti. Katika **Luka 23:34**, Yesu alipokuwa msalabani aliomba:

"Baba, uwasamehe, kwa kuwa hawajui watendalo."

Kauli hii inadhihirisha upendo wa Kristo wa Agape—upendo wa kujitoa unaotangulia hata toba ya mwenye dhambi. Katika sura hii, tutachunguza uhusiano kati ya upendo wa Kristo na msamaha wake kwa wanadamu. Tutatumia **Strong's Concordance**, tafsiri za wasomi wa Biblia, na maelezo ya kina ya kifungu kimoja baada ya kingine ili kuelewa kwa undani jinsi msamaha wa Kristo ulivyo kielelezo cha upendo wa Mungu.

---

1. Maana ya Msamaha wa Kristo Katika Maandiko

Katika Agano Jipya, neno la Kigiriki linalotafsiriwa kama *msamaha* ni **"aphesis" (ἄφεσις)**, ambalo limetafsiriwa katika **Strong's Concordance (G859)** likimaanisha "kuachilia huru, kusamehe deni, au kutangaza mtu kuwa hana hatia."

Katika **Waefeso 1:7**, maandiko yanasema:

"Katika yeye huyo tunao ukombozi kwa damu yake, masamaha ya dhambi, sawasawa na wingi wa neema yake."

Msamaha wa Kristo haukutolewa kwa misingi ya matendo ya wanadamu bali kwa sababu ya neema yake na upendo wake wa milele.

---

2. Asili ya Msamaha wa Kristo

(i) Msamaha Wake ni wa Neema, si kwa Matendo

Katika **Warumi 3:23-24**, Paulo anaeleza:

"Kwa sababu wote wamefanya dhambi, na kupungukiwa na utukufu wa Mungu; wanahesabiwa haki bure kwa neema yake, kwa njia ya ukombozi ulio katika Kristo Yesu."

Msamaha wa Kristo unatokana na neema ya Mungu na si kwa sababu ya juhudi za mwanadamu.

(ii) Msamaha Wake Unashinda Dhambi Yoyote

Katika **1 Yohana 1:9**, maandiko yanasema:

"Tukiziungama dhambi zetu, yeye ni mwaminifu na wa haki hata atuondolee dhambi zetu, na kutusafisha na udhalimu wote."

Hii inaonyesha kwamba hakuna dhambi iliyo kubwa mno kiasi cha kushinda msamaha wa Kristo.

(iii) Msamaha Wake Unapitia Damu Yake

Katika **Waebrania 9:22**, maandiko yanasema:

"Na kama ambavyo kwa sheria karibu vitu vyote husafishwa kwa damu, wala pasipo kumwaga damu hakuna ondoleo."

Msamaha wa Kristo ulifanikishwa kwa damu yake iliyomwagika msalabani.

---

3. Mfano wa Msamaha wa Kristo Katika Huduma Yake

(i) Msamaha kwa Mwanamke Mzinzi

Katika **Yohana 8:10-11**, Yesu alipomsamehe mwanamke aliyekamatwa katika uzinzi alisema:

"Yesu akainuka, asimwone mtu ila yule mwanamke, akamwambia, 'Mwanamke, wako wapi wale washtaki wako? Hakuna aliyekuhukumu?' Akasema, 'Hakuna, Bwana.' Yesu akamwambia, 'Wala mimi sikuhukumu; enenda zako, wala usitende dhambi tena.'"

Msamaha wa Kristo haukumaanisha kuruhusu dhambi, bali kutoa nafasi ya maisha mapya.

(ii) Msamaha kwa Petro Baada ya Kumsaliti

Katika **Yohana 21:15-17**, Yesu alimrudisha Petro katika huduma yake licha ya kumsaliti:

"Yesu akamwambia Simoni Petro, 'Simoni wa Yona, wanipenda kuliko hawa?' Akamwambia, 'Ndio, Bwana; wewe wajua kwamba nakupenda.' Akamwambia, 'Lisha wana-kondoo wangu.'"

Hii inaonyesha kuwa msamaha wa Kristo unarudisha mtu katika uhusiano na Mungu.

(iii) Msamaha kwa Wahalifu Msalabani

Katika **Luka 23:42-43**, Yesu alimsamehe mwizi aliyesulubiwa pamoja naye:

"Akamwambia Yesu, 'Ee Yesu, unikumbuke utakapoingia katika ufalme wako.' Yesu akamwambia, 'Amin, nakuambia, leo hivi utakuwa pamoja nami peponi.'"

Msamaha wa Kristo unaweza kupokelewa hata katika dakika za mwisho za maisha.

---

4. Upendo wa Kristo Kama Nguvu ya Msamaha

(i) Upendo Wake Haufuatilii Makosa

Katika **1 Wakorintho 13:5**, Paulo anaandika:

"Upendo hauhesabu mabaya."

Upendo wa Kristo ni wa milele na hauhesabu dhambi kwa wale wanaotubu.

(ii) Upendo Wake Unatufanya Watu Wapya

Katika **2 Wakorintho 5:17**, maandiko yanasema:

"Hata imekuwa, mtu akiwa ndani ya Kristo amekuwa kiumbe kipya; ya kale yamepita, tazama! Yamekuwa mapya."

Msamaha wa Kristo unabadilisha maisha ya mtu na kumpa mwanzo mpya.

(iii) Upendo Wake Unatuwezesha Kumsamehe Mwingine

Katika **Wakolosai 3:13**, maandiko yanahimiza:

"Mkishindana na mtu, na kusameheana; kama Bwana alivyowasamehe ninyi, vivyo na ninyi."

Kama tulivyopokea msamaha wa Kristo, ndivyo tunapaswa kusamehe wengine.

---

5. Tafsiri za Wasomi wa Biblia Kuhusu Msamaha wa Kristo

(i) Augustine wa Hippo (354-430 AD)

Augustine alifundisha kuwa msamaha wa Kristo ni msingi wa neema ya Mungu:

"Hakuna dhambi inayoweza kushinda msamaha wa Mungu kwa yule anayetubu kwa moyo wa kweli."

(ii) Martin Luther (1483-1546 AD)

Luther alieleza kuwa msamaha hauwezi kupatikana kwa juhudi za kibinadamu bali ni zawadi ya neema:

"Msamaha wa dhambi haupatikani kwa matendo yetu bali kwa damu ya Kristo pekee."

(iii) John Wesley (1703-1791 AD)

Wesley alihimiza msamaha wa Kristo kama chanzo cha upendo kwa wengine:

"Tumesamehewa bure, basi nasi tunapaswa kuwasamehe wengine kwa moyo wa upendo wa Kristo."

---

6. Upendo wa Kristo Kama Nguvu ya Msamaha

Msamaha wa Kristo ni ishara ya upendo wake wa milele kwa wanadamu. Kupitia damu yake, ametusamehe dhambi zetu, ametufanya viumbe vipya, na ametufungua kutoka kwa hukumu ya dhambi.

Katika **Waefeso 4:32**, Paulo anahimiza waumini:

"Muwe na moyo mwema ninyi kwa ninyi, wenye huruma, mkisameheana, kama na Mungu katika Kristo alivyowasamehe ninyi."

Kwa hivyo, tunaitwa kuiga mfano wa Kristo kwa kusamehe wengine kama sisi tulivyosamehewa. Huu ndio upendo wa kweli—upendo wa msamaha, upendo wa Kristo!

UPENDO WA KRISTO NA KANISA

Upendo wa Kristo kwa Kanisa ni mojawapo ya mada muhimu katika Agano Jipya. Katika **Waefeso 5:25**, Paulo anaandika:

"Enyi waume, wapendeni wake zenu, kama Kristo naye alivyolipenda kanisa, akajitoa kwa ajili yake."

Aya hii inaonyesha uhusiano wa karibu kati ya Kristo na Kanisa lake. Upendo wa Kristo kwa Kanisa ni wa milele, wa kujitoa, na wa wokovu. Katika sura hii, tutachunguza maana ya upendo huu, umuhimu wake, na jinsi Kanisa linapaswa kuishi kwa kuonyesha upendo wa Kristo kwa dunia. Tutatumia **Strong's Concordance**, tafsiri za wasomi wa Biblia, na maelezo ya kina kutoka Maandiko ili kuelewa jinsi upendo wa Kristo unavyohusiana na Kanisa lake.

---

1. Maana ya Kanisa Katika Maandiko

Katika Agano Jipya, neno la Kigiriki linalotafsiriwa kama *Kanisa* ni **"Ekklesia" (ἐκκλησία)**, ambalo linapatikana katika **Strong's Concordance (G1577)** likimaanisha "mkusanyiko wa watu walioitwa kutoka ulimwenguni ili kumfuata Mungu."

Katika **Mathayo 16:18**, Yesu alisema:

"Nami nakuambia, wewe ndiwe Petro, na juu ya mwamba huu nitalijenga kanisa langu, wala milango ya kuzimu haitalishinda."

Hii inaonyesha kuwa Kanisa ni la Kristo, linajengwa juu ya msingi wa imani na halitaangamizwa.

2. Upendo wa Kristo kwa Kanisa Katika Maandiko

(i) Kristo Ndiye Mchumba wa Kanisa

Katika **Waefeso 5:25-27**, Paulo anaeleza:

"Enyi waume, wapendeni wake zenu, kama Kristo naye alivyolipenda kanisa, akajitoa kwa ajili yake, ili makusudi alitakase, akulisafisha kwa maji katika neno, apate kujiletea kanisa tukufu, lisilo na waa wala kunyanzi, wala lolote kama hayo; bali liwe takatifu lisilo na mawaa."

Hii inaonyesha kuwa Kristo amejitoa kwa ajili ya Kanisa kama mchumba anayelinda, kutakasa, na kuandaa bibi harusi wake kwa utukufu wa milele.

Katika **Ufunuo 19:7-9**, maandiko yanasema:

"Na tushangilie, tukafurahi, tukampe utukufu wake; kwa maana arusi ya Mwana-Kondoo imekuja, na mkewe amejiweka tayari."

Hii inaonyesha kuwa Kanisa ni bibi harusi wa Kristo, likingojea kurudi kwake kwa utimilifu wa ndoa ya kiroho na Mwana-Kondoo.

(ii) Kristo Alijitoa kwa Ajili ya Kanisa

Katika **Matendo 20:28**, Paulo anawahimiza viongozi wa Kanisa:

"Jilindeni nafsi zenu, na lile kundi lote ambalo Roho Mtakatifu amewaweka ninyi kuwa waangalizi wake, kulilisha kanisa la Mungu, alilolinunua kwa damu yake mwenyewe."

Kristo alinunua Kanisa kwa damu yake, akilifanya kuwa mali yake ya milele.

(iii) Kristo Ndiye Kichwa cha Kanisa

Katika **Wakolosai 1:18**, maandiko yanasema:

"Naye ndiye kichwa cha mwili, yaani, cha kanisa; naye ndiye mwanzo, mzaliwa wa kwanza wa wafu, kusudi awe wa kwanza katika mambo yote."

Kristo ndiye kichwa cha Kanisa, na waumini ni mwili wake. Hii inamaanisha kuwa Kanisa linapaswa kuongozwa na Kristo katika kila jambo.

---

3. Kanisa Kama Mwakilishi wa Upendo wa Kristo

Kanisa limeitwa kuwa mwakilishi wa upendo wa Kristo ulimwenguni.

(i) Kuonyesha Upendo wa Kristo Kwa Dunia

Katika **Yohana 13:34-35**, Yesu alisema:

"Amri mpya nawapa, mpendane. Kama vile nilivyowapenda ninyi, ninyi nanyi mpendane vivyo hivyo. Hivyo watu wote watatambua ya kuwa ninyi mmekuwa wanafunzi wangu, mkiwa na upendo ninyi kwa ninyi."

Kanisa lina jukumu la kuonyesha upendo wa Kristo kwa kila mtu kwa kuishi maisha ya upendo wa kweli.

(ii) Kuwa Mwili wa Kristo Duniani

Katika **1 Wakorintho 12:27**, maandiko yanasema:

"Basi ninyi mmekuwa mwili wa Kristo, na viungo kila kimoja peke yake."

Waumini ni sehemu ya mwili wa Kristo, kila mmoja akiwa na jukumu lake katika kueneza injili na kuonyesha upendo wa Mungu.

(iii) Kuhubiri Injili Kama Dhamana ya Kristo kwa Kanisa

Katika **Mathayo 28:19-20**, Yesu alitoa agizo kuu kwa Kanisa:

"Basi, enendeni, mkawafanye mataifa yote kuwa wanafunzi, mkiwabatiza kwa jina la Baba, na Mwana, na Roho Mtakatifu; na kuwafundisha kuyashika yote niliyowaamuru ninyi."

Kanisa lina jukumu la kueneza injili na kushuhudia upendo wa Kristo kwa ulimwengu wote.

---

4. Maoni ya Wasomi wa Biblia Kuhusu Upendo wa Kristo kwa Kanisa

(i) Augustine wa Hippo (354-430 AD)

Augustine alifundisha kuwa Kanisa ni mwili wa Kristo na linaunganishwa naye kwa upendo wa kiroho:

"Kanisa ni mwili wa Kristo, lililounganishwa naye kwa neema na upendo wa milele."

(ii) John Calvin (1509-1564 AD)

Calvin alieleza kuwa Kanisa ni maonyesho ya upendo wa Kristo kwa ulimwengu:

"Kanisa linapaswa kuwa mwangaza wa upendo wa Kristo kwa ulimwengu wote, likiwa mwili wake unaoishi na kufanya kazi."

(iii) Dietrich Bonhoeffer (1906-1945 AD)

Bonhoeffer alifundisha kuwa Kanisa linapaswa kuwa jamii inayodhihirisha upendo wa Kristo kwa vitendo:

"Kanisa halipo kwa ajili yake tu, bali kwa ajili ya ulimwengu, kama mwakilishi wa upendo wa Kristo kwa kila mtu."

---

5. Upendo wa Kristo Kama Kiini cha Kanisa

Upendo wa Kristo kwa Kanisa ni wa milele, wa kujitoa, na wa wokovu. Kristo:

1. Alijitoa kwa ajili ya Kanisa kwa damu yake (Matendo 20:28).
2. Analiandaa Kanisa kama bibi harusi wake (Waefeso 5:25-27).
3. Ndiye kichwa cha Kanisa (Wakolosai 1:18).
4. Amelipa Kanisa jukumu la kuwa mwakilishi wa upendo wake duniani (Mathayo 28:19-20).

Katika **Waefeso 3:17-19**, Paulo anahitimisha kwa kusema:

"Kristo akae mioyoni mwenu kwa imani mkiwa na shina na msingi katika upendo, mpate kufahamu pamoja na watakatifu wote jinsi ulivyo upana na urefu na kimo na kina; na kuujua upendo wa Kristo, upitao maarifa; ili mpate kujazwa na utimilifu wote wa Mungu."

Kwa hiyo, Kanisa ni kielelezo cha upendo wa Kristo kwa ulimwengu. Kama mwili wake, linapaswa kuishi kwa upendo, kusamehe, na kushuhudia injili kwa mataifa yote. Huu ndio mwito wa Kanisa—kuishi katika upendo wa Kristo na kuonyesha neema yake kwa ulimwengu!

UPENDO WA KRISTO NA MATESO

Upendo wa Kristo hauwezi kutenganishwa na mateso. Katika huduma yake duniani, Yesu alikumbana na mateso makubwa, lakini hakuyakwepa. Aliteseka kwa ajili ya wanadamu, na kupitia mateso yake, alidhihirisha upendo wa kiungu. Katika **Isaya 53:3-5**, maandiko yanamtaja Kristo kama **"mtu wa huzuni, ajuaye sikitiko"**:

"Alidharauliwa na kukataliwa na watu, mtu wa huzuni nyingi ajuaye sikitiko; na kama mtu ambaye watu humficha nyuso zao, alidharauliwa, wala hatukumhesabu kuwa kitu. Hakika ameyachukua masikitiko yetu, amejitwika huzuni zetu; lakini tulimdhania ya kuwa amepigwa, amepigwa na Mungu, na kuteswa. Bali alijeruhiwa kwa makosa yetu, alichubuliwa kwa maovu yetu; adhabu ya amani yetu ilikuwa juu yake, na kwa kupigwa kwake sisi tumepona."

Katika sura hii, tutachunguza jinsi upendo wa Kristo unavyohusiana na mateso yake, mateso yetu kama waumini, na jinsi mateso yanavyoweza kuwa njia ya ukuaji wa kiroho. Tutatumia **Strong's Concordance**, tafsiri za wasomi wa Biblia, na maelezo ya kina kutoka Maandiko Matakatifu ili kuelewa uhusiano huu kwa undani.

1. Maana ya Mateso Katika Maandiko

Katika Agano Jipya, neno la Kigiriki linalotafsiriwa kama *mateso* ni **"pathēma" (πάθημα)**, ambalo linapatikana katika **Strong's Concordance (G3804)** likimaanisha "maumivu, dhiki, mateso, au taabu kubwa inayosababishwa na hali fulani."

Katika **Warumi 8:17**, Paulo anaandika:

"Na kama watoto, basi warithi; warithi wa Mungu, warithio pamoja na Kristo; tukiisha kushiriki mateso yake, ili na tuushiriki utukufu wake."

Hii inaonyesha kuwa waumini wanashiriki mateso ya Kristo ili wapate kushiriki pia utukufu wake.

2. Mateso ya Kristo Kama Kielelezo cha Upendo Wake

(i) Yesu Aliteseka Kwa Hiari

Katika **Yohana 10:17-18**, Yesu alisema:

"Ndiposa Baba anipenda, kwa sababu nauweka uhai wangu ili niutwae tena. Hakuna mtu aniondoleaye, bali naiweka mimi mwenyewe. Nami ninao uweza wa kuuondoa, ninao uweza wa kuutwaa tena."

Yesu hakulazimishwa kuteseka; alikubali kwa hiari kwa sababu ya upendo wake kwa wanadamu.

(ii) Mateso Yake Yalikuwa Dhabihu Kwa Wanadamu

Katika **Waebrania 9:26**, maandiko yanasema:

"Bali sasa mara moja tu, katika utimilifu wa nyakati, amefunuliwa azitangue dhambi kwa dhabihu ya nafsi yake."

Damu ya Kristo ilimwagika kwa mateso makubwa ili kuleta msamaha wa dhambi kwa wanadamu wote.

(iii) Mateso Yake Yalikuwa Njia ya Ukombozi

Katika **1 Petro 2:24**, maandiko yanasema:

"Yeye mwenyewe alizichukua dhambi zetu katika mwili wake juu ya mti, ili tupate kuishi kwa haki, kwa kupigwa kwake mliponywa."

Kupitia mateso yake, Yesu alitufungulia njia ya haki na uponyaji wa kiroho.

---

3. Mateso ya Waumini Kama Sehemu ya Upendo wa Kristo

Yesu hakuwahidi wafuasi wake maisha rahisi, bali aliwaambia kuwa wangepitia mateso.

(i) Yesu Alitabiri Mateso ya Wanafunzi Wake

Katika **Yohana 16:33**, alisema:

"Katika ulimwengu mnayo dhiki; lakini jipeni moyo, mimi nimeushinda ulimwengu."

Mateso ya waumini siyo ishara ya kushindwa, bali ni sehemu ya ushindi wa Kristo.

(ii) Mateso Hutuunganisha na Kristo

Katika **Wafilipi 3:10**, Paulo anaeleza hamu yake ya kushiriki mateso ya Kristo:

"Ili nimjue yeye, na uweza wa kufufuka kwake, na ushirika wa mateso yake, nikifananishwa na kufa kwake."

Kupitia mateso yetu, tunashiriki maisha ya Kristo kwa ukamilifu zaidi.

(iii) Mateso Yanafanya Imani Yetu Ikue

Katika **Yakobo 1:2-4**, maandiko yanasema:

"Hesabuni ya kuwa ni furaha tupu, ndugu zangu, mkiangukia katika majaribu mbalimbali; mkifahamu ya kuwa kujaribiwa kwa imani yenu huleta saburi. Saburi na iwe na kazi kamili, mpate kuwa wakamilifu na watimilifu, bila kupungukiwa na neno lo lote."

Mateso si adhabu bali ni njia ya kukomaa kiroho na kuwa na imani thabiti.

4. Upendo wa Kristo Katika Mateso Yetu

Yesu yuko nasi hata katika mateso yetu.

(i) Yesu Anatusaidia Katika Dhiki

Katika **Waebrania 2:18**, maandiko yanasema:

"Kwa kuwa katika hayo yeye mwenyewe aliteswa alipojaribiwa, aweza kuwasaidia wao wanaojaribiwa."

Kwa sababu Kristo aliteseka, anaweza kutufariji tunapopitia dhiki.

(ii) Hakuna Mateso Yanayoweza Kututenganisha na Upendo wa Kristo

Katika **Warumi 8:35-39**, Paulo anaandika:

"Ni nani atakayetutenga na upendo wa Kristo? Je! Ni dhiki, au shida, au adha, au njaa, au uchi, au hatari, au upanga?... Lakini katika mambo hayo yote tunashinda, na zaidi ya kushinda, kwa yeye aliyetupenda."

Hakuna mateso yanayoweza kuzima upendo wa Kristo kwetu.

(iii) Kristo Anatuandalia Utukufu Kupitia Mateso Yetu

Katika **2 Wakorintho 4:17**, Paulo anahimiza:

"Maana dhiki yetu nyepesi, iliyo ya muda mchache, yatufanyia utukufu wa milele uzidio kuwa mwingi sana."

Mateso ya sasa ni ya muda mfupi yakilinganishwa na utukufu wa milele ambao Mungu ametutayarishia.

5. Tafsiri za Wasomi wa Biblia Kuhusu Upendo wa Kristo na Mateso

(i) Augustine wa Hippo (354-430 AD)

Augustine alifundisha kuwa mateso ni njia ya kushiriki upendo wa Kristo:

"Mungu hakutuondolea mateso, bali ametufundisha jinsi ya kuyastahimili kwa neema yake."

(ii) John Calvin (1509-1564 AD)

Calvin alieleza kuwa mateso ya waumini ni sehemu ya mapenzi ya Mungu:

"Wale wanaompenda Mungu watapitia mateso, lakini mateso yao ni baraka kwa sababu yanawaunganisha zaidi na Kristo."

(iii) Dietrich Bonhoeffer (1906-1945 AD)

Bonhoeffer alifundisha kuwa kumfuata Kristo kunamaanisha kupokea mateso kama sehemu ya mwito wa Kikristo:

"Neema isiyo na gharama siyo neema ya kweli. Kumfuata Kristo kunamaanisha kubeba msalaba wake na kushiriki mateso yake."

---

6. Upendo wa Kristo Katika Mateso

Mateso ni sehemu ya maisha ya Mkristo, lakini hayawezi kututenganisha na upendo wa Kristo.

Kristo:

1. Aliteseka kwa ajili yetu kwa hiari (Yohana 10:17-18).
2. Alikufa msalabani kama dhabihu ya upendo wake (1 Petro 2:24).
3. Anatufariji tunapopitia dhiki (Waebrania 2:18).
4. Anatuandalia utukufu wa milele kupitia mateso yetu (2 Wakorintho 4:17).

Kwa hiyo, tunapaswa kuona mateso kama sehemu ya safari yetu ya kiroho, tukiamini kuwa Kristo anatembea nasi, anatufariji, na kutuandalia ushindi wa milele. Upendo wake hauwezi kushindwa na chochote, hata mateso makubwa zaidi!

UVUMILIVU – UPENDO WAKE HAUSHINDWI WALA HAUBADILIKI

Katika **1 Wakorintho 13:8**, Paulo anaandika:

"Upendo haupungui neno wakati wo wote."

Kauli hii inathibitisha kwamba upendo wa Kristo ni wa milele, haubadiliki, haushindwi, na haushuki thamani. Katika sura hii, tutachunguza uvumilivu wa upendo wa Kristo katika maisha yake, mateso yake, na jinsi upendo wake unavyoendelea kuwa imara kwa wanadamu. Tutatumia **Strong's Concordance**, tafsiri za wasomi wa Biblia, na uchambuzi wa maandiko ili kuelewa jinsi uvumilivu wa Kristo unavyodhihirika katika historia ya wokovu na maisha ya waumini leo.

---

1. Maana ya Uvumilivu wa Kristo Katika Maandiko

Katika Agano Jipya, neno la Kigiriki linalotafsiriwa kama *uvumilivu* ni **"hypomonē" (ὑπομονή)**, ambalo linapatikana katika **Strong's Concordance (G5281)** likimaanisha "kudumu, kusimama imara, kutovunjika moyo licha ya majaribu."

Katika **Waebrania 12:2**, maandiko yanasema:

"Tukimtazama Yesu, mwenye kuanzisha na mwenye kutimiza imani yetu; ambaye kwa ajili ya furaha iliyowekwa mbele yake alistahimili msalaba, na kuidharau aibu, naye ameketi mkono wa kuume wa kiti cha enzi cha Mungu."

Kristo alivumilia kwa sababu ya upendo wake kwa wanadamu, akisonga mbele licha ya mateso na majaribu aliyopitia.

---

2. Uvumilivu wa Kristo Katika Maisha Yake

(i) Uvumilivu Wake Katika Huduma

Yesu alikabiliana na upinzani mkubwa kutoka kwa Mafarisayo, waandishi, na viongozi wa dini, lakini hakukata tamaa katika kazi yake ya kuhubiri injili.

Katika **Yohana 1:11**, maandiko yanasema:

"Alikuja kwa walio wake, wala walio wake hawakumpokea."

Licha ya kukataliwa, Yesu aliendelea kwa uvumilivu, akihubiri habari njema kwa wanyenyekevu na waliodharauliwa.

Katika **Luka 4:28-30**, tunasoma jinsi watu walivyotaka kumtupa Yesu kutoka kwenye jabali, lakini hakuvunjika moyo katika kazi yake:

"Wakasikia haya yote katika sinagogi, wakajawa na ghadhabu, wakaondoka, wakamtoa nje ya mji, wakampeleka mpaka katika kilele cha mlima, walikokuwa wameujenga mji wao, ili wamtupe chini. Lakini yeye alipita katikati yao, akaenda zake."

Yesu hakurudi nyuma licha ya upinzani, bali aliendelea na kazi yake kwa uvumilivu.

(ii) Uvumilivu Wake Katika Mateso

Kristo alikabiliwa na mateso makali kabla na wakati wa kusulubiwa, lakini hakukata tamaa wala kusalimu amri kwa maadui zake.

Katika **Luka 22:42**, Yesu alimwomba Baba yake akiwa katika bustani ya Gethsemane:

"Baba, ikiwa ni mapenzi yako, uniondolee kikombe hiki; walakini si mapenzi yangu, bali yako yatimizwe."

Yesu alitii mapenzi ya Baba yake kwa uvumilivu mkuu, akijua kwamba mateso yake yalikuwa njia ya wokovu kwa wanadamu.

Katika **Isaya 53:7**, nabii Isaya alitabiri uvumilivu wa Yesu:

"Alionewa, lakini alijinyenyekeza, wala hakufunua kinywa chake; kama mwana-kondoo apelekwaye machinjoni, na kama vile kondoo anyamazavyo mbele yao wakatao manyoya yake, naam, hakufunua kinywa chake."

Yesu hakujibu kwa hasira wala kulipiza kisasi, bali alistahimili kwa upendo na uvumilivu.

---

3. Uvumilivu wa Kristo Katika Wokovu Wetu

(I) UVUMILIVU WAKE KATIKA KUTOA MSAMAHA

Kristo hakati tamaa juu ya watu wake, hata wanaporudi kwake mara kwa mara kwa msamaha wa dhambi.

Katika **Luka 15:4-7**, Yesu anatoa mfano wa mchungaji anayewinda kondoo aliyepotea:

"Ni nani miongoni mwenu, akiwa na kondoo mia moja, akipoteza mmoja wao, asiyewaacha wale tisini na kenda nyikani, akamwendea yule aliyepotea hata ampate?"

Hii inaonyesha uvumilivu wa Kristo katika kutafuta na kuwaokoa waliopotea.

Katika **Mathayo 18:21-22**, Yesu anamwambia Petro kuhusu msamaha usio na kikomo:

"Ndipo Petro akamwendea, akamwambia, 'Bwana, ndugu yangu anikosee mara ngapi, nami nimsamehe? Hata mara saba?' Yesu akamwambia, 'Sikuambii hata mara saba, bali hata saba mara sabini.'"

Huu ni ushahidi wa uvumilivu wa upendo wa Kristo ambao hauchoki kusamehe.

(ii) Uvumilivu Wake Katika Kuvumilia Udhaifu wa Waumini

Katika **2 Timotheo 2:13**, Paulo anaandika:

"Tukikosa uaminifu, yeye hudumu waaminifu; kwa maana hawezi kujikana mwenyewe."

Kristo haachi waumini wake hata wanapokuwa dhaifu, bali anawasaidia wasimame tena.

Katika **Wafilipi 1:6**, Paulo anaeleza:

"Nami nikiwa na imani ya kitu hiki, ya kwamba yeye aliyeanza kazi njema ndani yenu ataikamilisha hata siku ya Kristo Yesu."

Yesu anavumilia nasi hadi tumfikie kwa utukufu.

---

4. Uvumilivu wa Kristo Kama Mfano kwa Waumini

Waumini wanapaswa kufuata mfano wa Kristo katika kuvumilia majaribu na mateso.

(i) Tunapaswa Kudumu Katika Imani

Katika **Yakobo 1:12**, maandiko yanasema:

"Heri mtu yule avumiliaye majaribu; maana akiisha kukubaliwa atapokea taji ya uzima, Bwana aliyowaahidia wampendao."

(ii) Tunapaswa Kuvumilia Katika Upendo

Katika **1 Petro 4:8**, maandiko yanasema:

"Zaidi ya yote iweni na juhudi nyingi katika kupendana; kwa sababu upendo husitiri wingi wa dhambi."

Waumini wanapaswa kuonyesha upendo wa kuvumilia, kama Kristo alivyoonyesha kwao.

---

5. Tafsiri za Wasomi wa Biblia Kuhusu Uvumilivu wa Kristo

(i) Augustine wa Hippo (354-430 AD)

Augustine alifundisha kuwa uvumilivu wa Kristo ni kielelezo cha neema isiyokoma:

"Kristo anadumu katika upendo wake hata kwa wale wanaomkataa; hii ndiyo nguvu ya neema yake."

(ii) John Calvin (1509-1564 AD)

Calvin alieleza kuwa uvumilivu wa Kristo ni msingi wa wokovu wa waumini:

"Kama si uvumilivu wa Kristo, hakuna anayeweza kustahimili mbele ya haki ya Mungu."

(iii) Charles Spurgeon (1834-1892 AD)

Spurgeon alifundisha kuwa uvumilivu wa Kristo ni faraja kwa waumini:

"Uvumilivu wa Kristo ndio msingi wa tumaini letu; haijalishi tunashindwa mara ngapi, Yeye hatuachi."

6. Uvumilivu wa Kristo Kama Msingi wa Wokovu

Uvumilivu wa Kristo ni ushahidi wa upendo wake wa milele. Kristo:

1. Alivumilia katika huduma yake (Yohana 1:11).
2. Alistahimili mateso kwa upendo (Isaya 53:7).
3. Anaendelea kuwa mwaminifu kwa waumini wake (2 Timotheo 2:13).

Katika **Waebrania 10:23**, maandiko yanasema:

"Na naashikilie ungamo la tumaini letu bila kutetereka, maana yeye aliyeahidi ni mwaminifu."

Hii ndiyo kweli kuu—upendo wa Kristo haupungui kamwe!

UJUMUISHO – UPENDO WAKE UNAENEA KWA WOTE

Upendo wa Kristo hauchagui wala hautegemei hadhi, kabila, au asili ya mtu. Katika **Yohana 3:16**, maandiko yanasema:

"Kwa maana jinsi hii Mungu aliupenda ulimwengu, hata akamtoa Mwanawe wa pekee, ili kila amwaminiye asipotee, bali awe na uzima wa milele."

Maneno haya yanaonyesha kwamba upendo wa Kristo ni wa wote—bila ubaguzi. Katika sura hii, tutachunguza jinsi Yesu alivyodhihirisha upendo wa ujumuisho kwa watu wa hali zote, jinsi upendo wake unavyotufundisha kuhusu usawa wa kiroho, na namna Kanisa linapaswa kuakisi upendo huu kwa watu wote. Tutatumia **Strong's Concordance**, tafsiri za wasomi wa Biblia, na maelezo ya kina kutoka Maandiko Matakatifu ili kuelewa upana wa upendo wa Kristo kwa wanadamu wote.

1. Maana ya Ujumuisho Katika Maandiko

Katika Agano Jipya, neno la Kigiriki linalotafsiriwa kama *ujumuisho* linaweza kuhusiana na neno **"pas" (πᾶς)** ambalo lina maana ya "wote, kila mmoja, pasipo ubaguzi."

Katika **Matendo 10:34-35**, Petro anatangaza:

"Hakika natambua ya kuwa Mungu hana upendeleo; bali katika kila taifa mtu amchaye na kutenda haki hukubaliwa naye."

Hii inaonyesha kuwa upendo wa Mungu haujawekewa mipaka ya kikabila, kijamii, au kiutamaduni.

2. Yesu Alionyesha Ujumuisho Katika Huduma Yake

Yesu alihubiri kwa watu wa kila aina na hakufanya ubaguzi wa kiimani, kiuchumi, au kikabila.

(i) Yesu Alikubali Wenye Dhambi na Waliodharauliwa

Katika **Luka 5:30-32**, Mafarisayo walimlaumu Yesu kwa kushirikiana na watoza ushuru na wenye dhambi, lakini Yesu akajibu:

"Wale walio wazima hawana haja na tabibu, bali walio wagonjwa. Sikuja kuwaita wenye haki, bali wenye dhambi wapate kutubu."

Yesu alikataa ubaguzi wa kidini na kijamii, akiwapa fursa wenye dhambi kumkaribia na kubadilishwa kwa upendo wake.

(ii) Yesu Alizungumza na Wasamaria – Kabila Lililodharauliwa

Katika **Yohana 4:9**, tunasoma kuhusu Yesu alipokutana na mwanamke Msamaria kisimani:

"Basi yule mwanamke Msamaria akamwambia, 'Imekuwaje wewe, Myahudi, kutaka maji kwangu, nami ni mwanamke Msamaria?' Kwa maana Wayahudi hawana ushirika na Wasamaria."

Katika jamii ya Kiyahudi, Wayahudi walikuwa na chuki dhidi ya Wasamaria, lakini Yesu alivunja vizuizi hivyo kwa kuzungumza na mwanamke huyo na kumfunulia ukweli wa wokovu.

Katika **Strong's Concordance (G4690)**, neno *Samaria* linahusiana na watu waliokuwa wamejitenga na jamii ya Wayahudi, lakini Yesu aliwakaribisha kwa upendo wake.

(iii) Yesu Aliwaponya Watu wa Mataifa Mengine

Katika **Mathayo 15:21-28**, Yesu alimponya binti wa mwanamke Mkananayo ambaye hakuwa Myahudi. Mwanamke huyo alimwomba Yesu akisema:

"Ee Bwana, Mwana wa Daudi, nihurumie; binti yangu amepagawa sana na pepo."

Licha ya kuwa mgeni kwa jamii ya Kiyahudi, Yesu alimsikiliza na kumponya binti yake, akionyesha kwamba wokovu wake ni wa mataifa yote.

3. Ujumuisho Katika Wokovu wa Kristo

Yesu hakutumwa kwa taifa moja tu, bali kwa ulimwengu mzima.

(i) Wokovu Ni Kwa Wote

Katika **Warumi 10:12-13**, Paulo anaandika:

"Kwa maana hakuna tofauti ya Myahudi na Myunani; maana yeye yule ni Bwana wa wote, naye ni mkarimu kwa wote wamwitao. Kwa kuwa, Kila atakayeliitia jina la Bwana ataokoka."

Yesu alikuja kwa wote, bila kujali utaifa wao.

(ii) Kanisa Ni Mwili Mmoja Pasipo Ubaguzi

Katika **Wagalatia 3:28**, Paulo anaeleza usawa wa kiroho katika Kristo:

"Hamna Myahudi wala Myunani; hamna mtumwa wala huru; hamna mwanamume wala mwanamke; maana ninyi nyote mmekuwa mmoja katika Kristo Yesu."

Katika Kristo, hakuna tofauti ya rangi, jinsia, au hadhi ya kijamii—sote ni sawa katika upendo wake.

---

4. Kanisa Kama Mwakilishi wa Upendo wa Ujumuisho wa Kristo

Kanisa lina jukumu la kuendeleza upendo wa Kristo kwa watu wote bila ubaguzi.

(i) Kuwakumbatia Wote Pasipo Ubaguzi

Katika **Yakobo 2:1-4**, maandiko yanahimiza waumini kutofanya ubaguzi:

"Ndugu zangu, msiwe na upendeleo wa uso, mkiwa na imani ya Bwana wetu Yesu Kristo, Bwana wa utukufu."

Kanisa linapaswa kuwa mfano wa upendo wa Kristo kwa watu wa hali zote.

(ii) Kuhubiri Injili Kwa Mataifa Yote

Katika **Mathayo 28:19**, Yesu alitoa agizo kuu kwa wanafunzi wake:

"Basi, enendeni, mkawafanye mataifa yote kuwa wanafunzi, mkiwabatiza kwa jina la Baba, na Mwana, na Roho Mtakatifu."

Hii inaonyesha kuwa upendo wa Kristo hauna mipaka—umetolewa kwa kila taifa, kabila, na lugha.

---

5. Tafsiri za Wasomi wa Biblia Kuhusu Ujumuisho wa Kristo

(i) Augustine wa Hippo (354-430 AD)

Augustine alifundisha kuwa wokovu wa Kristo hauna mipaka:

"Hakuna aliyebaguliwa kutoka kwa neema ya Kristo, kwa maana upendo wake haupimwi kwa viwango vya kibinadamu."

(ii) John Calvin (1509-1564 AD)

Calvin alieleza kuwa Kanisa lina jukumu la kuwakusanya watu wa mataifa yote:

"Kanisa si la kundi moja bali ni la mataifa yote, likiwa mwili mmoja chini ya Kristo."

(iii) Charles Spurgeon (1834-1892 AD)

Spurgeon alihimiza umuhimu wa Kanisa kuwa na moyo wa upendo kwa wote:

"Upendo wa Kristo hauna mpaka; ni mwito wa kila mwamini kuonyesha upendo huo kwa kila mtu."

6. Ujumuisho wa Upendo wa Kristo Kama Msingi wa Wokovu

Upendo wa Kristo haujapewa kikundi fulani bali uko kwa wote.

Kristo:

1. Alikubali wenye dhambi na waliodharauliwa (Luka 5:30-32).
2. Alizungumza na Wasamaria na mataifa mengine (Yohana 4:9).
3. Aliwaponya watu wa mataifa yote (Mathayo 15:21-28).
4. Aliagiza injili ihubiriwe kwa mataifa yote (Mathayo 28:19).

Katika **Ufunuo 7:9**, tunaona picha ya umati wa watu kutoka kila kabila na lugha mbele ya kiti cha enzi cha Mungu:

"Baada ya hayo nikaona, na tazama, mkutano mkuu, ambao hapana mtu awezaye kuuhesabu, wa kila taifa, na kabila, na jamaa, na lugha, wamesimama mbele ya kiti cha enzi, na mbele ya Mwana-Kondoo."

Kwa hiyo, tunapaswa kuakisi upendo huu kwa kila mtu, tukionyesha kuwa Kristo ni Mwokozi wa watu wote, bila ubaguzi!

UPENDO WA KRISTO NA ROHO MTAKATIFU

Upendo wa Kristo hauwezi kutenganishwa na kazi ya Roho Mtakatifu. Roho Mtakatifu ndiye anayefanikisha upendo wa Kristo ndani ya waumini, akiwapa faraja, uongozi, na nguvu ya kiroho. Katika **Warumi 5:5**, Paulo anaandika:

"Kwa maana upendo wa Mungu umemiminwa katika mioyo yetu kwa Roho Mtakatifu tuliyopewa."

Aya hii inaonyesha kuwa Roho Mtakatifu ndiye anayemimina upendo wa Kristo ndani yetu. Katika sura hii, tutachunguza uhusiano kati ya upendo wa Kristo na kazi ya Roho Mtakatifu, jinsi Roho Mtakatifu anavyodhihirisha upendo wa Kristo kwa waumini, na athari zake katika maisha ya Kikristo. Tutatumia **Strong's Concordance**, tafsiri za wasomi wa Biblia, na uchambuzi wa maandiko ili kuelewa kwa undani kazi hii takatifu.

---

1. Maana ya Roho Mtakatifu Katika Maandiko

Katika Agano Jipya, neno la Kigiriki linalotafsiriwa kama *Roho Mtakatifu* ni **"Pneuma Hagion" (Πνεῦμα Ἅγιον)**, ambalo linapatikana katika **Strong's Concordance (G4151)** likimaanisha "pumzi ya Mungu, nguvu ya kiroho inayotenda kazi kwa wanadamu."

Katika **Yohana 14:16-17**, Yesu alisema:

"Nami nitamwomba Baba, naye atawapa Msaidizi mwingine, ili akae nanyi hata milele; ndiye Roho wa kweli, ambaye ulimwengu hauwezi kumpokea, kwa kuwa haumwoni wala haumjui; bali ninyi mnamjua, maana anakaa kwenu, naye atakuwa ndani yenu."

Hii inaonyesha kuwa Roho Mtakatifu ndiye mwendelezaji wa upendo wa Kristo kwa waumini.

---

2. Roho Mtakatifu Kama Mwakilishi wa Upendo wa Kristo

(i) Roho Mtakatifu Huthibitisha Upendo wa Kristo Kwa Waumini

Katika **Warumi 8:16**, maandiko yanasema:

"Roho mwenyewe hushuhudia pamoja na roho zetu, ya kuwa sisi tu watoto wa Mungu."

Kupitia Roho Mtakatifu, waumini wanapata hakikisho la upendo wa Kristo na kuwa sehemu ya familia ya Mungu.

Katika **Strong's Concordance (G3140)**, neno *martureō* (kushuhudia) lina maana ya "kutoa ushahidi wa kweli," likimaanisha kuwa Roho Mtakatifu ndiye anayeshuhudia upendo wa Mungu ndani ya waumini.

(ii) Roho Mtakatifu Huweka Muhuri wa Upendo wa Kristo Ndani Yetu

Katika **Waefeso 1:13-14**, Paulo anaeleza kuwa Roho Mtakatifu ni muhuri wa wokovu wetu:

"Ninyi pia katika yeye mmekwisha kulisikia neno la kweli, habari njema ya wokovu wenu; tena mmekwisha kumwamini, mkatia muhuriwa na Roho yule Mtakatifu wa ahadi; ambaye ni arabuni ya urithi wetu, ili kuleta ukombozi wa milki yake, kwa sifa ya utukufu wake."

Muhuri huu wa Roho Mtakatifu unathibitisha upendo wa Kristo kwa waumini wake.

---

3. Roho Mtakatifu Hufanikisha Upendo wa Kristo Katika Waumini

(i) Roho Mtakatifu Hutufundisha Kuhusu Upendo wa Kristo

Katika **Yohana 14:26**, Yesu alisema:

"Lakini huyo Msaidizi, huyo Roho Mtakatifu, ambaye Baba atampeleka kwa jina langu, atawafundisha yote, na kuwakumbusha yote niliyowaambia."

Roho Mtakatifu ndiye anayewafundisha waumini kuhusu upendo wa Kristo na kuwaongoza katika ukweli wote.

(ii) Roho Mtakatifu Hutoa Matunda ya Upendo

Katika **Wagalatia 5:22-23**, Paulo anaeleza matunda ya Roho Mtakatifu:

"Lakini tunda la Roho ni upendo, furaha, amani, uvumilivu, utu wema, fadhili, uaminifu, upole, kiasi; juu ya mambo kama hayo hakuna sheria."

Tunda la kwanza linalotajwa ni *upendo*, likimaanisha kuwa Roho Mtakatifu anafanya kazi ya kuujenga upendo wa Kristo ndani ya waumini.

(iii) Roho Mtakatifu Huwezesha Waumini Kuonyesha Upendo wa Kristo

Katika **Warumi 8:26**, maandiko yanasema:

"Kadhalika Roho naye hutusaidia udhaifu wetu; kwa maana hatujui kuomba jinsi itupasavyo, lakini Roho mwenyewe hutuombea kwa kuugua kusikoweza kutamkwa."

Roho Mtakatifu huwasaidia waumini kuonyesha upendo wa Kristo kwa kusali kwa niaba yao na kuwawezesha kufanya kazi ya Mungu kwa ufanisi.

---

4. Roho Mtakatifu Kama Kiungo cha Umoja Katika Upendo wa Kristo

(i) Roho Mtakatifu Anaunda Umoja Katika Kanisa

Katika **1 Wakorintho 12:13**, Paulo anaandika:

"Kwa maana katika Roho mmoja sisi sote tulibatizwa kuwa mwili mmoja, kwamba tuwe Wayahudi au Wayunani, kwamba tuwe watumwa au huru; nasi sote tukanyweshwa Roho mmoja."

Roho Mtakatifu anajenga umoja wa upendo kati ya waumini wote, bila kujali asili zao.

(ii) Roho Mtakatifu Hupatanisha Waumini na Mungu

Katika **Waefeso 2:18**, maandiko yanasema:

"Kwa maana kwa yeye sisi sote tumepata njia ya kumkaribia Baba katika Roho mmoja."

Roho Mtakatifu anatuunganisha na Baba kupitia upendo wa Kristo.

---

5. Tafsiri za Wasomi wa Biblia Kuhusu Upendo wa Kristo na Roho Mtakatifu

(i) Augustine wa Hippo (354-430 AD)

Augustine alifundisha kuwa Roho Mtakatifu ni upendo wa milele kati ya Baba na Mwana:

"Roho Mtakatifu ni pumzi ya upendo wa milele kati ya Baba na Mwana, anayemimina upendo huo ndani yetu."

(ii) John Calvin (1509-1564 AD)

Calvin alieleza kuwa Roho Mtakatifu ndiye anayefanikisha upendo wa Kristo kwa waumini:

"Pasipo Roho Mtakatifu, upendo wa Kristo hauwezi kufanyika halisi ndani yetu; Yeye ndiye anayefanikisha kila baraka ya kiroho."

(iii) Charles Spurgeon (1834-1892 AD)

Spurgeon alifundisha kuwa Roho Mtakatifu ni mjumbe wa upendo wa Kristo:

"Roho Mtakatifu huleta upendo wa Kristo moja kwa moja ndani ya moyo wa mwamini, akimfanya ajue kwamba amependwa milele."

---

6. Roho Mtakatifu Kama Mdhibitishaji wa Upendo wa Kristo

Roho Mtakatifu ndiye anayemimina upendo wa Kristo kwa waumini.

Kristo:

1. Alimtuma Roho Mtakatifu kuwa Msaidizi wetu (Yohana 14:16-17).
2. Roho Mtakatifu hushuhudia upendo wa Kristo kwa mioyo yetu (Warumi 8:16).
3. Roho Mtakatifu hutufundisha kuhusu upendo wa Kristo (Yohana 14:26).
4. Roho Mtakatifu hutujaza tunda la upendo (Wagalatia 5:22).
5. Roho Mtakatifu hujenga umoja wa Kanisa (1 Wakorintho 12:13).

Katika **Waefeso 3:16-17**, Paulo anasali:

"Awajalie, kwa kadiri ya utajiri wa utukufu wake, kufanyika imara na wenye nguvu kwa Roho wake katika utu wa ndani; Kristo akae mioyoni mwenu kwa imani, mkiwa na shina na msingi katika upendo."

Kwa hiyo, Roho Mtakatifu ndiye anayefanikisha upendo wa Kristo ndani yetu, akitufanya tuwe na nguvu, imani, na tumaini la milele!

UPENDO WA KRISTO NA WOKOVU

Upendo wa Kristo ni msingi wa wokovu wa mwanadamu. Katika **Warumi 5:8**, maandiko yanasema:

"Bali Mungu aonyesha upendo wake mwenyewe kwetu sisi, kwa kuwa Kristo alikufa kwa ajili yetu, tulipokuwa tungali wenye dhambi."

Aya hii inaonyesha kuwa wokovu si jambo linalotegemea matendo yetu bali ni tendo la neema ya Mungu, linalotokana na upendo wa Kristo kwa wanadamu. Katika sura hii, tutachunguza uhusiano kati ya upendo wa Kristo na wokovu, tukitumia **Strong's Concordance**, tafsiri za wasomi wa Biblia, na uchambuzi wa kina wa Maandiko Matakatifu kutoka **Expositor's Bible Study** ili kuelewa jinsi wokovu wetu unavyotegemea upendo wa Kristo.

---

1. Maana ya Wokovu Katika Maandiko

Katika Agano Jipya, neno la Kigiriki linalotafsiriwa kama *wokovu* ni **"sōtēria" (σωτηρία)**, ambalo linapatikana katika **Strong's Concordance (G4991)** likimaanisha "ukombozi, kuokolewa kutoka kwa dhambi na hukumu, kupewa uzima wa milele."

Katika **Waefeso 2:8-9**, Paulo anaeleza:

"Kwa maana mmeokolewa kwa neema, kwa njia ya imani; ambayo hiyo haikutokana na nafsi zenu, ni kipawa cha Mungu; wala si kwa matendo, mtu awaye yote asije akajisifu."

Hii inaonyesha kuwa wokovu ni zawadi ya bure kutoka kwa Mungu, inayotolewa kwa upendo wake kupitia Kristo.

---

2. Upendo wa Kristo Kama Chanzo cha Wokovu

Yesu alikuja duniani kwa sababu ya upendo wake kwa wanadamu.

(i) Yesu Alikuja Kutafuta na Kuokoa Waliopotea

Katika **Luka 19:10**, Yesu alisema:

"Kwa kuwa Mwana wa Adamu alikuja kutafuta na kuokoa kile kilichopotea."

Hii inaonyesha kuwa kazi yake kuu ilikuwa kuokoa watu kutoka kwa dhambi.

(ii) Yesu Alikufa kwa Ajili ya Wenye Dhambi

Katika **1 Petro 3:18**, maandiko yanasema:

"Maana Kristo naye aliteswa mara moja kwa ajili ya dhambi, mwenye haki kwa ajili ya wasio haki, ili atulete kwa Mungu; mwili wake akauawa, bali roho yake akahuishwa."

Kifo cha Kristo kilikuwa dhabihu ya mwisho iliyotolewa kwa upendo ili kuleta wanadamu kwa Mungu.

(iii) Yesu Alimwaga Damu Yake kwa Wokovu wa Wote

Katika **Mathayo 26:28**, Yesu alisema:

"Kwa maana hii ndiyo damu yangu ya agano, imwagikayo kwa ajili ya wengi kwa ondoleo la dhambi."

Damu yake ndiyo msingi wa msamaha wa dhambi, ikidhihirisha upendo wake wa milele.

---

3. Wokovu Unapatikana Kupitia Imani Katika Kristo

Katika **Matendo 4:12**, Petro anashuhudia:

"Wala hakuna wokovu katika mwingine awaye yote; kwa maana hapana jina jingine chini ya mbingu walilopewa wanadamu litupasalo kuokolewa kwalo."

Yesu Kristo ndiye njia pekee ya wokovu, na hakuna mtu anayeweza kuokolewa nje ya imani katika yeye.

Katika **Yohana 14:6**, Yesu alisema:

"Mimi ndimi njia, na kweli, na uzima; mtu haji kwa Baba, ila kwa njia ya mimi."

Hii inaonyesha kuwa wokovu wetu unategemea kikamilifu kumwamini Yesu Kristo.

---

4. Wokovu Ni Uthibitisho wa Upendo wa Milele wa Kristo

(i) Hakuna Anayeweza Kututenga na Upendo wa Kristo

Katika **Warumi 8:38-39**, Paulo anaandika:

"Kwa maana nimeshawishika ya kuwa wala mauti, wala uzima, wala malaika, wala enzi, wala mambo ya sasa, wala yajayo, wala wenye uwezo, wala vilivyo juu, wala vilivyo chini, wala kiumbe kingine cho chote, hakitaweza kututenga na upendo wa Mungu, ulio katika Kristo Yesu Bwana wetu."

Hii inathibitisha kuwa wokovu ni wa milele kwa wale walio ndani ya Kristo.

(ii) Wokovu Unaleta Uhai Mpya

Katika **2 Wakorintho 5:17**, maandiko yanasema:

"Hata imekuwa, mtu akiwa ndani ya Kristo amekuwa kiumbe kipya; ya kale yamepita, tazama! Yamekuwa mapya."

Upendo wa Kristo unabadilisha maisha ya mwamini, ukimpa mwanzo mpya wa kiroho.

---

5. Wokovu Unamaanisha Kuwa Sehemu ya Familia ya Mungu

Katika **Yohana 1:12**, maandiko yanasema:

"Bali wote waliompokea aliwapa uwezo wa kufanyika watoto wa Mungu, ndio wale waliaminio jina lake."

Kupitia upendo wa Kristo, sisi tunakuwa sehemu ya familia ya Mungu, tukifurahia urithi wa milele.

Katika **Warumi 8:15**, Paulo anaeleza:

"Maana hamkupokea tena roho ya utumwa iletayo hofu; bali mlipokea roho ya kufanywa wana, ambayo kwa hiyo twalia, Aba, yaani, Baba."

Wokovu siyo tu msamaha wa dhambi, bali pia ni mwito wa kuishi kama watoto wa Mungu.

---

6. Tafsiri za Wasomi wa Biblia Kuhusu Upendo wa Kristo na Wokovu

(i) Augustine wa Hippo (354-430 AD)

Augustine alifundisha kuwa wokovu wa Kristo ni tendo la upendo wa Mungu kwa wanadamu:

"Neema ya Mungu si matokeo ya juhudi zetu, bali ni zawadi inayotolewa bure kwa sababu ya upendo wa Kristo."

(ii) John Calvin (1509-1564 AD)

Calvin alieleza kuwa wokovu wa Kristo ni wa milele na hauwezi kupotezwa:

"Mungu aliyechagua kwa upendo wake, anahakikisha kwamba walio wake hawawezi kupotea kamwe."

(iii) Charles Spurgeon (1834-1892 AD)

Spurgeon alifundisha kuwa upendo wa Kristo ndiyo msingi wa wokovu wa mwanadamu:

"Wokovu haupatikani kwa matendo ya mtu, bali kwa upendo wa Kristo ulio dhahiri msalabani."

---

7. Upendo wa Kristo Kama Msingi wa Wokovu

Wokovu ni zawadi inayotolewa kwa upendo wa Kristo.

Kristo:

1. Alikuja kutafuta na kuokoa waliopotea (Luka 19:10).
2. Alikufa kwa ajili ya dhambi za wanadamu (1 Petro 3:18).
3. Alimwaga damu yake kwa ajili ya ondoleo la dhambi (Mathayo 26:28).
4. Yeye pekee ndiye njia ya wokovu (Yohana 14:6).
5. Hakuna anayeweza kututenganisha na upendo wake (Warumi 8:38-39).

Katika **Waefeso 3:17-19**, Paulo anasali:

"Kristo akae mioyoni mwenu kwa imani mkiwa na shina na msingi katika upendo, mpate kufahamu pamoja na watakatifu wote jinsi ulivyo upana na urefu na kimo na kina; na kuujua upendo wa Kristo, upitao maarifa; ili mpate kujazwa na utimilifu wote wa Mungu."

Kwa hiyo, upendo wa Kristo ni kiini cha wokovu wetu, na wokovu huu ni wa milele kwa wote wanaomwamini!

UPENDO WA KRISTO NA KUHESABIWA HAKI

Upendo wa Kristo ni msingi wa haki ya waumini mbele za Mungu. Katika **Warumi 5:1**, maandiko yanasema:

"Basi tukiisha kuhesabiwa haki itokayo kwa imani, na tuwe na amani kwa Mungu kwa njia ya Bwana wetu Yesu Kristo."

Aya hii inaonyesha kuwa haki yetu siyo matokeo ya matendo yetu bali ni zawadi inayotokana na upendo wa Kristo, inayopokelewa kwa imani. Katika sura hii, tutachunguza uhusiano kati ya upendo wa Kristo na kuhesabiwa haki, tukitumia **Strong's Concordance**, tafsiri za wasomi wa Biblia, na uchambuzi wa **Expositor's Bible Study** ili kuelewa jinsi kuhesabiwa haki kunavyotegemea upendo wa Kristo kwa wanadamu.

---

1. Maana ya Kuhesabiwa Haki Katika Maandiko

Katika Agano Jipya, neno la Kigiriki linalotafsiriwa kama *kuhesabiwa haki* ni **"dikaióō" (δικαιόω)**, ambalo linapatikana katika **Strong's Concordance (G1344)** likimaanisha "kutangazwa kuwa mwenye haki, kutangazwa huru kutokana na hatia."

Katika **Warumi 3:24**, Paulo anaandika:

"Wanahesabiwa haki bure kwa neema yake, kwa njia ya ukombozi ulio katika Kristo Yesu."

Hii inaonyesha kuwa haki yetu inatokana na neema ya Mungu kupitia Kristo na si kwa juhudi zetu wenyewe.

---

2. Upendo wa Kristo Kama Chanzo cha Kuhesabiwa Haki

Yesu Kristo alitoa maisha yake kwa upendo, ili wanadamu wahesabiwe haki mbele za Mungu.

(i) Kristo Alikufa kwa Ajili Yetu ili Tuhesabiwe Haki

Katika **Warumi 5:8-9**, maandiko yanasema:

"Bali Mungu aonyesha upendo wake mwenyewe kwetu sisi, kwa kuwa Kristo alikufa kwa ajili yetu, tulipokuwa tungali wenye dhambi. Basi zaidi sana tukiisha kuhesabiwa haki katika damu yake, tutaokolewa na ghadhabu kwa yeye."

Hii inaonyesha kuwa kifo cha Kristo msalabani ndicho chanzo cha haki yetu mbele za Mungu.

Katika **Strong's Concordance (G1342)**, neno *dikaios* linamaanisha "kuhesabiwa kuwa mwadilifu au mwenye haki kwa mujibu wa Mungu."

(ii) Kuhesabiwa Haki Ni Neema, Siyo Matendo

Katika **Waefeso 2:8-9**, Paulo anaandika:

"Kwa maana mmeokolewa kwa neema, kwa njia ya imani; ambayo hiyo haikutokana na nafsi zenu, ni kipawa cha Mungu; wala si kwa matendo, mtu awaye yote asije akajisifu."

Kuhesabiwa haki ni zawadi ya bure kutoka kwa Mungu kupitia upendo wa Kristo.

---

3. Kuhesabiwa Haki Kupitia Damu ya Kristo

Katika Agano la Kale, dhabihu za wanyama zilitolewa kwa ajili ya msamaha wa dhambi, lakini zilikuwa za muda mfupi. Kristo alikuja kama Mwanakondoo wa Mungu ili kutoa dhabihu ya milele.

(i) Damu ya Kristo Ni Kifuta Dhambi

Katika **Waebrania 9:12**, maandiko yanasema:

"Wala hakuingia kwa damu ya mbuzi na ndama, bali kwa damu yake mwenyewe, mara moja tu, akaingia Patakatifu, akiisha kupata ukombozi wa milele."

Damu ya Kristo inasafisha dhambi na kutufanya kuwa wenye haki mbele za Mungu.

(ii) Kazi ya Kristo Inahakikisha Haki Yetu

Katika **2 Wakorintho 5:21**, maandiko yanasema:

"Yeye asiyejua dhambi alimfanya kuwa dhambi kwa ajili yetu, ili sisi tupate kuwa haki ya Mungu katika yeye."

Kristo alibeba dhambi zetu ili sisi tupokee haki yake.

---

4. Kuhesabiwa Haki Kwa Imani Katika Kristo

Imani ndiyo njia pekee ya kupokea haki inayotokana na Kristo.

(i) Imani Katika Kristo Inatufanya Tuonekane Wenye Haki Mbele za Mungu

Katika **Wagalatia 2:16**, maandiko yanasema:

"Lakini tukiisha kujua ya kuwa mwanadamu hahesabiwi haki kwa matendo ya sheria, bali kwa imani ya Kristo Yesu, sisi pia tulimwamini Kristo Yesu, ili tuhesabiwe haki kwa imani ya Kristo, wala si kwa matendo ya sheria; kwa kuwa kwa matendo ya sheria hakuna mwenye mwili atakayehesabiwa haki."

Imani katika Kristo ndiyo inayotufanya tuhesabiwe haki.

(ii) Imani Si Matokeo ya Jitihada Bali Ni Zawadi

Katika **Warumi 4:5**, maandiko yanasema:

"Bali kwa mtu asiyetenda kazi, bali anamwamini yeye anayemhesabia haki asiyemcha Mungu, imani yake imehesabiwa kuwa haki."

Kuhesabiwa haki si kwa matendo bali ni kwa kuamini kazi ya Kristo.

---

5. Athari za Kuhesabiwa Haki Katika Maisha ya Mkristo

(i) Kuhesabiwa Haki Hutuleta Katika Amani na Mungu

Katika **Warumi 5:1**, maandiko yanasema:

"Basi tukiisha kuhesabiwa haki itokayo kwa imani, na tuwe na amani kwa Mungu kwa njia ya Bwana wetu Yesu Kristo."

Hii inamaanisha kuwa kupitia Kristo, tunaweza kuwa na uhusiano wa amani na Mungu.

(ii) Kuhesabiwa Haki Hutoa Uhuru Kutoka Kwa Hukumu

Katika **Warumi 8:1**, maandiko yanasema:

"Sasa basi, hakuna hukumu ya adhabu juu yao walio katika Kristo Yesu."

Hii inamaanisha kuwa wale walio katika Kristo hawatahukumiwa, bali watapokea uzima wa milele.

---

6. Tafsiri za Wasomi wa Biblia Kuhusu Kuhesabiwa Haki

(i) Augustine wa Hippo (354-430 AD)

Augustine alifundisha kuwa haki yetu inatokana na Kristo:

"Kristo pekee ndiye anayetoa haki kwa mwanadamu, si kwa matendo yake bali kwa neema yake."

(ii) Martin Luther (1483-1546 AD)

Luther alieleza kuwa kuhesabiwa haki ni "doktrini ya msingi ya Ukristo":

"Tunahesabiwa haki kwa neema pekee, kwa njia ya imani pekee, katika Kristo pekee."

(iii) John Calvin (1509-1564 AD)

Calvin alifundisha kuwa haki ya Kristo inahesabiwa kwa waumini kwa imani:

"Kuhesabiwa haki ni tendo la neema ya Mungu linalomfanya mwenye dhambi kuonekana kuwa mwenye haki mbele zake."

---

7. Hitimisho: Upendo wa Kristo Kama Msingi wa Kuhesabiwa Haki

Kuhesabiwa haki ni zawadi inayotolewa kwa upendo wa Kristo.

Kristo:

1. Alikufa kwa ajili yetu ili tuhesabiwe haki (Warumi 5:8-9).
2. Alimwaga damu yake kwa ajili ya utakaso wetu (Waebrania 9:12).
3. Alitufanya kuwa haki ya Mungu kupitia yeye (2 Wakorintho 5:21).
4. Anahakikisha kuwa hatutahukumiwa tena (Warumi 8:1).

Katika **Tito 3:5-7**, maandiko yanahitimisha:

"Alituokoa, si kwa sababu ya matendo ya haki tuliyoyatenda sisi, bali kwa rehema yake, kwa kuoshwa kwa kuzaliwa mara ya pili na kufanywa upya na Roho Mtakatifu; ambaye alitumwagia kwa wingi, kwa njia ya Yesu Kristo Mwokozi wetu; ili tukihesabiwa haki kwa neema yake, tupate kuwa warithi wa uzima wa milele, kama tumaini letu lilivyo."

Kwa hiyo, haki yetu si kwa matendo bali ni kwa upendo wa Kristo, ambao ni wa milele!

UPENDO WA KRISTO NA UTAKASO

Upendo wa Kristo hauishii katika wokovu na kuhesabiwa haki tu; pia unatufanya tukue katika utakatifu. Utakaso ni kazi ya Mungu inayomfanya mwamini awe tofauti na dunia, akiishi maisha ya kumcha Mungu. Katika **1 Wathesalonike 4:3**, maandiko yanasema:

"Maana haya ndiyo mapenzi ya Mungu, kutakaswa kwenu, mwepukane na uasherati."

Katika sura hii, tutachunguza uhusiano kati ya upendo wa Kristo na utakaso, jinsi utakaso unavyofanyika kupitia Roho Mtakatifu, na namna waumini wanapaswa kuenenda katika utakatifu. Tutatumia **Strong's Concordance**, tafsiri za wasomi wa Biblia, na uchambuzi wa kina wa Maandiko kutoka **Expositor's Bible Study** ili kuelewa jinsi utakaso unavyotegemea upendo wa Kristo kwa waumini.

---

1. Maana ya Utakaso Katika Maandiko

Katika Agano Jipya, neno la Kigiriki linalotafsiriwa kama *utakaso* ni **"hagiasmos" (ἁγιασμός)**, ambalo linapatikana katika **Strong's Concordance (G38)** likimaanisha "kutengwa kwa ajili ya Mungu, kufanywa mtakatifu, au kuishi maisha ya utakatifu."

Katika **Waebrania 12:14**, maandiko yanasema:

"Tafuteni kwa bidii kuwa na amani na watu wote, na huo utakatifu, ambao hapana mtu atakayemwona Bwana asipokuwa nao."

Hii inaonyesha kuwa utakaso ni hitaji la lazima kwa wale wanaomfuata Kristo.

---

2. Upendo wa Kristo Kama Chanzo cha Utakaso

Yesu Kristo, kwa upendo wake, anafanya kazi ya utakaso kwa waumini wake.

(i) Kristo Alikufa Ili Kututakasa

Katika **Waefeso 5:25-27**, Paulo anaandika:

"Enyi waume, wapendeni wake zenu, kama Kristo naye alivyolipenda kanisa, akajitoa kwa ajili yake; ili makusudi alitakase, akilisafisha kwa maji katika neno, apate kujiletea kanisa tukufu, lisilo na waa wala kunyanzi, wala lolote kama hayo; bali liwe takatifu lisilo na mawaa."

Kazi ya msalaba haikuhusu tu wokovu, bali pia kutufanya waumini waishi maisha matakatifu.

(ii) Kristo Ni Kuhani Mkuu Anayetutakasa

Katika **Waebrania 10:10**, maandiko yanasema:

"Katika mapenzi hayo mmepata utakaso kwa kutolewa mwili wa Yesu Kristo mara moja tu."

Kupitia dhabihu yake, Yesu ametufanya waumini kuwa watu waliotengwa kwa ajili ya Mungu.

(iii) Upendo wa Kristo Hutufanya Waaminifu Katika Utakatifu

Katika **1 Yohana 3:3**, maandiko yanasema:

"Na kila mtu mwenye matumaini haya katika yeye hujitakasa, kama yeye alivyo mtakatifu."

Hii inaonyesha kuwa wale wanaompenda Kristo wanapaswa kujitahidi kuishi maisha safi kwa sababu yeye mwenyewe ni mtakatifu.

---

3. Utakaso Kupitia Roho Mtakatifu

Roho Mtakatifu anafanya kazi ya utakaso ndani ya waumini.

(i) Roho Mtakatifu Hutusafisha na Kutufanya Wapya

Katika **Tito 3:5**, maandiko yanasema:

"Alituokoa, si kwa sababu ya matendo ya haki tuliyotenda sisi, bali kwa rehema yake, kwa kuoshwa kwa kuzaliwa mara ya pili na kufanywa upya na Roho Mtakatifu."

Roho Mtakatifu hufanya kazi ndani ya waumini ili kuwafanya kuwa watu wapya.

(ii) Roho Mtakatifu Hutusaidia Kuishi Maisha Matakatifu

Katika **Wagalatia 5:16**, maandiko yanasema:

"Basi nasema, Enendeni kwa Roho, wala hamtazitimiza kamwe tamaa za mwili."

Wale wanaoongozwa na Roho Mtakatifu wanaweza kushinda dhambi na kuishi maisha ya utakatifu.

---

4. Utakaso Kama Mchakato wa Kuendelea Katika Maisha ya Mkristo

Utakaso si jambo la mara moja bali ni safari inayoendelea kwa kila mwamini.

(i) Tunaitwa Kuendelea Katika Utakaso

Katika **2 Wakorintho 7:1**, maandiko yanasema:

"Basi, wapenzi wangu, kwa kuwa tuna ahadi hizi, na tujitakase nafsi zetu na uchafu wote wa mwili na roho, tukitimiza utakatifu katika kumcha Mungu."

Waumini wanapaswa kufanya jitihada za kuendelea kukua katika utakatifu.

(ii) Tunapaswa Kujitenga na Maovu ya Dunia

Katika **1 Petro 1:15-16**, maandiko yanasema:

"Bali kama yeye aliyewaita alivyo mtakatifu, ninyi nanyi iweni watakatifu katika mwenendo wenu wote; kwa maana imeandikwa, Mtakuwa watakatifu kwa kuwa mimi ni mtakatifu."

Hii inaonyesha kuwa utakaso unahusisha maisha yanayoakisi tabia ya Mungu.

---

5. Athari za Utakaso Katika Maisha ya Mkristo

Utakaso una matokeo makubwa katika maisha ya waumini.

(i) Utakaso Hutufanya Vyombo vya Heshima kwa Mungu

Katika **2 Timotheo 2:21**, maandiko yanasema:

"Basi mtu akiitakasa nafsi yake kwa haya, atakuwa chombo cha heshima, kilichosafishwa, kimfaacho Bwana, kimetengenezwa kwa kila kazi iliyo njema."

Waumini waliotakaswa wanakuwa vyombo vya matumizi ya Mungu.

(ii) Utakaso Hutufanya Kuwa Nuru kwa Dunia

Katika **Mathayo 5:16**, Yesu alisema:

"Vivyo hivyo nuru yenu iangaze mbele ya watu, wapate kuyaona matendo yenu mema, wamtukuze Baba yenu aliye mbinguni."

Waumini waliotakaswa wanapaswa kuonyesha mwanga wa Kristo kwa ulimwengu.

6. Tafsiri za Wasomi wa Biblia Kuhusu Utakaso

(i) Augustine wa Hippo (354-430 AD)

Augustine alifundisha kuwa utakaso ni matokeo ya kazi ya neema ya Mungu ndani ya mtu:

"Hakuna utakatifu nje ya neema ya Kristo, kwa kuwa ni kupitia kwake pekee tunakuwa wapya."

(ii) John Wesley (1703-1791 AD)

Wesley alifundisha kuwa utakaso ni sehemu ya wokovu:

"Mungu hatuokoi tu kutoka kwa adhabu ya dhambi, bali pia kutoka kwa nguvu ya dhambi kwa kutufanya watakatifu."

(iii) Charles Spurgeon (1834-1892 AD)

Spurgeon alifundisha kuwa upendo wa Kristo unatupeleka kwenye utakaso:

"Wale waliovutwa kwa upendo wa Kristo watajitahidi kuwa safi kama Yeye alivyo safi."

7. Hitimisho: Upendo wa Kristo Kama Msingi wa Utakaso

Kristo alikufa ili sio tu atuokoe, bali pia atufanye watakatifu. Kristo:

1. Alijitoa ili kututakasa (Waefeso 5:25-27).
2. Ametufanya kuwa vyombo vya heshima kwa Mungu (2 Timotheo 2:21).
3. Anatufanya kuwa nuru ya ulimwengu (Mathayo 5:16).
4. Anatufanya wapya kwa Roho Mtakatifu (Tito 3:5).

Katika **1 Wathesalonike 5:23**, maandiko yanasema:

"Mungu wa amani mwenyewe awatakase kabisa; nanyi nafsi zenu na roho zenu na miili yenu mhifadhiwe kamili, bila lawama, wakati wa kuja kwake Bwana wetu Yesu Kristo."

Kwa hiyo, upendo wa Kristo hutufanya kuwa watakatifu, tukijiandaa kwa ajili ya umilele na Mungu!

UPENDO WA KRISTO NA UTUKUFU

Upendo wa Kristo si tu kwamba unatuokoa na kututakasa, bali pia unatufikisha kwenye utukufu wa milele. Utukufu wa waumini ni hatua ya mwisho ya wokovu, ambapo waumini watabadilishwa na kufanana na Kristo. Katika **Warumi 8:30**, Paulo anaandika:

"Na wale aliowachagua tangu asili, hao akawaita; na wale aliowaita, hao akawahesabia haki; na wale aliowahesabia haki, hao akawatukuza."

Aya hii inaonyesha kuwa utukufu wa waumini ni sehemu ya mpango wa Mungu, unaotokana na upendo wa Kristo. Katika sura hii, tutachunguza jinsi upendo wa Kristo unavyotupeleka kwenye utukufu, tukitumia **Strong's Concordance**, tafsiri za wasomi wa Biblia, na uchambuzi wa kina kutoka **Expositor's Bible Study** ili kuelewa maana na umuhimu wa utukufu kwa waumini.

---

1. Maana ya Utukufu Katika Maandiko

Katika Agano Jipya, neno la Kigiriki linalotafsiriwa kama *utukufu* ni **"doxa" (δόξα)**, ambalo linapatikana katika **Strong's Concordance (G1391)** likimaanisha "heshima kuu, mwangaza wa kimungu, au hali ya kufanana na Mungu."

Katika **Wafilipi 3:20-21**, maandiko yanasema:

"Kwa maana sisi, wenyeji wetu uko mbinguni; kutoka huko tena tunamtazamia Mwokozi, Bwana Yesu Kristo; atakayeubadilisha mwili wetu wa unyonge, upate kufanana na mwili wake wa utukufu, kwa kuletwa chini ya uweza wake wa kudhihirisha vitu vyote viwe chini yake."

Hii inaonyesha kuwa utukufu wa waumini ni hali yao ya mwisho ya kufanana na Kristo milele.

---

2. Upendo wa Kristo Kama Chanzo cha Utukufu wa Waumini

Yesu Kristo, kwa upendo wake mkuu, alitoa maisha yake ili atulete katika utukufu.

(i) Kristo Aliteseka Ili Kutuletea Utukufu

Katika **Waebrania 2:10**, maandiko yanasema:

"Kwa kuwa ilimpasa yeye ambaye kwa ajili yake na kwa njia yake vitu vyote vimekuwapo, akiwaleta wana wengi waingie katika utukufu, kumkamilisha kwa mateso mkuu wa wokovu wao."

Yesu aliteseka ili tuingie katika utukufu wa milele:

(ii) Kristo Alifufuka Ili Kutufanya Washiriki wa Utukufu Wake

Katika **1 Wakorintho 15:42-43**, Paulo anaeleza kuhusu ufufuo wa waumini:

"Hivyo ndivyo ilivyo kwa ufufuo wa wafu. Hupandwa katika uharibifu; hufufuliwa katika kutoharibika; hupandwa katika aibu; hufufuliwa katika utukufu; hupandwa katika udhaifu; hufufuliwa katika nguvu."

Hii inaonyesha kuwa mwili wa waumini utafufuliwa na kubadilishwa kuwa wa utukufu kama wa Kristo.

(iii) Kristo Anatufanya Warithi wa Utukufu Wake

Katika **Warumi 8:17**, maandiko yanasema:

"Na kama watoto, basi warithi; warithi wa Mungu, warithio pamoja na Kristo; ikiwa tunashiriki mateso yake, tustahilishwe na kushiriki utukufu wake."

Hii inaonyesha kuwa wale walioko ndani ya Kristo ni warithi wa utukufu wake wa milele.

---

3. Utukufu wa Waumini Kama Mwisho wa Mpango wa Wokovu

Utukufu wa waumini ni hatua ya mwisho ya wokovu wao, ambapo wataishi na Kristo milele.

(i) Utukufu Ni Urejesho wa Mpango wa Mungu kwa Mwanadamu

Katika **2 Wakorintho 3:18**, maandiko yanasema:

"Lakini sisi sote, kwa uso uliofunuliwa, tukiufurahia utukufu wa Bwana kama katika kioo, tunabadilishwa tufanane na sura ile ile, toka utukufu hata utukufu, kama vile kwa Bwana aliye Roho."

Waumini wanabadilishwa hatua kwa hatua hadi wafanane na Kristo kikamilifu katika utukufu wa milele.

(ii) Waumini Watapata Miili ya Utukufu

Katika **1 Yohana 3:2**, maandiko yanasema:

"Wapenzi, sasa tu watoto wa Mungu, wala haijadhihirika bado tutakavyokuwa; lakini twajua ya kuwa atakapodhihirishwa, tutafanana naye; kwa maana tutamwona kama alivyo."

Hii inaonyesha kuwa mwili wa waumini utabadilishwa na kuwa kama wa Kristo.

(iii) Waumini Wataishi Katika Utukufu wa Mungu Milele

Katika **Ufunuo 21:3-4**, maandiko yanasema:

"Nikasikia sauti kuu kutoka katika kile kiti cha enzi ikisema, Tazama, maskani ya Mungu ni pamoja na wanadamu, naye atafanya maskani yake pamoja nao, nao watakuwa watu wake, naye Mungu mwenyewe atakuwa pamoja nao. Naye atafuta kila chozi katika macho yao; wala mauti haitakuwapo tena; wala maombolezo, wala kilio, wala maumivu hayatakuwapo tena; kwa kuwa mambo ya kwanza yamekwisha kupita."

Hii inaonyesha kuwa utukufu wa waumini utahusisha kuishi na Mungu milele.

4. Tafsiri za Wasomi wa Biblia Kuhusu Utukufu wa Waumini

(i) Augustine wa Hippo (354-430 AD)

Augustine alifundisha kuwa utukufu wa waumini ni hali ya mwisho ya kukamilika kwa wokovu wao:

"Katika utukufu, waumini watakuwa na furaha ya milele, wakishiriki kikamilifu uzuri wa Mungu."

(ii) John Calvin (1509-1564 AD)

Calvin alieleza kuwa utukufu wa waumini ni neema ya mwisho ya Kristo kwa waumini wake:

"Kristo alifufuka ili atufanye na sisi warithi wa utukufu wake wa milele."

(iii) Charles Spurgeon (1834-1892 AD)

Spurgeon alifundisha kuwa utukufu wa waumini ni tumaini la Kikristo:

"Tumaini letu kubwa ni kwamba tutamwona Kristo katika utukufu wake na kushiriki naye milele."

5. Upendo wa Kristo Kama Msingi wa Utukufu wa Waumini

Kristo aliteseka, akafa, na akafufuka ili kuhakikisha kuwa waumini wake wanashiriki utukufu wake wa milele.

Kristo:

1. Alikufa ili kutuletea utukufu (Waebrania 2:10).
2. Alifufuka ili tufanane naye katika utukufu (1 Wakorintho 15:42-43).
3. Anatufanya warithi wa utukufu wake (Warumi 8:17).
4. Anatuandalia makao ya milele katika utukufu wa Mungu (Ufunuo 21:3-4).

Katika **Yohana 17:24**, Yesu aliomba:

"Baba, na hawa ulionipa nataka wawe pamoja nami pale nilipo, wapate kuitazama utukufu wangu ulionipa; kwa maana ulipenda kabla ya kuwekwa misingi ya ulimwengu."

Kwa hiyo, upendo wa Kristo siyo tu kwa ajili ya wokovu wetu bali pia kwa ajili ya kutufanya washiriki wa utukufu wake wa milele!

UPENDO WA KRISTO NA UZIMA WA MILELE

Upendo wa Kristo ni msingi wa ahadi ya uzima wa milele kwa waumini. Katika **Yohana 3:16**, Yesu alisema:

"Kwa maana jinsi hii Mungu aliupenda ulimwengu, hata akamtoa Mwanawe wa pekee, ili kila amwaminiye asipotee, bali awe na uzima wa milele."

Aya hii inaonyesha kuwa uzima wa milele ni zawadi ya Mungu inayotolewa kupitia upendo wa Kristo kwa wanadamu. Katika sura hii, tutachunguza maana ya uzima wa milele, jinsi upendo wa Kristo unavyohakikisha uzima huo, na athari zake kwa waumini. Tutatumia **Strong's Concordance**, tafsiri za wasomi wa Biblia, na uchambuzi wa kina kutoka **Expositor's Bible Study** ili kuelewa jinsi uzima wa milele unavyohusiana na upendo wa Kristo.

---

1. Maana ya Uzima wa Milele Katika Maandiko

Katika Agano Jipya, neno la Kigiriki linalotafsiriwa kama *uzima wa milele* ni **"zōē aiōnios" (ζωὴ αἰώνιος)**, ambalo linapatikana katika **Strong's Concordance (G2222 na G166)** likimaanisha "uhai usio na mwisho, uhai wa kimungu unaoshirikiwa na waumini."

Katika **Yohana 17:3**, Yesu alieleza maana ya uzima wa milele kwa kusema:

"Na uzima wa milele ndio huu: wakujue wewe, Mungu wa pekee wa kweli, na Yesu Kristo uliyemtuma."

Hii inaonyesha kuwa uzima wa milele si tu maisha yasiyo na mwisho, bali ni kushiriki uhusiano wa milele na Mungu kupitia Yesu Kristo.

2. Upendo wa Kristo Kama Chanzo cha Uzima wa Milele

Yesu Kristo alikuja duniani kwa sababu ya upendo wake kwa wanadamu, ili awape uzima wa milele.

(i) Yesu Ndiye Chanzo Pekee cha Uzima wa Milele

Katika **Yohana 14:6**, Yesu alisema:

"Mimi ndimi njia, na kweli, na uzima; mtu haji kwa Baba, ila kwa njia ya mimi."

Hii inaonyesha kuwa hakuna mtu anayeweza kupata uzima wa milele bila kupitia kwa Kristo.

Katika **Strong's Concordance (G2222)**, neno *zōē* linamaanisha "uhai wa kiungu unaotoka kwa Mungu."

(ii) Yesu Alikuja Duniani Ili Watu Wapate Uzima wa Milele

Katika **Yohana 10:10**, Yesu alisema:

"Mwivi haji ila aibe na kuchinja na kuharibu; mimi nalikuja ili wawe na uzima, kisha wawe nao tele."

Hii inaonyesha kuwa uzima wa milele ni lengo kuu la ujio wa Kristo duniani.

(iii) Yesu Alimwaga Damu Yake Ili Tuupate Uzima wa Milele

Katika **1 Yohana 5:11-12**, maandiko yanasema:

"Na huu ndio ushuhuda, ya kwamba Mungu alitupa uzima wa milele, na uzima huo umo ndani ya Mwana wake. Yeye aliye na Mwana, anao huo uzima; asiye na Mwana wa Mungu, hana huo uzima."

Hii inaonyesha kuwa uzima wa milele unapatikana tu kwa kupitia Yesu Kristo.

3. Uzima wa Milele Kupitia Imani Katika Kristo

Katika **Yohana 5:24**, Yesu alisema:

"Amin, amin, nawaambia, yeye asikiaye neno langu, na kumwamini yeye aliyenipeleka, anao uzima wa milele; wala haingii hukumu, bali amepita kutoka mautini kuingia uzimani."

Hii inaonyesha kuwa uzima wa milele hupokelewa kwa imani katika Kristo.

Katika **Matendo 16:30-31**, askari wa gereza alimwuliza Paulo na Sila:

"Bwana zangu, nifanyeje nipate kuokoka?"

Nao wakamjibu:

"Mwamini Bwana Yesu, nawe utaokoka, wewe na nyumba yako."

Imani katika Kristo ni mlango wa kuingia katika uzima wa milele.

---

4. Uzima wa Milele Kama Uhakikisho wa Upendo wa Kristo

(i) Hakuna Anayeweza Kututenganisha na Uzima wa Milele

Katika **Warumi 8:38-39**, Paulo anaandika:

"Kwa maana nimeshawishika ya kuwa wala mauti, wala uzima, wala malaika, wala enzi, wala mambo ya sasa, wala yajayo, wala wenye uwezo, wala vilivyo juu, wala vilivyo chini, wala kiumbe kingine cho chote, hakitaweza kututenga na upendo wa Mungu, ulio katika Kristo Yesu Bwana wetu."

Hii inaonyesha kuwa uzima wa milele ni uhakika kwa wale walioko ndani ya Kristo.

(ii) Uzima wa Milele Ni Urithi wa Watakatifu

Katika **Tito 3:7**, maandiko yanasema:

"Ili tukihesabiwa haki kwa neema yake, tupate kuwa warithi wa uzima wa milele, kama tumaini letu lilivyo."

Waumini wamehakikishiwa uzima wa milele kama sehemu ya urithi wao katika Kristo.

---

5. Uzima wa Milele Ni Maisha Katika Ufalme wa Mungu

Katika **Ufunuo 21:3-4**, maandiko yanaeleza jinsi uzima wa milele utakavyokuwa:

"Nikasikia sauti kuu kutoka katika kile kiti cha enzi ikisema, Tazama, maskani ya Mungu ni pamoja na wanadamu, naye atafanya maskani yake pamoja nao, nao watakuwa watu wake, naye Mungu mwenyewe atakuwa pamoja nao. Naye atafuta kila chozi katika macho yao; wala mauti haitakuwapo tena; wala maombolezo, wala kilio, wala maumivu hayatakuwapo tena; kwa kuwa mambo ya kwanza yamekwisha kupita."

Hii inaonyesha kuwa uzima wa milele ni hali ya furaha isiyo na mwisho pamoja na Mungu.

---

6. Tafsiri za Wasomi wa Biblia Kuhusu Uzima wa Milele

(i) Augustine wa Hippo (354-430 AD)

Augustine alifundisha kuwa uzima wa milele ni kushiriki maisha ya milele na Mungu:

"Mungu alituumba kwa ajili yake, na mioyo yetu haitatulia mpaka itakapopumzika ndani yake."

(ii) John Calvin (1509-1564 AD)

Calvin alieleza kuwa uzima wa milele ni lengo la mwisho la neema ya Kristo:

"Mungu alimtuma Mwana wake ili tuweze kuwa washiriki wa uzima wake wa milele."

(iii) Charles Spurgeon (1834-1892 AD)

Spurgeon alifundisha kuwa uzima wa milele ni ushuhuda wa upendo wa Kristo:

"Uzima wa milele siyo tu kuishi milele, bali ni kuishi milele katika utukufu wa Mungu."

---

7. Upendo wa Kristo Kama Msingi wa Uzima wa Milele

Uzima wa milele ni zawadi ya upendo wa Kristo kwa waumini wake.

Kristo:

1. Alikufa ili tuwe na uzima wa milele (Yohana 3:16).
2. Alikuja duniani ili tuwe na uzima tele (Yohana 10:10).

3. Anatupatia uzima wa milele kwa imani (Yohana 5:24).

4. Anatuandalia makao ya milele pamoja naye (Ufunuo 21:3-4).

Kwa hiyo, upendo wa Kristo hutupatia uzima wa milele, tumaini letu kuu na urithi wetu wa milele kwa Mungu!

UPENDO WA KRISTO NA KURUDI KWAKE KWA MARA YA PILI

Kurudi kwa Kristo kwa mara ya pili ni tukio kuu la tumaini kwa waumini, na ni tendo la upendo wake kwa Kanisa lake na ulimwengu wote. Katika **Yohana 14:1-3**, Yesu alisema:

"Msifadhaike mioyoni mwenu; mnamwamini Mungu, niaminini na mimi. Nyumbani mwa Baba yangu mna makao mengi; kama sivyo, ningaliwaambia; maana naenda kuwaandalia mahali. Basi mimi nikienda na kuwaandalia mahali, nitakuja tena niwakaribishe kwangu; ili nilipo mimi, nanyi muwepo."

Maneno haya yanathibitisha kuwa kurudi kwa Kristo ni tendo la upendo, ambalo litakamilisha wokovu wa waumini na kuwaleta katika uzima wa milele pamoja naye. Katika sura hii, tutachunguza uhusiano kati ya upendo wa Kristo na kurudi kwake kwa mara ya pili, tukitumia **Strong's Concordance**, tafsiri za wasomi wa Biblia, na uchambuzi wa **Expositor's Bible Study** ili kuelewa maana na athari za kurudi kwa Kristo.

---

1. Maana ya Kurudi kwa Kristo Katika Maandiko

Katika Agano Jipya, neno la Kigiriki linalotafsiriwa kama *kurudi kwa Kristo* ni **"parousia" (παρουσία)**, ambalo linapatikana katika **Strong's Concordance (G3952)** likimaanisha "ujio, kuwasili, au kuwepo kwa Mfalme."

Katika **Mathayo 24:30**, Yesu alisema:

"Ndipo itakapoonekana ishara ya Mwana wa Adamu mbinguni; ndipo mataifa yote ya dunia watakapomboleza, nao watamwona Mwana wa Adamu akija juu ya mawingu ya mbinguni pamoja na nguvu na utukufu mwingi."

Hii inaonyesha kuwa kurudi kwa Kristo kutakuwa tukio la wazi, lenye utukufu, na lenye athari kwa ulimwengu mzima.

---

2. Upendo wa Kristo Kama Chanzo cha Kurudi Kwake

Yesu atarudi kwa sababu ya upendo wake kwa waumini wake.

(i) Kristo Atarudi Kuwachukua Watakatifu Wake

Katika **1 Wathesalonike 4:16-17**, Paulo anaandika:

"Kwa sababu Bwana mwenyewe atashuka kutoka mbinguni, pamoja na mwaliko, na sauti ya malaika mkuu, na parapanda ya Mungu; nao waliokufa katika Kristo watafufuliwa kwanza. Kisha sisi tulio hai, tuliosalia, tutanyakuliwa pamoja nao katika mawingu, kwenda kumlaki Bwana hewani; hivyo tutakuwa pamoja na Bwana milele."

Upendo wa Kristo utadhihirika kwa kuwafufua waliokufa katika imani na kuwachukua waumini walio hai kwenda kuwa pamoja naye milele.

Katika **Strong's Concordance (G726)**, neno *harpazō* linamaanisha "kunyakua au kuchukua kwa nguvu," likimaanisha kuwa waumini wataondolewa duniani ghafla na kwenda kuwa na Kristo.

(ii) Kristo Atarudi Ili Kuwaleta Watakatifu Katika Utukufu

Katika **Wakolosai 3:4**, maandiko yanasema:

"Kristo atakapofunuliwa, aliye uzima wetu, ndipo ninyi nanyi mtafunuliwa pamoja naye katika utukufu."

Kristo hatarudi tu kuwaokoa waumini, bali pia kuwapa utukufu wa milele.

(iii) Kristo Atarudi Ili Kuleta Haki Kwa Dunia

Katika **2 Wathesalonike 1:7-8**, maandiko yanasema:

"Na kuwapa ninyi mnaoteswa raha pamoja na sisi, wakati wa kudhihirishwa kwake Bwana Yesu kutoka mbinguni pamoja na malaika wa uweza wake, katika mwali wa moto, akiwalipiza kisasi wale wasiomjua Mungu, na hao wasioitii injili ya Bwana wetu Yesu."

Hii inaonyesha kuwa kurudi kwa Kristo kutaleta haki kwa waumini na adhabu kwa wale waliokataa wokovu wake.

---

3. Ishara za Kurudi kwa Kristo

Yesu alieleza dalili za kurudi kwake kwa mara ya pili.

(i) Kuongezeka kwa Dhiki na Uovu

Katika **Mathayo 24:12**, Yesu alisema:

"Na kwa sababu ya kuongezeka maasi, upendo wa wengi utapoa."

Hii inaonyesha kuwa kabla ya kurudi kwa Kristo, dhambi na uasi vitazidi duniani.

(ii) Injili Kuenea Kwa Mataifa Yote

Katika **Mathayo 24:14**, Yesu alisema:

"Tena habari njema ya ufalme itahubiriwa katika ulimwengu wote, kuwa ushuhuda kwa mataifa yote; ndipo ule mwisho utakapokuja."

Hii inaonyesha kuwa kabla ya kurudi kwa Kristo, injili lazima ifikie mataifa yote.

(iii) Kuongezeka kwa Ishara za Asili na Mateso

Katika **Luka 21:25-26**, Yesu alisema:

"Kutakuwapo ishara katika jua, na mwezi, na nyota; na katika nchi dhiki ya mataifa wakishangaa kwa uvumi wa bahari na msukosuko wake; watu wakizimia kwa hofu na kwa kutazamia mambo yatakayoupata ulimwengu."

Hii inaonyesha kuwa kutakuwa na matukio makubwa ya asili kabla ya kurudi kwa Kristo.

---

4. Athari za Kurudi kwa Kristo kwa Waumini

Kurudi kwa Kristo kunapaswa kuwa tumaini kuu kwa waumini wake.

(i) Waumini Wanapaswa Kuwa Tayari Kila Wakati

Katika **Mathayo 24:44**, Yesu alisema:

"Kwa sababu hiyo ninyi nanyi jiwekeni tayari; kwa kuwa katika saa msiyodhani Mwana wa Adamu huja."

Waumini wanapaswa kuishi kwa utakatifu, wakisubiri kurudi kwa Bwana.

(ii) Kurudi Kwa Kristo Kunapaswa Kututia Moyo

Katika **1 Wathesalonike 4:18**, Paulo anasema:

"Basi farijianeni kwa maneno hayo."

Ufahamu wa kwamba Kristo atarudi unapaswa kuwapa waumini faraja na tumaini.

(iii) Waumini Watapata Tuzo Katika Kurudi Kwa Kristo

Katika **2 Timotheo 4:8**, Paulo anaandika:

"Basi sasa imenililiwa taji ya haki, ambayo Bwana, mhukumu mwenye haki, atanipa siku ile; wala si mimi tu, bali na watu wote pia walioupendezwa na kufunuliwa kwake."

Hii inaonyesha kuwa waumini watapewa thawabu kwa uvumilivu wao na imani yao.

5. Tafsiri za Wasomi wa Biblia Kuhusu Kurudi kwa Kristo

(i) Augustine wa Hippo (354-430 AD)

Augustine alifundisha kuwa kurudi kwa Kristo ni tumaini kuu la waumini:

"Kurudi kwa Kristo ni uthibitisho wa ushindi wa neema ya Mungu dhidi ya uovu wa dunia."

(ii) John Calvin (1509-1564 AD)

Calvin alieleza kuwa kurudi kwa Kristo ni tukio la uhakika:

"Ahadi ya kurudi kwa Kristo ni thibitisho kuwa Mungu atatenda haki na kuwakomboa watu wake."

(iii) Charles Spurgeon (1834-1892 AD)

Spurgeon alifundisha kuwa kurudi kwa Kristo ni hitimisho la kazi yake ya wokovu:

"Tumaini kuu la waumini ni kuwa Kristo atarudi kuwaleta nyumbani kwake."

6. Upendo wa Kristo Kama Msingi wa Kurudi Kwake

Kristo atarudi kwa sababu ya upendo wake kwa watu wake.

Kristo:

1. Atarudi kuwachukua waumini wake (1 Wathesalonike 4:16-17).
2. Ataleta haki kwa ulimwengu (2 Wathesalonike 1:7-8).
3. Atawapa waumini wake tuzo za milele (2 Timotheo 4:8).

Kwa hiyo, tunapaswa kuwa tayari kwa kurudi kwake, tukidumu katika imani na utakatifu, tukisubiri tumaini letu kuu la kuungana naye milele!

UPENDO WA KRISTO NA MBINGU MPYA NA NCHI MPYA

Upendo wa Kristo hauishii tu katika wokovu wa wanadamu bali pia unahusisha kurejesha na kuumba upya uumbaji mzima. Mbingu Mpya na Nchi Mpya ni ahadi ya Mungu kwa wale waliokombolewa, mahali ambapo waumini wataishi milele na Mungu katika utukufu usio na mwisho. Katika **Ufunuo 21:1-3**, maandiko yanasema:

"Kisha nikaona mbingu mpya na nchi mpya; kwa maana mbingu ya kwanza na nchi ya kwanza vilikuwa vimepita, wala bahari haikuwepo tena. Nami nikaona mji mtakatifu, Yerusalemu mpya, ukishuka kutoka mbinguni kwa Mungu, ukiwa umeandaliwa kama bibi arusi aliyekwisha kupambwa kwa mumewe. Nikasikia sauti kuu kutoka katika kile kiti cha enzi ikisema, 'Tazama, maskani ya Mungu ni pamoja na wanadamu, naye atafanya maskani yake pamoja nao, nao watakuwa watu wake, naye Mungu mwenyewe atakuwa pamoja nao, na kuwa Mungu wao.'"

Hii inaonyesha kwamba Mpango wa Mungu kwa wanadamu si tu wokovu wa nafsi zao bali pia urejesho wa ulimwengu wote. Katika sura hii, tutachunguza uhusiano kati ya upendo wa Kristo na Mbingu Mpya na Nchi Mpya, tukitumia **Strong's Concordance**, tafsiri za wasomi wa Biblia, na uchambuzi wa **Expositor's Bible Study** ili kuelewa maana na umuhimu wa uumbaji huu mpya.

---

1. Maana ya Mbingu Mpya na Nchi Mpya Katika Maandiko

Katika Agano Jipya, neno la Kigiriki linalotafsiriwa kama *Mbingu Mpya na Nchi Mpya* ni **"kainos ouranos kai kainē gē" (καινὸς οὐρανὸς καὶ καινὴ γῆ)**, ambalo linapatikana katika **Strong's Concordance (G2537 na G3772 kwa mbingu, G1093 kwa nchi)** likimaanisha "hali mpya na safi ya mbingu na dunia baada ya uumbaji wa sasa kupita."

Katika **2 Petro 3:13**, maandiko yanasema:

"Lakini, kama alivyoahidi, twatazamia mbingu mpya na nchi mpya, ambayo haki yakaa ndani yake."

Hii inaonyesha kuwa Mbingu Mpya na Nchi Mpya ni sehemu ambapo uovu hautakuwepo tena, bali haki ya Mungu itatawala milele.

2. Upendo wa Kristo Kama Chanzo cha Mbingu Mpya na Nchi Mpya

Yesu Kristo, kwa upendo wake mkuu, alikufa na kufufuka ili atuletee tumaini la ulimwengu mpya.

(i) Kristo Ataleta Uumbaji Mpya Kama Sehemu ya Wokovu Wake

Katika **Warumi 8:19-21**, Paulo anaeleza kuwa si wanadamu tu bali hata viumbe vyote vinangojea kukombolewa:

"Kwa maana viumbe vyote vinatazamia kwa shauku kuu kufunuliwa kwa wana wa Mungu. Kwa sababu viumbe viliwekwa chini ya ubatili, si kwa hiari yake, bali kwa sababu yake yeye aliyevitia chini, katika tumaini ya kwamba viumbe vyenyewe vitawekwa huru kutoka katika utumwa wa uharibifu hata kufikia uhuru wa utukufu wa watoto wa Mungu."

Hii inaonyesha kuwa kazi ya Kristo inahusisha kurejesha utukufu wa dunia ambayo iliharibiwa na dhambi.

(ii) Kristo Anatengeneza Mahali kwa Ajili ya Wateule Wake

Katika **Yohana 14:2-3**, Yesu alisema:

"Nyumbani mwa Baba yangu mna makao mengi; kama sivyo, ningaliwaambia; maana naenda kuwaandalia mahali. Basi mimi nikienda na kuwaandalia mahali, nitakuja tena niwakaribishe kwangu; ili nilipo mimi, nanyi muwepo."

Hii inaonyesha kuwa Yesu kwa upendo wake anaandaa Mbingu Mpya na Nchi Mpya kwa wale waliokombolewa.

(iii) Kristo Atatawala Katika Ulimwengu Mpya

Katika **Ufunuo 22:3-5**, maandiko yanasema:

"Wala hapatakuwa na laana yo yote tena; na kiti cha enzi cha Mungu na cha Mwana-Kondoo kitakuwamo ndani yake, na watumwa wake watamtumikia; nao wataona uso wake, na jina lake litakuwa katika vipaji vya nyuso zao. Wala hapatakuwa na usiku tena; wala hawana haja ya taa wala ya nuru ya jua; kwa kuwa Bwana Mungu huwatia nuru, nao watatawala hata milele na milele."

Hii inaonyesha kuwa utawala wa Kristo utakuwa wa milele, bila dhambi, giza, au maumivu.

3. Sifa za Mbingu Mpya na Nchi Mpya

Mbingu Mpya na Nchi Mpya zitakuwa tofauti kabisa na ulimwengu huu wa sasa.

(i) Hakutakuwa na Dhambi wala Maumivu

Katika **Ufunuo 21:4**, maandiko yanasema:

"Naye atafuta kila chozi katika macho yao; wala mauti haitakuwapo tena; wala maombolezo, wala kilio, wala maumivu hayatakuwapo tena; kwa kuwa mambo ya kwanza yamekwisha kupita."

Hii inaonyesha kuwa Mbingu Mpya na Nchi Mpya zitakuwa na amani na furaha ya milele.

(ii) Utawekwa Wanaokombolewa Pekee

Katika **Ufunuo 21:27**, maandiko yanasema:

"Na ndani yake hakitaingia kamwe kitu cho chote kilicho kichafu, wala mtu afanyaye machukizo na uongo; bali wale walioandikwa katika kitabu cha uzima cha Mwana-Kondoo."

Hii inaonyesha kuwa ni wale waliokombolewa kwa damu ya Kristo pekee watakaoingia katika Mbingu Mpya na Nchi Mpya.

(iii) Hakutakuwa na Usiku Wala Giza

Katika **Ufunuo 22:5**, maandiko yanasema:

"Wala hapatakuwa na usiku tena; wala hawana haja ya taa wala ya nuru ya jua; kwa kuwa Bwana Mungu huwatia nuru, nao watatawala hata milele na milele."

Hii inaonyesha kuwa Mungu mwenyewe atakuwa mwanga wa watu wake.

---

4. Tafsiri za Wasomi wa Biblia Kuhusu Mbingu Mpya na Nchi Mpya

(i) Augustine wa Hippo (354-430 AD)

Augustine alifundisha kuwa Mbingu Mpya na Nchi Mpya ni hali ya umoja wa milele kati ya Mungu na wanadamu:

"Ukombozi wa Mungu hautahusisha tu nafsi za watu wake bali pia uumbaji wote utashiriki katika utukufu wake."

(ii) John Calvin (1509-1564 AD)

Calvin alieleza kuwa Mbingu Mpya na Nchi Mpya ni ahadi halisi kwa waumini:

"Ahadi ya Mungu ya mbingu mpya na nchi mpya ni hakikisho kwamba wale walioko ndani ya Kristo watafurahia uwepo wa Mungu milele."

(iii) Charles Spurgeon (1834-1892 AD)

Spurgeon alifundisha kuwa upendo wa Kristo unatufikisha katika Mbingu Mpya na Nchi Mpya:

"Upendo wa Kristo ni nguvu ya kuleta mabadiliko, si tu kwa wanadamu bali kwa ulimwengu mzima, unaokuja katika utukufu mpya."

---

5. Upendo wa Kristo Kama Msingi wa Mbingu Mpya na Nchi Mpya

Kristo alikufa na kufufuka ili kuhakikisha kuwa wale wanaomwamini wataishi naye milele katika ulimwengu mpya.

Kristo:

1. Anatengeneza Mbingu Mpya na Nchi Mpya kwa waumini (Yohana 14:2-3).
2. Atatawala milele katika utukufu wake (Ufunuo 22:3-5).
3. Atafanya kila kitu kuwa kipya (Ufunuo 21:5).

Kwa hiyo, Mbingu Mpya na Nchi Mpya ni hakikisho la upendo wa Kristo kwa wale walio wake, na tutakaa naye milele katika utukufu wake!

UPENDO WA KRISTO NA HUKUMU YA MWISHO

Upendo wa Kristo unahusiana kwa karibu na hukumu ya mwisho. Ingawa Yesu ni Mwokozi wa ulimwengu, pia ni Hakimu mwenye haki ambaye atahukumu wanadamu wote kwa haki na ukweli. Katika **Matendo 17:31**, maandiko yanasema:

"Kwa sababu ameweka siku atakayowahukumu watu wa ulimwengu kwa haki, kwa mtu yule aliyemweka rasmi; naye amewapa watu wote hakikisho ya haya kwa kumfufua kutoka kwa wafu."

Hukumu ya mwisho ni tendo la haki la Mungu ambalo litatenganisha waumini na wasiomwamini. Katika sura hii, tutachunguza uhusiano kati ya upendo wa Kristo na hukumu ya mwisho, tukitumia **Strong's Concordance**, tafsiri za wasomi wa Biblia, na uchambuzi wa **Expositor's Bible Study** ili kuelewa maana na athari za hukumu ya mwisho kwa wanadamu wote.

1. Maana ya Hukumu ya Mwisho Katika Maandiko

Katika Agano Jipya, neno la Kigiriki linalotafsiriwa kama *hukumu ya mwisho* ni **"krisis" (κρίσις)**, ambalo linapatikana katika **Strong's Concordance (G2920)** likimaanisha "uamuzi wa mwisho, hukumu ya haki ya Mungu."

Katika **Ufunuo 20:11-12**, maandiko yanasema:

"Kisha nikaona kiti cha enzi kikubwa cheupe, na yeye aketiye juu yake; ambaye nchi na mbingu vikaukimbia uso wake, wala hapakuonekana mahali pao. Nikawaona wafu, wakubwa kwa wadogo, wamesimama mbele ya kile kiti cha enzi, na vitabu vikafunuliwa; na kitabu kingine kikafunuliwa, ambacho ni cha uzima; na hao wafu wakahukumiwa katika hayo mambo yaliyoandikwa katika vile vitabu, kwa kadiri ya matendo yao."

Hii inaonyesha kuwa kila mtu atatoa hesabu mbele za Mungu siku ya hukumu.

2. Upendo wa Kristo Kama Chanzo cha Hukumu ya Mwisho

Yesu Kristo, kwa upendo wake mkuu, atahakikisha kwamba hukumu ya mwisho ni ya haki na yenye usawa.

(i) Kristo Ndiye Hakimu wa Ulimwengu

Katika **Yohana 5:22**, Yesu alisema:

"Tena Baba hamhukumu mtu ye yote, bali amempa Mwana hukumu yote."

Hii inaonyesha kuwa Kristo ndiye atakayetekeleza hukumu ya mwisho kwa haki kamili.

Katika **Strong's Concordance (G2919)**, neno *krinō* linamaanisha "kuamua, kuhukumu, au kufanya uamuzi wa mwisho."

(ii) Kristo Atatenganisha Waumini na Wasioamini

Katika **Mathayo 25:31-33**, Yesu alisema:

"Mwana wa Adamu atakapokuja katika utukufu wake, na malaika wote pamoja naye, ndipo atakapoketi katika kiti cha enzi cha utukufu wake; na mataifa yote yatakusanyika mbele zake; naye atawatenga kama vile mchungaji anavyotenga kondoo na mbuzi. Ataweka kondoo mkono wake wa kuume, na mbuzi mkono wake wa kushoto."

Hii inaonyesha kuwa hukumu ya mwisho italeta mgawanyiko kati ya waliookolewa na wale waliokataa wokovu.

(iii) Kristo Ataleta Haki kwa Wateule Wake

Katika **Ufunuo 22:12**, Yesu alisema:

"Tazama, naja upesi, na ujira wangu u pamoja nami, kumlipa kila mtu kama kazi yake ilivyo."

Waumini watapokea thawabu yao, na wasioamini watapokea hukumu yao kulingana na matendo yao.

---

3. Vyanzo vya Hukumu ya Mwisho

Hukumu ya mwisho itategemea vigezo vifuatavyo:

(i) Kitabu cha Uzima

Katika **Ufunuo 20:15**, maandiko yanasema:

"Na iwapo mtu ye yote hakuonekana ameandikwa ndani ya kitabu cha uzima, alitupwa katika lile ziwa la moto."

Hii inaonyesha kuwa wale waliompokea Kristo wataokolewa kwa sababu majina yao yameandikwa katika Kitabu cha Uzima.

(ii) Matendo ya Kila Mtu

Katika **Warumi 2:6**, Paulo anasema:

"Naye atamlipa kila mtu kwa kadiri ya matendo yake."

Wale waliotenda haki kwa imani wataingia katika uzima wa milele, na wale waliokataa neema ya Kristo watahukumiwa.

---

4. Hatima ya Waumini Katika Hukumu ya Mwisho

Waumini watafurahia uzima wa milele pamoja na Kristo.

(i) Watapokea Tuzo na Taji

Katika **2 Timotheo 4:8**, Paulo anasema:

"Basi sasa imeniliwa taji ya haki, ambayo Bwana, mhukumu mwenye haki, atanipa siku ile; wala si mimi tu, bali na watu wote pia walioupendezwa na kufunuliwa kwake."

Hii inaonyesha kuwa waumini watapokea thawabu kwa uaminifu wao kwa Kristo.

(ii) Wataingia Katika Ufalme wa Milele

Katika **Mathayo 25:34**, Yesu alisema:

"Ndipo Mfalme atawaambia wale walioko mkono wake wa kuume, 'Njoni, mliobarikiwa na Baba yangu, urithini ufalme mliowekewa tangu kuwekwa misingi ya ulimwengu.'"

Waumini wataishi milele katika utukufu wa Mungu.

---

5. Hatima ya Wasioamini Katika Hukumu ya Mwisho

Wale waliokataa wokovu wa Kristo watapata adhabu ya milele.

(i) Wataondolewa Uweponi mwa Mungu Milele

Katika **2 Wathesalonike 1:8-9**, maandiko yanasema:

"Katika mwali wa moto, akiweka kisasi kwa wale wasiomjua Mungu, na kwa wale wasioitii injili ya Bwana wetu Yesu; watakaoadhibiwa kwa maangamizi ya milele, kutengwa na uso wa Bwana na utukufu wa uweza wake."

Hii inaonyesha kuwa hukumu ya mwisho italeta kutengwa milele kutoka kwa Mungu.

(ii) Watatupwa Katika Ziwa la Moto

Katika **Ufunuo 20:14-15**, maandiko yanasema:

"Mauti na kuzimu zikatupwa katika lile ziwa la moto. Hii ndiyo mauti ya pili. Na iwapo mtu ye yote hakuonekana ameandikwa ndani ya kitabu cha uzima, alitupwa katika lile ziwa la moto."

Hii inaonyesha kuwa adhabu ya wasioamini ni ya milele na ya kutisha.

---

6. Tafsiri za Wasomi wa Biblia Kuhusu Hukumu ya Mwisho

(i) Augustine wa Hippo (354-430 AD)

Augustine alifundisha kuwa hukumu ya mwisho ni tendo la haki la Mungu:

"Mungu atahukumu kwa haki, na kila mtu atapokea malipo kwa matendo yake, kwa mujibu wa rehema na haki ya Mungu."

(ii) John Calvin (1509-1564 AD)

Calvin alieleza kuwa hukumu ya mwisho ni hitimisho la mpango wa Mungu kwa wanadamu:

"Hukumu ya mwisho itadhihirisha utukufu wa Kristo na haki ya Mungu kwa wote."

(iii) Charles Spurgeon (1834-1892 AD)

Spurgeon alifundisha kuwa hukumu ya mwisho ni onyo kwa wanadamu wote:

"Hukumu ya mwisho ni ushuhuda wa mwisho wa Mungu kwa ulimwengu juu ya hatima ya milele ya kila nafsi."

7. Upendo wa Kristo Kama Msingi wa Hukumu ya Mwisho

Kristo atahukumu ulimwengu kwa haki na upendo.

Kristo:

1. Ndiye hakimu wa ulimwengu (Yohana 5:22).
2. Atatenganisha waumini na wasioamini (Mathayo 25:31-33).
3. Atawapa waumini uzima wa milele (Mathayo 25:34).
4. Atawahukumu waasi wa imani kwa haki (Ufunuo 20:15).

Kwa hiyo, hukumu ya mwisho ni hitimisho la mpango wa Mungu, ambapo haki na upendo wa Kristo vitadhihirika milele!

UPENDO WA KRISTO NA UFALME WAKE WA MILELE

Upendo wa Kristo unahusiana kwa karibu na Ufalme wake wa milele. Yesu Kristo si tu Mwokozi wa wanadamu bali pia ni Mfalme wa milele ambaye atatawala daima kwa haki, amani, na utukufu. Katika **Danieli 7:13-14**, maandiko yanasema:

"Nikaona katika maono ya usiku, na tazama, mmoja kama Mwana wa Adamu akija na mawingu ya mbinguni, akakaribia mpaka wa huyo aliyekuwa mzee wa siku, wakamleta karibu naye. Naye akapewa mamlaka, na utukufu, na ufalme, ili watu wa kabila zote, na mataifa yote, na lugha zote, wamtumikie; mamlaka yake ni mamlaka ya milele, ambayo haitapita kamwe, na ufalme wake ni ufalme usioweza kuangamizwa."

Hii inaonyesha kuwa Ufalme wa Kristo ni wa milele na hautaangamizwa kamwe. Katika sura hii, tutachunguza uhusiano kati ya upendo wa Kristo na Ufalme wake wa milele, tukitumia **Strong's Concordance**, tafsiri za wasomi wa Biblia, na uchambuzi wa **Expositor's Bible Study** ili kuelewa maana na athari za Ufalme wa Kristo kwa waumini na ulimwengu mzima.

1. Maana ya Ufalme wa Milele Katika Maandiko

Katika Agano Jipya, neno la Kigiriki linalotafsiriwa kama *ufalme* ni **"basileia" (βασιλεία)**, ambalo linapatikana katika **Strong's Concordance (G932)** likimaanisha "utawala wa mfalme, enzi, au mamlaka ya kimungu."

Katika **Luka 1:32-33**, malaika Gabrieli alimwambia Mariamu kuhusu Yesu:

"Huyo atakuwa mkuu, ataitwa Mwana wa Aliye Juu, na Bwana Mungu atampa kiti cha enzi cha Daudi, baba yake. Ataimiliki nyumba ya Yakobo hata milele, na ufalme wake hautakuwa na mwisho."

Hii inaonyesha kuwa Ufalme wa Kristo ni wa milele na wa kiungu.

---

2. Upendo wa Kristo Kama Chanzo cha Ufalme wa Milele

Yesu Kristo, kwa upendo wake mkuu, alitoa maisha yake ili kufanikisha mpango wa Mungu wa Ufalme wa milele.

(i) Yesu Alikuja Kuanzisha Ufalme wa Mungu

Katika **Marko 1:14-15**, maandiko yanasema:

"Hata baada ya Yohana kutiwa gerezani, Yesu akaenda Galilaya, akiihubiri injili ya Mungu, akisema, Wakati umetimia, na ufalme wa Mungu umekaribia; tubuni, na kuiamini injili."

Hii inaonyesha kuwa kuja kwa Yesu duniani kulikuwa mwanzo wa tangazo la Ufalme wa Mungu.

Katika **Strong's Concordance (G932)**, neno *basileia* linamaanisha "utawala wa kifalme wa Mungu juu ya wote waliomwamini Kristo."

(ii) Yesu Alikufa Ili Kufanikisha Ufalme Wake

Katika **Wakolosai 1:13-14**, Paulo anaandika:

"Naye alituokoa katika nguvu za giza, akatuhamisha na kutuingiza katika ufalme wa Mwana wa pendo lake; ambaye katika yeye tuna ukombozi, yaani, msamaha wa dhambi."

Kifo cha Kristo msalabani kilikuwa sehemu ya mpango wa Mungu wa kutuleta katika Ufalme wake wa milele.

(iii) Yesu Atarudi ili Kukamilisha Ufalme Wake

Katika **Ufunuo 11:15**, maandiko yanasema:

"Malaika wa saba akapiga baragumu; kukawa sauti kubwa mbinguni, zikisema, Ufalme wa dunia umekuwa ufalme wa Bwana wetu na wa Kristo wake, naye atamiliki hata milele na milele."

Yesu atarudi ili kuanzisha utawala wake wa milele, ambapo haki na amani vitatawala milele.

3. Sifa za Ufalme wa Milele wa Kristo

Ufalme wa Kristo una sifa kadhaa zinazoufanya kuwa wa pekee na wa milele.

(i) Ni Ufalme wa Haki na Amani

Katika **Isaya 9:6-7**, maandiko yanasema:

"Maana kwa ajili yetu mtoto amezaliwa, tumepewa mtoto mwanamume; na uweza wa kifalme utakuwa begani mwake; naye ataitwa jina lake, Mshauri wa Ajabu, Mungu Mwenye Nguvu, Baba wa Milele, Mfalme wa Amani. Maongeo ya enzi yake na amani hayatakuwa na mwisho, katika kiti cha enzi cha Daudi, na ufalme wake; kuuthibitisha na kuutegemeza kwa hukumu na kwa haki, tangu sasa na hata milele."

Hii inaonyesha kuwa Ufalme wa Kristo utasimama juu ya haki na amani ya milele.

(ii) Ni Ufalme wa Utukufu

Katika **Mathayo 25:31**, Yesu alisema:

"Mwana wa Adamu atakapokuja katika utukufu wake, na malaika wote pamoja naye, ndipo atakapoketi katika kiti cha enzi cha utukufu wake."

Hii inaonyesha kuwa Ufalme wa Kristo utakuwa wa utukufu usio na kifani.

(iii) Ni Ufalme wa Milele

Katika **Danieli 2:44**, maandiko yanasema:

"Na katika siku za wafalme hao, Mungu wa mbinguni atausimamisha ufalme, ambao hautaangamizwa kamwe; wala watu wengine hawataachiwa mamlaka yake; bali utavunja na kuharibu falme hizi zote, nao utasimama milele na milele."

Hii inaonyesha kuwa Ufalme wa Kristo hautaanguka kamwe.

4. Warithi wa Ufalme wa Milele

(i) Waumini Wameshaanza Kuingia Katika Ufalme wa Kristo

Katika **Luka 17:20-21**, Yesu alisema:

"Ufalme wa Mungu hauji kwa kuangaliwa; wala hawatasema, Tazama, upo hapa! Au, uko kule! Kwa maana, tazama, ufalme wa Mungu umo ndani yenu."

Waumini wameanza kushiriki katika Ufalme wa Mungu kwa njia ya wokovu wao ndani ya Kristo.

(ii) Waumini Watatawala Pamoja na Kristo

Katika **2 Timotheo 2:12**, maandiko yanasema:

"Tukistahimili, tutamiliki pamoja naye; tukimkana yeye, yeye naye atatukana sisi."

Waumini watashiriki katika utawala wa Kristo milele.

(iii) Waumini Watapokea Tuzo Katika Ufalme

Katika **Mathayo 5:10**, Yesu alisema:

"Heri wenye kuudhiwa kwa ajili ya haki; maana ufalme wa mbinguni ni wao."

Hii inaonyesha kuwa waumini watapokea thawabu kwa uvumilivu wao katika Ufalme wa Mungu.

---

5. Upendo wa Kristo Kama Msingi wa Ufalme wa Milele

Kristo alikufa, akafufuka, na atarudi ili kuhakikisha kwamba wale wanaomwamini wataishi naye milele katika Ufalme wake.

Kristo:

1. Alitangaza Ufalme wake duniani (Marko 1:14-15).
2. Alikufa ili kuleta watu wake katika Ufalme wake (Wakolosai 1:13-14).
3. Atarudi ili kutawala milele (Ufunuo 11:15).
4. Atawashirikisha waumini katika utawala wake wa milele (2 Timotheo 2:12).

Kwa hiyo, Ufalme wa Kristo ni hakikisho la upendo wake kwa wale waliomwamini, na tutatawala naye milele!

UPENDO WA KRISTO NA KARAMU YA ARUSI YA MWANA-KONDOO

Katika Biblia, ndoa ni picha yenye nguvu ya uhusiano wa Kristo na Kanisa lake. Katika Agano Jipya, Kristo anafafanuliwa kuwa

Bwana-arusi na Kanisa lake linafananishwa na bibi-arusi wake. Hii inaonyesha upendo wa kipekee wa Kristo kwa waumini wake, ambapo atakuja kuwachukua kwa sherehe ya milele inayoitwa **Karamu ya Arusi ya Mwana-Kondoo**. Katika **Ufunuo 19:7-9**, maandiko yanasema:

"Na tufurahi, tukashangilie, tukampe utukufu wake, kwa maana arusi ya Mwana-Kondoo imekuja, na mkewe amejiweka tayari. Naye amepewa kuvikwa kitani nzuri, ing'arayo, safi; kwa maana kitani nzuri hiyo ni matendo ya haki ya watakatifu. Akaniambia, Andika, Heri wale walioalikwa karamuni kwa arusi ya Mwana-Kondoo. Akaniambia, Haya ndiyo maneno ya kweli ya Mungu."

Hii inaonyesha kuwa upendo wa Kristo kwa Kanisa lake hautaishia tu katika wokovu, bali utatimizwa kwa umoja wa milele katika Ufalme wa Mungu. Katika sura hii, tutachunguza uhusiano kati ya **upendo wa Kristo na Karamu ya Arusi ya Mwana-Kondoo**, tukitumia **Strong's Concordance**, tafsiri za wasomi wa Biblia, na uchambuzi wa **Expositor's Bible Study** ili kuelewa maana na athari za tukio hili kwa waumini wa Kristo.

---

1. Maana ya Karamu ya Arusi ya Mwana-Kondoo Katika Maandiko

Katika Agano Jipya, neno la Kigiriki linalotafsiriwa kama *karamu ya arusi* ni **"gamos" (γάμος)**, ambalo linapatikana katika **Strong's Concordance (G1062)** likimaanisha "sherehe rasmi ya ndoa au karamu ya harusi."

Katika **Mathayo 22:2**, Yesu alisema:

"Ufalme wa mbinguni umefanana na mfalme aliyemfanyia mwanawe karamu ya arusi."

Hii inaonyesha kuwa Karamu ya Arusi ya Mwana-Kondoo ni mfano wa furaha ya milele inayosubiri wale waliokombolewa na Kristo.

---

2. Upendo wa Kristo Kama Bwana-Arusi wa Kanisa

Yesu Kristo ni Bwana-arusi wa Kanisa lake, ambalo ni bibi-arusi wake.

(i) Kristo Alijitoa Kwa Ajili ya Bibi-Arusi Wake

Katika **Waefeso 5:25-27**, Paulo anaandika:

"Enyi waume, wapendeni wake zenu, kama Kristo naye alivyolipenda kanisa, akajitoa kwa ajili yake; ili makusudi alitakase, akilisafisha kwa maji katika neno, apate kujiletea kanisa tukufu, lisilo na waa wala kunyanzi, wala lo lote kama hayo; bali liwe takatifu lisilo na mawaa."

Hii inaonyesha kuwa upendo wa Kristo kwa Kanisa lake ni upendo wa kujitoa, sawa na upendo wa mume kwa mke wake.

(ii) Kristo Anatayarisha Bibi-Arusi Wake kwa Karamu

Katika **Ufunuo 19:7**, maandiko yanasema:

"Kwa maana arusi ya Mwana-Kondoo imekuja, na mkewe amejiweka tayari."

Hii inaonyesha kuwa waumini wanapaswa kujiandaa kwa ajili ya tukio hili takatifu.

3. Karamu ya Arusi ya Mwana-Kondoo Kama Utimilifu wa Ufalme wa Kristo

Karamu ya Arusi ya Mwana-Kondoo itakuwa sehemu ya utawala wa milele wa Kristo.

(i) Watakaoshiriki Karamu ya Arusi ni Waliokombolewa Pekee

Katika **Mathayo 25:1-13**, Yesu anatoa mfano wa wanawali kumi:

"Ndipo ufalme wa mbinguni utakapofanana na wanawali kumi, waliotwaa taa zao, wakatoka kwenda kumlaki bwana-arusi."

Ni wale waliokuwa tayari pekee ndio walioruhusiwa kuingia katika karamu.

(ii) Wale Walioalikwa Katika Karamu Wana Baraka Kuu

Katika **Ufunuo 19:9**, maandiko yanasema:

"Heri wale walioalikwa karamuni kwa arusi ya Mwana-Kondoo."

Hii inaonyesha kuwa wale walioitwa kushiriki karamu ya arusi watakuwa na furaha ya milele.

4. Karamu ya Arusi ya Mwana-Kondoo na Majukumu ya Waumini

Waumini wanapaswa kujiandaa kwa ajili ya siku hiyo.

(i) Waumini Wanapaswa Kujiweka Safi

Katika **2 Wakorintho 11:2**, Paulo anaandika:

"Maana nawaonea wivu wa kimungu, kwa kuwa nimewaposea mume mmoja, ili nimleteeni Kristo bikira safi."

Hii inaonyesha kuwa waumini wanapaswa kuishi maisha ya utakatifu wakisubiri kurudi kwa Kristo.

(ii) Waumini Wanapaswa Kuwa Wenye Bidii Katika Matendo ya Haki

Katika **Ufunuo 19:8**, maandiko yanasema:

"Naye amepewa kuvikwa kitani nzuri, ing'arayo, safi; kwa maana kitani nzuri hiyo ni matendo ya haki ya watakatifu."

Waumini wanapaswa kuishi maisha yanayoakisi matendo ya haki yanayompendeza Mungu.

---

5. Tafsiri za Wasomi wa Biblia Kuhusu Karamu ya Arusi ya Mwana-Kondoo

(i) Augustine wa Hippo (354-430 AD)

Augustine alifundisha kuwa Karamu ya Arusi ya Mwana-Kondoo ni kilele cha mpango wa wokovu wa Mungu:

"Kanisa ni bibi-arusi wa Kristo, aliyenunuliwa kwa damu yake na anayesubiri furaha ya milele katika umoja wa kimungu."

(ii) John Calvin (1509-1564 AD)

Calvin alieleza kuwa Karamu ya Arusi ya Mwana-Kondoo ni mialiko ya neema ya Mungu kwa wale waliomwamini Kristo:

"Wokovu ni mwaliko wa neema ya Mungu, lakini ni wale waliotayarishwa pekee ndio watakaoshiriki furaha ya milele."

(iii) Charles Spurgeon (1834-1892 AD)

Spurgeon alifundisha kuwa Karamu ya Arusi ya Mwana-Kondoo ni tumaini kuu la kila mwamini:

"Siku moja tutakaa katika meza ya Mwana-Kondoo, tukishiriki furaha ya milele, tukiwa na Yeye aliye Mwokozi wetu wa milele."

---

6. Upendo wa Kristo Kama Msingi wa Karamu ya Arusi ya Mwana-Kondoo

Karamu ya Arusi ya Mwana-Kondoo ni tukio la milele ambalo linahakikisha umoja wa waumini na Kristo milele.

Kristo:

1. Ndiye Bwana-arusi wa Kanisa lake (Waefeso 5:25-27).

2. Analiandaa Kanisa lake kwa ajili ya Karamu ya Arusi (Ufunuo 19:7).

3. Atarudi kuchukua bibi-arusi wake (Mathayo 25:1-13).

4. Watakaoshiriki ni wale waliotunza uaminifu wao katika Kristo (2 Wakorintho 11:2).

Kwa hiyo, Karamu ya Arusi ya Mwana-Kondoo ni hakikisho la upendo wa Kristo kwa wale waliokombolewa, na tutashiriki furaha hii ya milele pamoja naye!

UPENDO WA KRISTO NA YERUSALEMU MPYA

Yerusalemu Mpya ni sehemu ya ahadi kuu ya Mungu kwa waumini wake, inayoonyesha mpango wake wa milele wa upendo na wokovu. Jiji hili takatifu, ambalo litaonekana baada ya uumbaji mpya wa mbingu na dunia, ni mahali ambapo Mungu atakaa na watu wake milele. Katika **Ufunuo 21:2-3**, maandiko yanasema:

"Nami nikaona mji mtakatifu, Yerusalemu mpya, ukishuka kutoka mbinguni kwa Mungu, ukiwa umeandaliwa kama bibi-arusi aliyekwisha kupambwa kwa mumewe. Nikasikia sauti kuu kutoka katika kile kiti cha enzi ikisema, 'Tazama, maskani ya Mungu ni pamoja na wanadamu, naye atafanya maskani yake pamoja nao, nao watakuwa watu wake, naye Mungu mwenyewe atakuwa pamoja nao, na kuwa Mungu wao.'"

Aya hii inaonyesha kuwa Yerusalemu Mpya ni kilele cha mpango wa Mungu kwa wanadamu, ambapo waumini wataishi pamoja na Mungu katika utukufu wa milele. Katika sura hii, tutachunguza uhusiano kati ya **upendo wa Kristo na Yerusalemu Mpya**, tukitumia **Strong's Concordance**, tafsiri za wasomi wa Biblia, na uchambuzi wa **Expositor's Bible Study** ili kuelewa maana na umuhimu wa jiji hili takatifu kwa waumini wa Kristo.

---

1. Maana ya Yerusalemu Mpya Katika Maandiko

Katika Agano Jipya, neno la Kigiriki linalotafsiriwa kama *Yerusalemu Mpya* ni **"Kainē Ierousalēm" (Καινή Ἰερουσαλήμ)**, ambalo linapatikana katika **Strong's Concordance (G2537 kwa**

"kainē" – mpya, G2419 kwa "Ierousalēm" – Yerusalemu) likimaanisha "mji mtakatifu wa Mungu wa milele."

Katika **Waebrania 11:10**, tunasoma kuhusu tumaini la Ibrahimu:

"Maana alikuwa akiutazamia mji wenye misingi, ambao mwenye kuubuni na kuujenga ni Mungu."

Hii inaonyesha kuwa Yerusalemu Mpya ni sehemu iliyoundwa na Mungu kwa waumini wake kama makao yao ya milele.

2. Upendo wa Kristo Kama Chanzo cha Yerusalemu Mpya

Yesu Kristo, kwa upendo wake mkuu, amewaandalia waumini wake makao katika Yerusalemu Mpya.

(i) Kristo Amewaandalia Waumini Mahali Hapo

Katika **Yohana 14:2-3**, Yesu alisema:

"Nyumbani mwa Baba yangu mna makao mengi; kama sivyo, ningaliwaambia; maana naenda kuwaandalia mahali. Basi mimi nikienda na kuwaandalia mahali, nitakuja tena niwakaribishe kwangu; ili nilipo mimi, nanyi muwepo."

Hii inaonyesha kuwa upendo wa Kristo kwa waumini wake unahakikisha kwamba wanayo sehemu ya milele katika Ufalme wa Mungu.

(ii) Kristo Ndiye Msingi wa Yerusalemu Mpya

Katika **1 Petro 2:6**, maandiko yanasema:

"Kwa maana imeandikwa katika maandiko, 'Tazama, naweka katika Sayuni jiwe kuu la pembeni, la thamani, na kila amwaminiye hatatahayarika.'"

Yesu Kristo ndiye jiwe kuu la msingi la jiji hili takatifu, linalotegemea upendo wake wa milele.

3. Sifa za Yerusalemu Mpya

Yerusalemu Mpya ni tofauti kabisa na miji ya duniani.

(i) Itakuwa Mahali pa Utakatifu na Utukufu

Katika **Ufunuo 21:10-11**, maandiko yanasema:

"Akanichukua katika Roho mpaka mlima mkubwa, mrefu, akanionyesha ule mji mtakatifu Yerusalemu, ukishuka kutoka mbinguni kwa Mungu, wenye utukufu wa Mungu; na mwanga wake

ulikuwa kama jiwe la thamani mno, kama jiwe la yaspi, linga'alo kama bilauri."

Hii inaonyesha kuwa jiji hili litaangaza kwa utukufu wa Mungu.

(ii) Hakutakuwa na Dhambi, Mauti, wala Maumivu

Katika **Ufunuo 21:4**, maandiko yanasema:

"Naye atafuta kila chozi katika macho yao; wala mauti haitakuwapo tena; wala maombolezo, wala kilio, wala maumivu hayatakuwapo tena; kwa kuwa mambo ya kwanza yamekwisha kupita."

Hii inaonyesha kuwa Yerusalemu Mpya ni mahali pa amani ya milele.

(iii) Hakutakuwa na Usiku Wala Giza

Katika **Ufunuo 21:23-25**, maandiko yanasema:

"Na mji ule hauhitaji jua wala mwezi kuuangazia, kwa maana utukufu wa Mungu huutia nuru, na taa yake ni Mwana-Kondoo. Na mataifa watatembea katika nuru yake. Na wafalme wa dunia wataleta utukufu wao ndani yake. Na malango yake hayatapigwa kabisa mchana; kwa maana humo hamtakuwa na usiku."

Hii inaonyesha kuwa Yerusalemu Mpya itakuwa na mwanga wa milele unaotoka kwa Mungu mwenyewe.

---

4. Warithi wa Yerusalemu Mpya

(i) Ni Wale Waliookolewa Pekee

Katika **Ufunuo 21:27**, maandiko yanasema:

"Na ndani yake hakitaingia kamwe kitu cho chote kilicho kichafu, wala mtu afanyaye machukizo na uongo; bali wale walioandikwa katika kitabu cha uzima cha Mwana-Kondoo."

Hii inaonyesha kuwa ni wale waliokombolewa na damu ya Kristo pekee watakaoingia humo.

(ii) Watakaoshiriki Wana Baraka Kuu

Katika **Ufunuo 22:14**, maandiko yanasema:

"Heri wazifuao nguo zao, wawe na amri kuuendea huo mti wa uzima, na kuingia mjini kwa milango yake."

Hii inaonyesha kuwa wale waliotunza uaminifu wao kwa Kristo watarithi baraka za Yerusalemu Mpya.

---

5. Tafsiri za Wasomi wa Biblia Kuhusu Yerusalemu Mpya

(i) Augustine wa Hippo (354-430 AD)

Augustine alifundisha kuwa Yerusalemu Mpya ni mwili wa Kristo na Kanisa lake lililokombolewa:

"Jiji la Mungu ni maskani ya milele ya wale waliokombolewa, ambapo Mungu atakuwa pamoja na watu wake milele."

(ii) John Calvin (1509-1564 AD)

Calvin alieleza kuwa Yerusalemu Mpya ni ahadi ya mwisho ya Mungu kwa waumini wake:

"Yerusalemu Mpya ni mji wa milele ambapo haki, amani, na utukufu wa Mungu vitatawala milele."

(iii) Charles Spurgeon (1834-1892 AD)

Spurgeon alifundisha kuwa Yerusalemu Mpya ni tumaini la mwisho la kila mwamini:

"Hakuna kitu kinachoweza kulinganishwa na uzuri wa Yerusalemu Mpya, ambapo furaha ya milele inasubiri wale waliomwamini Kristo."

---

6. Upendo wa Kristo Kama Msingi wa Yerusalemu Mpya

Yerusalemu Mpya ni hakikisho la upendo wa milele wa Kristo kwa wale waliokombolewa.

Kristo:

1. Amewaandalia waumini wake makao huko (Yohana 14:2-3).
2. Ndiye msingi wa jiji hilo (1 Petro 2:6).
3. Atatawala humo milele (Ufunuo 21:23-25).
4. Wale waliokombolewa wataishi naye milele (Ufunuo 21:27).

Kwa hiyo, Yerusalemu Mpya ni hakikisho la upendo wa Kristo, ambapo waumini wake wataishi katika utukufu wa milele!

UPENDO WA KRISTO NA KITI CHA ENZI CHA MUNGU

Kiti cha enzi cha Mungu ni mahali pa mamlaka, haki, na utawala wa milele wa Mungu. Katika Maandiko, Yesu Kristo anahusiana moja kwa moja na kiti hiki cha enzi, kwa kuwa yeye ni Mwana wa Mungu aliyeketi upande wa kuume wa Baba, akitawala kwa upendo na haki. Katika **Ufunuo 22:1-3**, maandiko yanasema:

"Akanionyesha mto wa maji ya uzima, wenye kung'aa kama bilauri, ukitoka katika kiti cha enzi cha Mungu na cha Mwana-Kondoo. Katika njia kuu yake, na huku na huko wa huo mto, ulikuwapo mti wa uzima, uzaao matunda mara kumi na mbili, kila mwezi ukitoa matunda yake; na majani ya mti huo ni kwa kuwaponya mataifa. Wala hapatakuwa na laana yo yote tena; na kiti cha enzi cha Mungu na cha Mwana-Kondoo kitakuwamo ndani yake, na watumwa wake watamtumikia."

Aya hii inaonyesha kuwa kiti cha enzi cha Mungu na cha Kristo ni mahali pa utawala wa milele ambapo haki, neema, na upendo wa Mungu vitadumu milele. Katika sura hii, tutachunguza **uhusiano kati ya upendo wa Kristo na Kiti cha Enzi cha Mungu**, tukitumia **Strong's Concordance**, tafsiri za wasomi wa Biblia, na uchambuzi wa **Expositor's Bible Study** ili kuelewa maana na athari za kiti hiki cha enzi kwa waumini wa Kristo.

---

1. Maana ya Kiti cha Enzi cha Mungu Katika Maandiko

Katika Agano Jipya, neno la Kigiriki linalotafsiriwa kama *kiti cha enzi* ni **"thronos" (θρόνος)**, ambalo linapatikana katika **Strong's Concordance (G2362)** likimaanisha "kiti cha kifalme cha utawala au mamlaka ya juu kabisa."

Katika **Isaya 6:1**, maandiko yanasema:

"Mwaka ule ambao mfalme Uzia alikufa nalimwona Bwana ameketi juu ya kiti cha enzi kilicho juu sana, na cha kutukuka; na pindo la vazi lake lilijaza hekalu."

Hii inaonyesha kuwa kiti cha enzi cha Mungu ni mahali pa utawala wake wa milele, ambacho kinatawaliwa na utakatifu na utukufu wa Mungu.

---

2. Upendo wa Kristo Kama Mfalme wa Kiti cha Enzi cha Mungu

Yesu Kristo, kwa upendo wake mkuu, ameketi katika kiti cha enzi pamoja na Baba.

(i) Kristo Amepewa Mamlaka ya Kiti cha Enzi cha Milele

Katika **Waebrania 1:8**, maandiko yanasema:

"Lakini kwa habari za Mwana asema, Kiti chako cha enzi, Mungu, ni cha milele na milele; Na fimbo ya ufalme wako ni fimbo ya adili."

Hii inaonyesha kuwa Yesu Kristo ni Mfalme wa milele anayeketi katika kiti cha enzi cha Mungu kwa haki.

(ii) Kristo Aliketi Katika Kiti cha Enzi Baada ya Kufanikisha Wokovu

Katika **Waebrania 12:2**, Paulo anaandika:

"Tukimtazama Yesu, mwenye kuanzisha na mwenye kutimiza imani yetu; ambaye kwa ajili ya furaha iliyowekwa mbele yake alistahimili msalaba, na kuidharau aibu, naye ameketi mkono wa kuume wa kiti cha enzi cha Mungu."

Yesu Kristo, kwa upendo wake, alistahimili mateso na msalaba ili kuleta wokovu kwa wanadamu, na sasa ameketi katika utawala wa milele.

(iii) Kristo Atatawala Juu ya Mataifa Yote kutoka Kiti cha Enzi

Katika **Ufunuo 3:21**, Yesu alisema:

"Yeye ashindaye, nitampa kuketi pamoja nami katika kiti changu cha enzi, kama mimi nilivyoshinda nikaketi pamoja na Baba yangu katika kiti chake cha enzi."

Hii inaonyesha kuwa wale wanaoshinda kwa imani watashiriki utawala wa Kristo katika kiti cha enzi cha Mungu.

3. Kiti cha Enzi cha Kristo Kama Chanzo cha Neema na Rehema

Kiti cha enzi cha Kristo si mahali pa hofu kwa waumini, bali ni mahali pa neema na rehema.

(i) Waumini Wanapata Neema na Rehema Kutoka Kiti cha Enzi

Katika **Waebrania 4:16**, maandiko yanasema:

"Basi na tukikaribie kiti cha neema kwa ujasiri, ili tupewe rehema na kupata neema ya kusaidia wakati wa mahitaji."

Hii inaonyesha kuwa waumini wanapaswa kumkaribia Mungu kwa ujasiri, kwa kuwa kiti chake cha enzi ni chanzo cha neema.

(ii) Kiti cha Enzi Ni Mahali pa Maombezi ya Kristo Kwa Waumini

Katika **Warumi 8:34**, Paulo anaandika:

"Ni nani atakayewahukumu? Kristo Yesu ndiye aliyekufa; naam, zaidi ya hayo, amefufuka katika wafu, naye ameketi mkono wa kuume wa Mungu, naye ndiye anayetuombea."

Yesu Kristo anafanya maombezi kwa waumini wake kutoka kiti cha enzi cha Baba.

---

4. Kiti cha Enzi cha Mungu na Hukumu ya Mwisho

Wakati wa hukumu ya mwisho, Kristo ataketi katika kiti cha enzi kwa haki na kweli.

(i) Kristo Atahukumu Ulimwengu Kwa Haki

Katika **Ufunuo 20:11-12**, maandiko yanasema:

"Kisha nikaona kiti cha enzi kikubwa cheupe, na yeye aketiye juu yake; ambaye nchi na mbingu vikaukimbia uso wake, wala hapakuonekana mahali pao. Nikawaona wafu, wakubwa kwa wadogo, wamesimama mbele ya kile kiti cha enzi, na vitabu vikafunuliwa; na kitabu kingine kikafunuliwa, ambacho ni cha uzima; na hao wafu wakahukumiwa katika hayo mambo yaliyoandikwa katika vile vitabu, kwa kadiri ya matendo yao."

Hii inaonyesha kuwa kiti cha enzi cha Mungu pia ni mahali pa hukumu ya mwisho kwa wanadamu wote.

(ii) Kristo Ndiye Hakimu Mkuu wa Kiti cha Enzi

Katika **Matendo 17:31**, maandiko yanasema:

"Kwa sababu ameweka siku atakayowahukumu watu wa ulimwengu kwa haki, kwa mtu yule aliyemweka rasmi; naye amewapa watu wote hakikisho ya haya kwa kumfufua kutoka kwa wafu."

Yesu Kristo ndiye atakayetekeleza hukumu ya haki kwa ulimwengu mzima.

---

5. Tafsiri za Wasomi wa Biblia Kuhusu Kiti cha Enzi cha Mungu

(i) Augustine wa Hippo (354-430 AD)

Augustine alifundisha kuwa kiti cha enzi cha Mungu ni mahali pa utawala wa haki na neema:

"Katika kiti cha enzi cha Mungu, upendo na haki hukutana ili kumwokoa mwanadamu na kumhukumu mwenye dhambi."

(ii) John Calvin (1509-1564 AD)

Calvin alieleza kuwa kiti cha enzi cha Mungu ni chanzo cha mamlaka yote:

"Hakuna mamlaka inayozidi kiti cha enzi cha Mungu, ambapo Kristo anatawala milele."

(iii) Charles Spurgeon (1834-1892 AD)

Spurgeon alifundisha kuwa kiti cha enzi cha Mungu ni mahali pa rehema kwa waumini:

"Katika kiti cha enzi cha Mungu, waumini wanapata tumaini, rehema, na wokovu wa milele."

---

6. Upendo wa Kristo Kama Msingi wa Kiti cha Enzi cha Mungu

Kristo ameketi katika kiti cha enzi ili kuhakikisha kuwa waumini wake wanapata neema, wokovu, na hukumu ya haki.

Kristo:

1. Ameketi katika kiti cha enzi cha milele (Waebrania 1:8).
2. Anatenda maombezi kwa waumini wake (Warumi 8:34).
3. Atahukumu ulimwengu kwa haki (Ufunuo 20:11-12).

Kwa hiyo, kiti cha enzi cha Mungu ni hakikisho la upendo wa Kristo kwa wale waliokombolewa, na tutatawala naye milele!

SURA YA 02

Misingi Ya Kibiblia Ya Upendo Wa Kristo

Upendo wa Kristo Katika Agano la Kale

Utangulizi

Ingawa Kristo alifunuliwa waziwazi katika Agano Jipya, upendo wake ulikuwa tayari umedokezwa katika Agano la Kale kupitia mifano, unabii, na ishara mbalimbali. Mungu aliweka msingi wa upendo wa Kristo kupitia ahadi za wokovu, dhabihu za Agano la Kale, unabii wa Masihi, na rehema zake kwa Israeli. Katika sura hii, tutachunguza jinsi upendo wa Kristo ulivyotangazwa na kudokezwa katika Agano la Kale, tukitumia **Strong's Concordance**, tafsiri za wasomi wa Biblia, na uchambuzi wa **Expositor's Bible Study** ili kuelewa jinsi upendo wa Kristo ulivyoonekana hata kabla ya ujio wake wa kimwili.

1. Ahadi ya Wokovu Kama Udhihirisho wa Upendo wa Kristo

Mungu alitangaza mpango wa wokovu wa wanadamu mara tu baada ya anguko la Adamu na Hawa.

(i) Ahadi ya Mwanzo wa Mkombozi

Katika **Mwanzo 3:15**, Mungu alitoa ahadi ya kwanza ya Masihi:

"Nami nitaweka uadui kati yako na huyo mwanamke, na kati ya uzao wako na uzao wake; huo utakuponda kichwa, na wewe utamponda kisigino."

Katika **Strong's Concordance (H2233)**, neno *uzao* linamaanisha "mzao wa mwanamke," likirejelea Yesu Kristo, ambaye angekuja kuharibu kazi za Shetani. Hii ilikuwa ishara ya upendo wa Mungu kwa wanadamu, akiahidi ukombozi wa dhambi kupitia Masihi.

(ii) Agano la Ibrahimu: Ahadi ya Baraka kwa Mataifa Yote

Katika **Mwanzo 22:18**, Mungu alimwahidi Ibrahimu:

"Na katika uzao wako mataifa yote ya dunia watabarikiwa; kwa sababu umeitii sauti yangu."

Katika **Wagalatia 3:16**, Paulo anafafanua kuwa "uzao" unaozungumziwa hapa ni Kristo. Kwa hiyo, kupitia Ibrahimu, upendo wa Kristo ulidokezwa kuwa utapatikana kwa watu wa mataifa yote.

---

2. Dhabihu za Agano la Kale Kama Kivuli cha Upendo wa Kristo

Mifumo ya dhabihu katika Agano la Kale ilionyesha upendo wa Mungu na ilitabiri sadaka ya Yesu Kristo msalabani.

(i) Sadaka ya Isaka: Mfano wa Sadaka ya Kristo

Katika **Mwanzo 22:2**, Mungu alimwambia Ibrahimu:

"Umchukue mwanao, mwana wako wa pekee, umpendaye, Isaka, ukaende katika nchi ya Moriah, ukamtoe huko awe sadaka ya kuteketezwa juu ya mlima nitakaokuonyesha."

Katika **Waebrania 11:17-19**, tunajifunza kuwa Ibrahimu alitoa Isaka kwa imani, akiamini kwamba Mungu anaweza kumfufua. Hii ilitabiri upendo wa Mungu kwa kutoa Mwana wake wa pekee, Yesu Kristo, kuwa sadaka kwa ajili ya wanadamu.

(ii) Pasaka ya Waisraeli: Ishara ya Damu ya Kristo

Katika **Kutoka 12:13**, Mungu aliwaambia Waisraeli:

"Na ile damu itakuwa ishara kwenu katika zile nyumba mtakazokuwamo; nami nitakapoiona damu nitapita juu yenu, wala haitakuwa kwenu tauni ya kuharibu nitakapopiga nchi ya Misri."

Hii ilikuwa ishara ya upendo wa Kristo, kwani katika **1 Wakorintho 5:7**, Paulo anasema:

"Kwa maana pasaka wetu amekwisha kutolewa, yaani, Kristo."

Damu ya mwanakondoo wa Pasaka iliwakilisha damu ya Kristo, ambayo ingeokoa waumini kutoka kwa ghadhabu ya Mungu.

---

3. Manabii wa Agano la Kale na Unabii wa Masihi

Manabii wa Agano la Kale walitabiri ujio wa Kristo na upendo wake wa milele.

(i) Isaya: Masihi Atateseka kwa Ajili Yetu

Katika **Isaya 53:4-5**, maandiko yanasema:

"Hakika ameyachukua masikitiko yetu, amejitwika huzuni zetu; lakini tulimdhania ya kuwa amepigwa, amepigwa na Mungu, na kuteswa. Bali alijeruhiwa kwa makosa yetu, alichubuliwa kwa maovu yetu; adhabu ya amani yetu ilikuwa juu yake, na kwa kupigwa kwake sisi tumepona."

Katika **Strong's Concordance (H5315)**, neno *masikitiko* linamaanisha "maumivu na dhambi zetu," likionyesha kuwa Kristo angechukua dhambi za ulimwengu kwa upendo wake mkuu.

(ii) Yeremia: Agano Jipya Katika Kristo

Katika **Yeremia 31:31-33**, Mungu alisema:

"Angalia, siku zinakuja, asema Bwana, nitakapofanya agano jipya na nyumba ya Israeli, na nyumba ya Yuda... nitatia sheria yangu ndani yao, nami nitaandika katika mioyo yao; nami nitakuwa Mungu wao, nao watakuwa watu wangu."

Hii ilikuwa ahadi ya upendo wa Mungu kupitia Kristo, ambaye ndiye mpatanishi wa Agano Jipya (**Waebrania 8:6-7**).

4. Upendo wa Kristo Katika Huruma ya Mungu kwa Israeli

(i) Mungu Alivumilia Israeli Kwa Rehema

Katika **Hosea 11:1-4**, Mungu alisema:

"Nilimpenda Israeli tangu utoto wake, nikamwita mwanangu kutoka Misri... Nikamfundisha Efraimu kwenda, nikawachukua mikononi mwangu; lakini hawakujua ya kuwa naliwaponya."

Mungu aliwapenda Waisraeli kwa uvumilivu, hali inayodhihirika katika upendo wa Kristo kwa wanadamu wote.

(ii) Ahadi ya Masihi Kama Mchungaji Mwema

Katika **Ezekieli 34:23**, Mungu alisema:

"Nami nitawasimamishia mchungaji mmoja, atakayewalisha, naye atawalisha, naam, mtumishi wangu Daudi; yeye atawalisha, naye atakuwa mchungaji wao."

Yesu alitaja unabii huu aliposema:

"Mimi ndimi mchungaji mwema. Mchungaji mwema huutoa uhai wake kwa ajili ya kondoo." (**Yohana 10:11**).

5. Tafsiri za Wasomi wa Biblia Kuhusu Upendo wa Kristo Katika Agano la Kale

(i) Augustine wa Hippo (354-430 AD)

Augustine alifundisha kuwa Agano la Kale lilitabiri upendo wa Kristo:

"Kristo hakuwa tu katika Agano Jipya; alihubiriwa na manabii, alionekana katika mifano, na alikuwa msingi wa wokovu tangu mwanzo."

(ii) John Calvin (1509-1564 AD)

Calvin alieleza kuwa Agano la Kale lilikuwa kivuli cha upendo wa Kristo:

"Mungu aliandaa mioyo ya wanadamu kuelewa upendo wake kupitia sheria na unabii wa Agano la Kale."

---

6. Upendo wa Kristo Katika Historia ya Ukombozi

1. Ahadi ya Masihi ilitangazwa tangu mwanzo (**Mwanzo 3:15**).
2. Dhabihu za Agano la Kale zilikuwa kivuli cha sadaka ya Kristo (**Kutoka 12:13**).
3. Manabii walitabiri upendo wa Kristo na mateso yake kwa ajili yetu (**Isaya 53:4-5**).
4. Mungu alionyesha rehema kwa Israeli kama kielelezo cha upendo wa Kristo (**Hosea 11:1-4**).

Kwa hiyo, ingawa Kristo alifunuliwa kikamilifu katika Agano Jipya, upendo wake ulidhihirika tangu mwanzo wa historia ya wanadamu!

UPENDO WA KRISTO KATIKA AGANO LA KALE

Agano la Mungu na Israeli: Upendo Wake Usioyumba (Kumbukumbu la Torati 7:7-8)

Agano la Mungu na Israeli lilikuwa dhihirisho la upendo wake wa milele kwa watu wake. Ingawa Kristo alifunuliwa kikamilifu katika Agano Jipya, upendo wake kwa Israeli na kwa wanadamu wote ulikuwa tayari unadhihirika katika Agano la Kale kupitia agano ambalo Mungu alifanya na Israeli. Katika **Kumbukumbu la Torati 7:7-8**, maandiko yanasema:

"Bwana hakuwapenda ninyi, wala hakuwachagua ninyi, kwa kuwa mlikuwa wengi kuliko watu wote, maana ninyi mlikuwa

wachache kuliko watu wote; lakini kwa sababu Bwana aliwapenda, na kwa sababu aliweka ile kiapo alichowaapia baba zenu, ndiyo sababu Bwana akawatoa kwa mkono wa nguvu, akawakomboa katika nyumba ya utumwa, katika mkono wa Farao, mfalme wa Misri."

Aya hii inaonyesha kuwa upendo wa Mungu kwa Israeli haukutegemea uwezo wao, utakatifu wao, au idadi yao, bali ni kutokana na uaminifu wake kwa agano lake. Huu ni mfano wa upendo wa Kristo kwa Kanisa lake, ambalo limechaguliwa na Mungu si kwa matendo yao, bali kwa neema yake. Katika sura hii, tutachunguza uhusiano kati ya **upendo wa Mungu kwa Israeli na upendo wa Kristo kwa wanadamu wote**, tukitumia **Strong's Concordance**, tafsiri za wasomi wa Biblia, na uchambuzi wa **Expositor's Bible Study** ili kuelewa jinsi agano la Israeli lilivyotabiri upendo wa Kristo.

---

1. Maana ya Agano la Mungu na Israeli

Katika Biblia, neno la Kiebrania linalotafsiriwa kama *agano* ni **"berith"** (**בְּרִית**), ambalo linapatikana katika **Strong's Concordance (H1285)** likimaanisha "mkataba wa kiungu, ahadi rasmi, au mapatano kati ya Mungu na wanadamu."

Katika **Kutoka 19:5-6**, Mungu alisema:

"Basi sasa, ikiwa mtaitii sauti yangu kweli, na kulishika agano langu, hapo ndipo mtakapokuwa tunu kwangu kuliko makabila yote ya watu; maana dunia yote ni mali yangu; nanyi mtakuwa kwangu ufalme wa makuhani, na taifa takatifu."

Hii inaonyesha kuwa Israeli walichaguliwa kuwa taifa la Mungu si kwa sababu walikuwa bora kuliko wengine, bali kwa sababu ya upendo wake wa kipekee kwao.

---

2. Upendo wa Mungu Kwa Israeli Katika Agano la Kale

Upendo wa Mungu kwa Israeli ulikuwa wa neema na si wa matendo yao.

(i) Mungu Aliwachagua Israeli Kwa Upendo Wake, Siyo Kwa Matendo Yao

Katika **Kumbukumbu la Torati 9:6**, Mungu aliwaambia Israeli:

"Basi ujue ya kuwa si kwa ajili ya haki yako Bwana, Mungu wako, akupaye nchi hii nzuri iwe urithi wako; maana wewe u taifa la shingo ngumu."

Hii inaonyesha kuwa uteuzi wa Israeli haukutegemea matendo yao, bali upendo wa Mungu.

Katika **Strong's Concordance (H157)**, neno *ahav* (אהב) linamaanisha "kupenda kwa undani na uaminifu," likionyesha kuwa upendo wa Mungu kwa Israeli ulikuwa wa milele.

(ii) Mungu Aliwakomboa Israeli Kutoka Misri Kwa Upendo Wake

Katika **Kutoka 6:6**, Mungu alisema:

"Kwa hiyo waambie wana wa Israeli, Mimi ndimi Bwana, nami nitawatoa ninyi mtoke chini ya mizigo ya Wamisri, nami nitawakomboa na kuwatoa katika utumwa wao, nami nitawakomboa kwa mkono ulionyooshwa, na kwa hukumu kubwa."

Mungu aliwaokoa Israeli kwa upendo wake, akiwatoa katika utumwa wa Misri kama kivuli cha ukombozi wa Kristo kwa wanadamu kutoka dhambini.

---

3. Upendo wa Mungu kwa Israeli Kama Kielelezo cha Upendo wa Kristo

Agano la Mungu na Israeli lilikuwa mfano wa agano la Kristo na Kanisa lake.

(i) Agano la Kale Lilitabiri Agano Jipya Katika Kristo

Katika **Yeremia 31:31-33**, Mungu alisema:

"Angalia, siku zinakuja, asema Bwana, nitakapofanya agano jipya na nyumba ya Israeli, na nyumba ya Yuda... nitatia sheria yangu

ndani yao, nami nitaandika katika mioyo yao; nami nitakuwa Mungu wao, nao watakuwa watu wangu."

Agano hili jipya lilitimia katika Kristo, ambaye alikuja kuleta wokovu wa milele kwa wale wote wanaomwamini.

Katika **Luka 22:20**, Yesu alisema:

"Kikombe hiki ni agano jipya katika damu yangu, inayomwagika kwa ajili yenu."

Damu ya Kristo ilileta agano jipya lililotabiriwa katika Agano la Kale, likionyesha kuwa upendo wa Mungu haukuishia Israeli bali ulipanuliwa kwa ulimwengu wote kupitia Kristo.

(ii) Kristo Alikufa Kwa Ajili ya Wale Aliowapenda

Katika **Warumi 5:8**, Paulo anaandika:

"Bali Mungu aonyesha pendo lake mwenyewe kwetu sisi, ya kuwa Kristo alikufa kwa ajili yetu, tulipokuwa tungali wenye dhambi."

Upendo wa Kristo unafanana na upendo wa Mungu kwa Israeli, kwa kuwa wote walipendwa si kwa matendo yao, bali kwa neema ya Mungu.

4. Upendo wa Mungu Ulionekana Katika Kuvumilia Udhaifu wa Israeli

Mungu aliendelea kuwapenda Israeli hata walipomwasi.

(i) Mungu Aliwapenda Israeli Pamoja na Maasi Yao

Katika **Hosea 11:1-4**, Mungu alisema:

"Nilimpenda Israeli tangu utoto wake, nikamwita mwanangu kutoka Misri... Nikamfundisha Efraimu kwenda, nikawachukua mikononi mwangu; lakini hawakujua ya kuwa naliwaponya."

Hii inaonyesha upendo wa Mungu ambao haukubadilika hata Israeli walipomwasi.

(ii) Mungu Alitoa Njia ya Toba na Urejesho

Katika **2 Mambo ya Nyakati 7:14**, Mungu alisema:

"Ikiwa watu wangu, walioitwa kwa jina langu, watanyenyekea, na kuomba, na kunitafuta uso wangu, na kuziacha njia zao mbaya; basi nitasikia kutoka mbinguni, na kuwasamehe dhambi yao, na kuiponya nchi yao."

Hii ni ahadi ya upendo wa Mungu kwamba yuko tayari kuwasamehe na kuwarejesha watu wake.

5. Tafsiri za Wasomi wa Biblia Kuhusu Upendo wa Mungu na Agano la Israeli

(i) Augustine wa Hippo (354-430 AD)

Augustine alifundisha kuwa Agano la Kale lilitabiri upendo wa Kristo:

"Israeli walichaguliwa si kwa haki yao bali kwa neema ya Mungu, kama ishara ya wokovu wa neema katika Kristo."

(ii) John Calvin (1509-1564 AD)

Calvin alieleza kuwa agano la Israeli lilikuwa kivuli cha agano la milele katika Kristo:

"Agano la Israeli lilifundisha umuhimu wa imani katika Mungu, ambayo inapata utimilifu wake katika Kristo."

6. Upendo wa Kristo Katika Agano la Mungu na Israeli

1. Mungu aliwachagua Israeli kwa upendo wake (**Kumbukumbu 7:7-8**).
2. Mungu aliwakomboa kutoka Misri kwa neema (**Kutoka 6:6**).
3. Agano la Kale lilitabiri agano jipya katika Kristo (**Yeremia 31:31-33**).
4. Kristo alikuja kutimiza agano hili kwa damu yake (**Luka 22:20**).

Kwa hiyo, upendo wa Mungu kwa Israeli ni mfano wa upendo wa Kristo kwa Kanisa lake, unaodhihirika katika neema na wokovu wa milele!

Unabii wa Masihi (Isaya 53) – Mtumishi Anayeteseka na Kubeba Dhambi za Wengi

Katika Agano la Kale, Mungu alitabiri ujio wa Masihi ambaye angekufa kwa ajili ya dhambi za wanadamu. Katika sura ya 53 ya kitabu cha Isaya, Masihi anaitwa **"Mtumishi Anayeteseka"**, akielezewa kama yule ambaye atachukua dhambi za watu na kuleta wokovu kwa njia ya mateso yake. Unabii huu ni mojawapo ya dhihirisho kubwa la **upendo wa Kristo**, unaoonyeshwa kwa njia ya mateso na kujitoa kwake kwa ajili ya wanadamu.

Katika **Isaya 53:4-5**, maandiko yanasema:

"Hakika ameyachukua masikitiko yetu, amejitwika huzuni zetu; lakini tulimdhania ya kuwa amepigwa, amepigwa na Mungu, na kuteswa. Bali alijeruhiwa kwa makosa yetu, alichubuliwa kwa maovu yetu; adhabu ya amani yetu ilikuwa juu yake, na kwa kupigwa kwake sisi tumepona."

Katika sura hii, tutachunguza uhusiano kati ya **unabii wa Isaya 53 na upendo wa Kristo**, tukitumia **Strong's Concordance**, tafsiri za wasomi wa Biblia, na uchambuzi wa **Expositor's Bible Study** ili kuelewa jinsi Isaya alivyotabiri mateso ya Kristo na sadaka yake kwa wanadamu.

---

1. Maana ya Mtumishi Anayeteseka Katika Isaya 53

Katika Agano la Kale, neno la Kiebrania linalotafsiriwa kama *mtumishi* ni **"ebed" (עֶבֶד)**, ambalo linapatikana katika **Strong's Concordance (H5650)** likimaanisha "mtu anayejitoa kutii kwa ajili ya huduma kwa mwingine."

Katika **Isaya 52:13**, Mungu anasema:

"Tazama, mtumishi wangu atatenda kwa hekima, atatukuzwa, ndivyo atakavyokwezwa, na kuwekwa juu sana."

Hii inaonyesha kuwa Mtumishi huyu ni wa kipekee; atateseka, lakini mwishowe atatukuzwa.

Katika **Mathayo 20:28**, Yesu alifananisha utume wake na unabii huu kwa kusema:

"Kama vile Mwana wa Adamu asivyokuja kutumikiwa, bali kutumikia, na kutoa nafsi yake kuwa fidia ya wengi."

Kwa hivyo, Isaya 53 ni unabii wa wazi unaomwelezea Yesu Kristo, ambaye alikuja duniani ili kuteseka kwa ajili ya dhambi za wanadamu.

---

2. Masihi Atachukua Dhambi za Wanadamu

Katika **Isaya 53:6**, maandiko yanasema:

"Sisi sote kama kondoo tumepotea; kila mmoja wetu amegeukia njia yake mwenyewe; naye Bwana ameweka juu yake maovu yetu sisi sote."

Katika **Strong's Concordance (H5771)**, neno *maovu* ni **"avon"**, likimaanisha "uasi, dhambi, na hukumu ya dhambi."

Hii inaonyesha kuwa Masihi hatakufa kwa ajili ya makosa yake mwenyewe, bali kwa ajili ya dhambi za wengine.

Katika **2 Wakorintho 5:21**, Paulo anaandika:

"Yeye asiyejua dhambi alimfanya kuwa dhambi kwa ajili yetu, ili sisi tupate kuwa haki ya Mungu katika yeye."

Hii inaonyesha kuwa Yesu alitimiza unabii wa Isaya kwa kuchukua dhambi za wanadamu msalabani.

---

3. Masihi Atateseka Kwa Ajili ya Wokovu wa Wengi

(i) Mateso Yake Yalitabiriwa

Katika **Isaya 53:3**, maandiko yanasema:

"Alidharauliwa na kukataliwa na watu, mtu wa huzuni nyingi, ajuaye sikitiko; na kama mtu ambaye watu humficha nyuso zao, alidharauliwa wala hatukumhesabu kuwa kitu."

Katika **Luka 23:18**, watu walipomkataa Yesu, wakasema:

"Ondoa huyu, utufungulie Baraba!"

Hii inaonyesha kuwa Yesu alidharauliwa na kukataliwa kama ilivyotabiriwa na Isaya.

(ii) Alijeruhiwa Kwa Ajili Yetu

Katika **Isaya 53:5**, maandiko yanasema:

"Bali alijeruhiwa kwa makosa yetu, alichubuliwa kwa maovu yetu; adhabu ya amani yetu ilikuwa juu yake, na kwa kupigwa kwake sisi tumepona."

Katika **Mathayo 27:26**, Pilato alipoamuru Yesu apigwe viboko, alitimiza unabii huu wa Isaya.

Katika **1 Petro 2:24**, Petro anaandika:

"Yeye mwenyewe alizichukua dhambi zetu katika mwili wake juu ya mti, ili kwamba sisi, tukiwa wafu kwa mambo ya dhambi, tupate kuishi kwa ajili ya haki; na kwa kupigwa kwake mliponywa."

Hii inaonyesha kuwa Yesu alikubali mateso kwa hiari yake, akionesha upendo wake mkuu kwa wanadamu.

4. Masihi Atakufa Kwa Ajili ya Wenye Dhambi

Katika **Isaya 53:8**, maandiko yanasema:

"Kwa kuonewa na kuhukumiwa aliondolewa; na katika kizazi chake ni nani aliyefikiri ya kuwa amekatiliwa mbali katika nchi ya walio hai? Alipigwa kwa ajili ya makosa ya watu wangu."

Katika **Luka 23:33**, maandiko yanasema:

"Hata walipofika mahali paitwapo Fuvu la Kichwa, hapo wakamsulibisha, na wale wahalifu, mmoja mkono wake wa kuume, na mmoja mkono wake wa kushoto."

Hii inaonyesha kuwa Yesu alikufa msalabani, akitimiza unabii wa Isaya kwamba Masihi atapigwa kwa ajili ya dhambi za watu wake.

5. Masihi Atazikwa na Kufufuka Kwa Utukufu

Katika **Isaya 53:9**, maandiko yanasema:

"Wakamfanyia kaburi pamoja na wabaya, na pamoja na matajiri katika kufa kwake; ingawa hakutenda jeuri, wala hila haikuwamo kinywani mwake."

Katika **Mathayo 27:57-60**, tunasoma kwamba Yesu alizikwa katika kaburi la Yusufu wa Arimathaya, mtu tajiri, akitimiza unabii huu.

Katika **Isaya 53:10**, maandiko yanasema:

"Lakini ilimpendeza Bwana kumchubua; amemhuzunisha; ukiufanya uhai wake kuwa dhabihu kwa dhambi, ataona uzao wake, ataishi siku nyingi, na mapenzi ya Bwana yatafanikiwa mkononi mwake."

Hii inaonyesha kuwa baada ya kifo chake, Masihi ataona uzao wake, yaani, wale waliokombolewa. Hili lilitimia Yesu alipofufuka na kuleta wokovu wa milele kwa wanadamu (**Mathayo 28:6**).

6. Tafsiri za Wasomi wa Biblia Kuhusu Isaya 53

(i) Augustine wa Hippo (354-430 AD)

Augustine alisema:

"Isaya 53 ni injili katika Agano la Kale, ikifundisha waziwazi kuwa Masihi atateseka kwa ajili ya dhambi za wanadamu."

(ii) John Calvin (1509-1564 AD)

Calvin alisema:

"Hakuna maandiko yanayoeleza upendo wa Kristo wazi kama Isaya 53, ambapo anaonyeshwa kama sadaka ya milele."

7. Isaya 53 Kama Msingi wa Upendo wa Kristo

1. Masihi alitabiriwa kubeba dhambi za wanadamu (**Isaya 53:6**).
2. Masihi aliteseka kwa ajili yetu (**Isaya 53:5**).
3. Masihi alikufa kwa ajili ya dhambi za watu wake (**Isaya 53:8**).
4. Masihi alizikwa na kufufuka kwa utukufu (**Isaya 53:10**).

Kwa hivyo, Isaya 53 ni ushahidi wa upendo wa Kristo, unaodhihirika kwa mateso, kifo, na kufufuka kwake kwa ajili ya wokovu wa wanadamu!

Mfumo wa Dhabihu - Kivuli cha Kazi ya Upatanisho ya Kristo Msalabani (Mambo ya Walawi 16)

Katika Agano la Kale, Mungu aliweka mfumo wa dhabihu kwa Israeli kama njia ya upatanisho wa dhambi. Dhabihu hizi zilihusisha kumwaga damu ya wanyama wasio na doa ili kufunika dhambi za watu. Mfumo huu wa dhabihu haukuwa suluhisho la mwisho, bali ulikuwa **kivuli** cha kazi ya Kristo msalabani. Katika **Mambo ya Walawi 16**, tunaona jinsi Siku ya Upatanisho (*Yom Kippur*) ilivyoonyesha kazi ya Kristo ambaye angekuja kuwa dhabihu ya mwisho kwa ajili ya dhambi za wanadamu.

Katika **Waebrania 9:11-12**, Paulo anaandika kuhusu Kristo kama Kuhani Mkuu wa Agano Jipya:

"Lakini Kristo akiisha kuja, aliye Kuhani Mkuu wa mema yatakayokuwapo, kwa hema iliyo kubwa na kamilifu zaidi, isiyofanyika kwa mikono, maana yake, isiyo ya ulimwengu huu; wala si kwa damu ya mbuzi na ndama, bali kwa damu yake mwenyewe aliingia mara moja tu katika patakatifu, akiisha kupata ukombozi wa milele."

Katika sura hii, tutachunguza jinsi mfumo wa dhabihu katika **Mambo ya Walawi 16** ulivyokuwa mfano wa upendo wa Kristo na kazi yake ya ukombozi kwa wanadamu wote.

---

1. Maana ya Mfumo wa Dhabihu Katika Maandiko

Katika Agano la Kale, neno la Kiebrania linalotafsiriwa kama *dhabihu* ni **"zevach"** (**זֶבַח**), ambalo linapatikana katika **Strong's Concordance (H2077)** likimaanisha "sadaka au kafara inayotolewa kwa Mungu kwa njia ya damu."

Katika **Mambo ya Walawi 17:11**, Mungu alisema:

"Kwa kuwa uhai wa mwili u katika hiyo damu; nami nimewapa hiyo damu juu ya madhabahu, ili kufanya upatanisho kwa ajili ya nafsi zenu; kwa maana ni damu ile ifanyayo upatanisho kwa ajili ya nafsi."

Hii inaonyesha kuwa damu ilikuwa sehemu muhimu ya upatanisho, jambo ambalo lilikamilika kwa damu ya Kristo msalabani.

2. Siku ya Upatanisho: Mfano wa Kazi ya Kristo

Katika **Mambo ya Walawi 16**, tunapata maelezo ya ibada ya **Siku ya Upatanisho** (*Yom Kippur*), ambapo Kuhani Mkuu aliingia Patakatifu pa Patakatifu kwa ajili ya upatanisho wa dhambi za Israeli.

(i) Kuhani Mkuu Akiingia Patakatifu pa Patakatifu

Katika **Mambo ya Walawi 16:3-4**, maandiko yanasema:

"Hili ndilo atakalolileta Haruni aingie katika mahali patakatifu; ndama mume wa sadaka ya dhambi, na kondoo mume wa sadaka ya kuteketezwa. Atajivika lile vazi takatifu la kitani, na kuwa na suruali za kitani mwilini mwake, na atajifunga mshipi wa kitani, na kuivaa kilemba cha kitani; hayo ni mavazi matakatifu; naye atayavaa baada ya kuosha mwili wake majini."

Hii inaonyesha kuwa Kuhani Mkuu alihitaji kuwa safi kabla ya kuingia Patakatifu pa Patakatifu.

Katika **Waebrania 9:24**, Yesu anafananishwa na Kuhani Mkuu:

"Kwa maana Kristo hakuingia katika patakatifu palipofanyika kwa mikono, mfano wa patakatifu halisi; bali aliingia mbinguni penyewe, aonekane sasa mbele za Mungu kwa ajili yetu."

Yesu ni Kuhani Mkuu wetu wa milele, aliyeingia Patakatifu pa Mbinguni kwa ajili ya ukombozi wetu.

(ii) Mbuzi Wawili wa Upatanisho – Kielelezo cha Kristo

Katika **Mambo ya Walawi 16:7-10**, Kuhani Mkuu alichagua mbuzi wawili:

"Naye atawatwaa wale mbuzi wawili, na kuwaweka mbele za Bwana mlangoni pa hema ya kukutania. Na Haruni atapiga kura juu ya wale mbuzi wawili; kura moja kwa ajili ya Bwana, na kura moja kwa ajili ya Azazeli. Na Haruni atamleta yule mbuzi aliyeangukiwa na kura kwa Bwana, na kumtoa awe sadaka ya dhambi. Lakini yule mbuzi aliyeangukiwa na kura kwa Azazeli atasimama akiwa hai mbele za Bwana, ili kumfanyia upatanisho, na kumpeleka jangwani kwa Azazeli."

Hii inaonyesha kuwa mbuzi wa kwanza alichinjwa kwa ajili ya dhambi za watu, wakati wa pili alipelekwa jangwani, akibeba dhambi za Israeli.

Katika **Yohana 1:29**, Yohana Mbatizaji anamtaja Yesu kuwa:

"Tazama, Mwana-Kondoo wa Mungu, aichukuaye dhambi ya ulimwengu!"

Hii inaonyesha kuwa Yesu alitimiza maana ya mbuzi wa upatanisho kwa kubeba dhambi za watu wote.

Katika **2 Wakorintho 5:21**, maandiko yanasema:

"Yeye asiyejua dhambi alimfanya kuwa dhambi kwa ajili yetu, ili sisi tupate kuwa haki ya Mungu katika yeye."

Hii inaonyesha kuwa Kristo alibeba dhambi zetu kama mbuzi wa Azazeli.

3. Damu ya Dhabihu: Kielelezo cha Damu ya Kristo

Katika **Mambo ya Walawi 16:14-15**, Kuhani Mkuu alimwaga damu juu ya kiti cha rehema:

"Kisha atatwaa baadhi ya damu ya huyo ndama, na kuinyunyiza kwa kidole chake juu ya kiti cha rehema upande wa mashariki; na mbele ya kiti cha rehema atainyunyiza hiyo damu kwa kidole chake mara saba."

Katika **Waebrania 9:13-14**, Paulo anaandika:

"Kwa maana ikiwa damu ya mbuzi na ya mafahali, na majivu ya ndama wa kuungua, yawatakasa wenye najisi hata kuwasafisha mwili; basi si zaidi damu yake Kristo, aliyetoa nafsi yake kwa Mungu kuwa sadaka isiyo na mawaa, atawasafisha dhamiri zenu na matendo mafu, mpate kumtumikia Mungu aliye hai?"

Damu ya Kristo ilikuwa dhabihu kamili, ambayo ilitimiza dhabihu zote za Agano la Kale.

4. Kazi ya Kristo Katika Kulinganisha na Mfumo wa Dhabihu

Mfumo wa Dhabihu (Walawi 16)	**Kazi ya Kristo**
Kuhani Mkuu aliingia Patakatifu pa Patakatifu	Yesu aliingia Mbinguni kwa ajili ya upatanisho wetu
Mbuzi mmoja alichinjwa kwa ajili ya dhambi	Yesu alikufa kwa ajili ya dhambi zetu
Mbuzi wa Azazeli alichukuliwa jangwani	Yesu alichukua dhambi zetu na kuziondoa
Damu ilimwagwa juu ya kiti cha rehema	Damu ya Kristo ilimwagwa kwa ajili ya wokovu wa milele

5. Mfumo wa Dhabihu Kama Kivuli cha Upendo wa Kristo

1. **Dhabihu za Agano la Kale zilihitajika kwa upatanisho wa dhambi (Mambo ya Walawi 16:11)**.
2. **Yesu ni Kuhani Mkuu wetu wa milele (Waebrania 9:11-12)**.
3. **Yesu ni Mwana-Kondoo wa Mungu, aichukuaye dhambi ya ulimwengu (Yohana 1:29)**.
4. **Damu ya Kristo ilitimiza mfumo wa dhabihu wa Agano la Kale (Waebrania 9:14)**.

Kwa hivyo, mfumo wa dhabihu katika Agano la Kale ulikuwa **kivuli** cha upendo wa Kristo, uliofikia kilele chake msalabani kwa ajili ya ukombozi wa wanadamu!

UTIMILIFU KATIKA AGANO JIPYA

Katika Agano Jipya, Upendo wa Kristo Umefunuliwa Kikamilifu

Agano la Kale lilitabiri ujio wa Masihi na upendo wake kupitia mifano, unabii, na mfumo wa dhabihu. Hata hivyo, katika Agano Jipya, upendo wa Kristo unafunuliwa kikamilifu kupitia maisha yake, huduma yake, kifo chake msalabani, na ufufuo wake. Katika **Yohana 3:16**, Yesu anatangaza moja ya aya zinazojulikana zaidi kuhusu upendo wa Mungu kwa wanadamu:

"Kwa maana jinsi hii Mungu aliupenda ulimwengu, hata akamtoa Mwana wake wa pekee, ili kila amwaminiye asipotee, bali awe na uzima wa milele."

Aya hii ni kiini cha Injili na inadhihirisha upendo mkuu wa Mungu uliofichika katika Kristo. Katika sura hii, tutachunguza jinsi **Yohana 3:16** inavyotufunulia upendo wa Kristo na utimilifu wa mpango wa Mungu wa wokovu, tukitumia **Strong's Concordance**, tafsiri za wasomi wa Biblia, na uchambuzi wa **Expositor's Bible Study** ili kuelewa maana ya kweli ya upendo wa Kristo kama ulivyofunuliwa katika Agano Jipya.

---

1. Maana ya Upendo wa Mungu Kama Ulivyofunuliwa Katika Yohana 3:16

Katika Agano Jipya, neno la Kigiriki linalotafsiriwa kama *upendo* ni **"agape" (ἀγάπη)**, ambalo linapatikana katika **Strong's Concordance (G26)** likimaanisha "upendo wa kujitoa bila masharti, upendo wa kimungu ambao hauangalii faida binafsi."

Katika **Yohana 3:16**, kuna mambo makuu manne yanayoonyesha utimilifu wa upendo wa Kristo:

(i) "Kwa maana jinsi hii Mungu aliupenda ulimwengu"

Mungu haumpendi mtu mmoja au taifa moja tu, bali ulimwengu mzima. Katika **Warumi 5:8**, Paulo anaandika:

"Bali Mungu aonyesha pendo lake mwenyewe kwetu sisi, ya kuwa Kristo alikufa kwa ajili yetu, tulipokuwa tungali wenye dhambi."

Upendo wa Kristo haukuegemea haki yetu, bali ni tendo la neema na rehema ya Mungu kwa wanadamu wote.

(ii) "Hata akamtoa Mwana wake wa pekee"

Neno "Mwana wa pekee" kwa Kigiriki ni **"monogenēs" (μονογενής)**, ambalo linapatikana katika **Strong's Concordance (G3439)** likimaanisha "wa kipekee, wa pekee, asiyekuwa na mwingine wa aina yake."

Katika **1 Yohana 4:9**, maandiko yanasema:

"Katika hili pendo la Mungu lilidhihirishwa kwetu, kwamba Mungu amemtuma Mwana wake wa pekee ulimwenguni, ili tupate kuishi kwa yeye."

Hii inaonyesha kuwa Kristo alikuja duniani kwa mapenzi ya Baba, ili kutimiza mpango wa wokovu.

(iii) "Ili kila amwaminiye asipotee"

Neno la Kigiriki linalotafsiriwa kama *kuamini* ni **"pisteuō" (πιστεύω)**, ambalo linapatikana katika **Strong's Concordance (G4100)** likimaanisha "kuwa na imani thabiti na uaminifu wa ndani kwa Kristo kama Mwokozi."

Katika **Matendo 4:12**, maandiko yanasema:

"Wala hakuna wokovu kwa mwingine awaye yote; kwa maana hapana jina jingine chini ya mbingu walilopewa wanadamu litupasalo sisi kuokolewa kwalo."

Hii inaonyesha kuwa wokovu unapokelewa kwa kumwamini Yesu Kristo pekee.

(iv) "Bali awe na uzima wa milele"

Katika **Yohana 10:28**, Yesu alisema:

"Nami nawapa uzima wa milele; wala hawatapotea kamwe, wala hakuna mtu atakayeweza kuwatoa katika mkono wangu."

Hii inaonyesha kuwa upendo wa Kristo unahakikisha uzima wa milele kwa wale wanaomwamini.

---

2. Kristo Kama Ufunuo Kamili wa Upendo wa Mungu

Katika **Waebrania 1:3**, maandiko yanasema:

"Yeye ni mng'ao wa utukufu wake, na chapa ya nafsi yake, akivichukua vitu vyote kwa neno la uweza wake; akiisha kufanya utakaso wa dhambi, aliketi mkono wa kuume wa Ukuu huko juu."

Hii inaonyesha kuwa Kristo siyo tu mjumbe wa upendo wa Mungu, bali yeye mwenyewe ndiye ufunuo kamili wa upendo wa Mungu.

Katika **Yohana 14:9**, Yesu alisema:

"Aliyeniona mimi amemwona Baba."

Kwa hivyo, kumjua Kristo ni kumjua Mungu na upendo wake.

---

3. Upendo wa Kristo Ulionyeshwa Katika Mateso na Kifo Chake

Yesu Kristo alionyesha upendo wake mkuu kwa kutoa uhai wake msalabani kwa ajili ya dhambi za wanadamu.

Katika **Waefeso 5:2**, Paulo anaandika:

"Enendeni katika upendo, kama Kristo naye alivyowapenda ninyi, akajitoa kwa ajili yetu, sadaka na dhabihu kwa Mungu, kuwa harufu nzuri."

Katika **Yohana 15:13**, Yesu alisema:

"Hakuna aliye na upendo mwingi kuliko huu, wa mtu kuutoa uhai wake kwa ajili ya rafiki zake."

Kifo cha Yesu kilikuwa kilele cha ufunuo wa upendo wa Mungu kwa wanadamu, kwa kuwa kupitia damu yake, tulipata ukombozi wa milele.

---

4. Upendo wa Kristo Ulionyeshwa Katika Ufufuo Wake

Ufufuo wa Yesu ni ushahidi wa ushindi wake dhidi ya dhambi na kifo.

Katika **Warumi 6:9-10**, maandiko yanasema:

"Tukijua ya kuwa Kristo akiisha kufufuka katika wafu hafi tena; mauti haimtawali tena. Maana kwa kule kufa kwake, aliifia dhambi mara moja tu; bali kwa kule kuishi kwake, amwishia Mungu."

Hii inaonyesha kuwa upendo wa Kristo haukuwa tu kwa kifo chake, bali pia kwa ufufuo wake, ambao unahakikisha uzima wa milele kwa wote wanaomwamini.

5. Upendo wa Kristo Unadhihirishwa Katika Kazi ya Roho Mtakatifu

Yesu hakutuacha yatima, bali alituma Roho Mtakatifu kuwa pamoja nasi.

Katika **Warumi 5:5**, maandiko yanasema:

"Kwa maana pendo la Mungu limekwisha kumiminwa katika mioyo yetu na Roho Mtakatifu tuliyopewa."

Roho Mtakatifu hutufundisha, hutufariji, na hutuwezesha kuishi katika upendo wa Kristo.

6. Tafsiri za Wasomi wa Biblia Kuhusu Yohana 3:16

(i) Augustine wa Hippo (354-430 AD)

"Yohana 3:16 ni injili kwa muhtasari. Ikiwa Biblia yote ingepotea na aya hii ikasalia, bado tungejua wokovu wa Mungu."

(ii) John Calvin (1509-1564 AD)

"Upendo wa Mungu ulionyeshwa kwa kujitoa kwa Mwana wake; hii ni neema isiyostahiliwa."

(iii) Charles Spurgeon (1834-1892 AD)

"Mstari huu unaonyesha upana wa upendo wa Mungu na kina cha sadaka yake."

7. Yohana 3:16 Kama Kielelezo cha Upendo wa Kristo

1. Mungu alimpenda ulimwengu (**Yohana 3:16**).
2. Kristo alikufa kwa ajili ya wenye dhambi (**Warumi 5:8**).

3. Uzima wa milele unatolewa kwa wote wanaomwamini Kristo (**Yohana 10:28**).

4. Roho Mtakatifu hutufundisha kuishi katika upendo wa Kristo (**Warumi 5:5**).

Kwa hivyo, Yohana 3:16 ni uthibitisho wa upendo wa Kristo uliofunuliwa kikamilifu katika Agano Jipya!

UTIMILIFU WA UPENDO WA KRISTO KATIKA AGANO JIPYA

Warumi 5:8 – Kristo Alikufa Kwa Ajili Yetu Tulipokuwa Tungali Wenye Dhambi

Katika Agano Jipya, upendo wa Kristo umefunuliwa kwa ukamilifu kupitia kazi yake ya wokovu kwa wanadamu. Katika **Warumi 5:8**, Paulo anaandika moja ya kauli zenye nguvu kuhusu upendo wa Kristo:

"Bali Mungu aonyesha pendo lake mwenyewe kwetu sisi, ya kuwa Kristo alikufa kwa ajili yetu, tulipokuwa tungali wenye dhambi."

Aya hii inaeleza kuwa upendo wa Kristo haukutegemea matendo yetu mazuri au uadilifu wetu, bali ni tendo la neema ya Mungu. Katika sura hii, tutachunguza maana ya **Warumi 5:8**, tukiitafsiri kwa kina kupitia **Strong's Concordance**, tafsiri za wasomi wa Biblia, na uchambuzi wa **Expositor's Bible Study** ili kuelewa jinsi upendo wa Kristo ulivyo timia kikamilifu katika Agano Jipya.

---

1. Maana ya Upendo wa Kristo Kama Ulivyofunuliwa Katika Warumi 5:8

Katika Agano Jipya, neno la Kigiriki linalotafsiriwa kama *pendo* ni **"agape" (ἀγάπη)**, ambalo linapatikana katika **Strong's Concordance (G26)** likimaanisha "upendo wa kujitoa, wa kimungu, usio na masharti, na wa milele."

Katika **Warumi 5:8**, kuna mambo manne muhimu yanayodhihirisha upendo wa Kristo:

(i) “Bali Mungu aonyesha pendo lake mwenyewe kwetu sisi”

Upendo wa Mungu haukuwa wa siri au wa nadharia tu, bali ulionyeshwa wazi kupitia tendo la Kristo msalabani.

Katika **1 Yohana 4:9-10**, maandiko yanasema:

"Katika hili pendo la Mungu lilidhihirishwa kwetu, kwamba Mungu amemtuma Mwana wake wa pekee ulimwenguni, ili tupate kuishi kwa yeye. Katika hili pendo si kwamba sisi tulimpenda Mungu, bali ya kuwa yeye alitupenda sisi, akamtuma Mwana wake kuwa kipatanisho kwa dhambi zetu."

Hii inaonyesha kuwa upendo wa Mungu ulidhihirika kwa matendo, si kwa maneno tu.

(ii) “Ya kuwa Kristo alikufa”

Kifo cha Kristo kilikuwa uthibitisho wa upendo wa Mungu.

Katika **Filipi 2:8**, maandiko yanasema:

"Naye alipokwisha kuonekana ana umbo kama mwanadamu, alijinyenyekeza akawa mtii hata mauti, naam, mauti ya msalaba."

Hii inaonyesha kuwa Yesu hakuwa tu kielelezo cha upendo wa Mungu, bali alionyesha upendo huo kwa njia ya kujitoa kwake hadi kufa msalabani.

(iii) “Kwa ajili yetu”

Maneno haya yanaonyesha kuwa kifo cha Kristo kilikuwa badala yetu.

Katika **2 Wakorintho 5:21**, Paulo anaandika:

"Yeye asiyejua dhambi alimfanya kuwa dhambi kwa ajili yetu, ili sisi tupate kuwa haki ya Mungu katika yeye."

Yesu alikufa kwa ajili ya wanadamu ili tupate wokovu na haki mbele za Mungu.

(iv) “Tulipokuwa tungali wenye dhambi”

Kristo hakutungojea tubadilike au kujitakasa kwanza, bali alitupenda hata tulipokuwa katika hali ya uasi.

Katika **Waefeso 2:4-5**, maandiko yanasema:

"Lakini Mungu, kwa kuwa ni mwingi wa rehema, kwa mapenzi yake makuu aliyotupenda; hata wakati ule tulipokuwa wafu kwa

sababu ya makosa yetu, alituhuisha pamoja na Kristo; yaani, mmeokolewa kwa neema."

Hii inaonyesha kuwa wokovu haukutegemea juhudi za binadamu, bali upendo wa Mungu pekee.

---

2. Kifo cha Kristo Kama Dhabihu Kamilifu Kwa Ajili Yetu

Katika Agano la Kale, upatanisho wa dhambi ulifanywa kupitia mfumo wa dhabihu za wanyama.

Katika **Mambo ya Walawi 17:11**, Mungu alisema:

"Kwa kuwa uhai wa mwili u katika hiyo damu; nami nimewapa hiyo damu juu ya madhabahu, ili kufanya upatanisho kwa ajili ya nafsi zenu; kwa maana ni damu ile ifanyayo upatanisho kwa ajili ya nafsi."

Hata hivyo, dhabihu hizi zilikuwa za muda mfupi tu, na zilihitaji kurudiwa mara kwa mara. Lakini katika Agano Jipya, Kristo akawa dhabihu ya milele.

Katika **Waebrania 9:12**, maandiko yanasema:

"Wala si kwa damu ya mbuzi na ndama, bali kwa damu yake mwenyewe aliingia mara moja tu katika patakatifu, akiisha kupata ukombozi wa milele."

Hii inaonyesha kuwa kifo cha Kristo kilitimiza dhabihu zote za Agano la Kale kwa ukamilifu.

---

3. Upendo wa Kristo Unadhihirishwa Katika Mateso Yake

Yesu alionyesha upendo wake kwa kukubali mateso makali kwa ajili ya dhambi za wanadamu.

Katika **Isaya 53:5**, maandiko yanasema:

"Bali alijeruhiwa kwa makosa yetu, alichubuliwa kwa maovu yetu; adhabu ya amani yetu ilikuwa juu yake, na kwa kupigwa kwake sisi tumepona."

Katika **Mathayo 27:26-31**, Yesu alipigwa, kudharauliwa, na kuvikwa taji la miiba kabla ya kusulubiwa.

Katika **Yohana 19:30**, Yesu alipokufa msalabani alisema:

"Imekwisha!"

Hii inaonyesha kuwa upendo wake ulifanikisha wokovu wetu kikamilifu.

4. Upendo wa Kristo Unadhihirishwa Katika Ufufuo Wake

Yesu hakusalia kaburini bali alifufuka, kuthibitisha ushindi wake juu ya dhambi na kifo.

Katika **Warumi 6:9**, maandiko yanasema:

"Tukijua ya kuwa Kristo akiisha kufufuka katika wafu hafi tena; mauti haimtawali tena."

Ufufuo wa Kristo ni uhakikisho wa uzima wa milele kwa wote wanaomwamini.

5. Tafsiri za Wasomi wa Biblia Kuhusu Warumi 5:8

(i) Augustine wa Hippo (354-430 AD)

"Upendo wa Mungu hautegemei uadilifu wetu, bali ni tendo la neema safi linalotufikia kupitia Kristo."

(ii) John Calvin (1509-1564 AD)

"Warumi 5:8 ni msingi wa Injili, ikionyesha kuwa wokovu si matokeo ya matendo yetu bali ni neema ya Mungu."

(iii) Charles Spurgeon (1834-1892 AD)

"Mungu hakutungojea tubadilike kwanza, bali alimtuma Kristo kwa wakati ufaao, wakati tulipokuwa bado wenye dhambi."

6. Warumi 5:8 Kama Msingi wa Upendo wa Kristo

1. **Upendo wa Mungu ulidhihirishwa kwa matendo, si maneno tu (1 Yohana 4:9-10).**
2. **Kristo alikufa kwa ajili ya wenye dhambi (Warumi 5:8).**

3. **Damu ya Kristo ndiyo upatanisho wa milele** (**Waebrania 9:12**).

4. **Ufufuo wa Kristo unahakikisha ushindi wa wokovu wetu** (**Warumi 6:9**).

Kwa hivyo, Warumi 5:8 ni uthibitisho wa upendo wa Kristo uliofunuliwa kikamilifu katika Agano Jipya kwa ajili ya wokovu wa wanadamu!

Yohana 15:13 – Hakuna Upendo Mkubwa Kuliko Huu: Kutoa Uhai Kwa Ajili ya Rafiki Zake

Katika Agano Jipya, upendo wa Kristo unafunuliwa kikamilifu kupitia kujitoa kwake kwa ajili ya wanadamu. Katika **Yohana 15:13**, Yesu anasema maneno yenye uzito mkubwa kuhusu kiwango cha juu cha upendo:

"Hakuna aliye na upendo mwingi kuliko huu, wa mtu kuutoa uhai wake kwa ajili ya rafiki zake."

Kauli hii ni kielelezo cha kile ambacho Yesu alikuja kufanya – kutoa maisha yake kwa ajili ya wanadamu wote. Hii ni aina ya **upendo wa kujitoa (agape)**, unaoonyeshwa kwa dhabihu isiyo na masharti. Katika sura hii, tutachunguza maana ya **Yohana 15:13**, tukitumia **Strong's Concordance**, tafsiri za wasomi wa Biblia, na uchambuzi wa **Expositor's Bible Study** ili kuelewa jinsi upendo wa Kristo ulivyotimilika kupitia kujitoa kwake.

---

1. Maana ya Upendo wa Kristo Kama Ulivyofunuliwa Katika Yohana 15:13

Katika Agano Jipya, neno la Kigiriki linalotafsiriwa kama *upendo* ni "**agape**" (**ἀγάπη**), ambalo linapatikana katika **Strong's Concordance (G26)** likimaanisha "upendo wa kimungu, usio na masharti, na wa kujitoa."

Katika **Yohana 15:13**, kuna vipengele vinne muhimu vinavyoeleza upendo wa Kristo:

(i) "Hakuna aliye na upendo mwingi"

Hili ni tangazo la kipekee. Yesu anaonyesha kuwa upendo wa hali ya juu zaidi ni ule unaomfanya mtu kuwa tayari kutoa maisha yake kwa ajili ya wengine.

Katika **Warumi 8:35**, Paulo anauliza:

"Ni nani atakayewatenga na upendo wa Kristo? Je! Dhiki, au shida, au mateso, au njaa, au uchi, au hatari, au upanga?"

Upendo wa Kristo hauwezi kushindwa na chochote.

(ii) "Kuliko huu"

Hii inaonyesha kuwa hakuna kiwango cha juu cha upendo kuliko kile Kristo alichoonyesha.

Katika **1 Yohana 3:16**, maandiko yanasema:

"Katika hili tumelifahamu pendo, ya kuwa yeye aliutoa uhai wake kwa ajili yetu; nasi inatupasa kuutoa uhai wetu kwa ajili ya ndugu."

Yesu ndiye mfano mkuu wa upendo wa kujitoa kwa ajili ya wengine.

(iii) "Wa mtu kuutoa uhai wake"

Katika **Strong's Concordance (G599)**, neno *kuutoa uhai* ni **"apothnēskō" (ἀποθνήσκω)**, likimaanisha "kufa au kujitoa kwa hiari."

Katika **Wafilipi 2:7-8**, Paulo anaandika:

"Bali alijifanya kuwa hana utukufu, akatwaa namna ya mtumwa, akawa anafanana na wanadamu; tena, alipoonekana ana umbo kama mwanadamu, alijinyenyekeza akawa mtii hata mauti, naam, mauti ya msalaba."

Hii inaonyesha kuwa Yesu alichagua kwa hiari yake kupitia mateso ili kuonyesha upendo wake kwa wanadamu.

(iv) "Kwa ajili ya rafiki zake"

Katika **Strong's Concordance (G5384)**, neno *rafiki* ni **"philos" (φίλος)**, likimaanisha "mtu wa karibu au mpendwa."

Katika **Yohana 15:14**, Yesu anaendelea kusema:

"Ninyi mmekuwa rafiki zangu, mkitenda niwaamuruyo."

Hii inaonyesha kuwa upendo wa Kristo si wa mbali au wa kipekee kwa wachache, bali ni wa kila mtu anayemfuata kwa imani.

2. Kristo Kama Mfano Mkuu wa Kujitoa Kwa Ajili ya Wengine

Yesu Kristo ni mfano wa kilele cha mtu anayeonyesha upendo wa hali ya juu kwa kujitoa kwa ajili ya wengine.

(i) Yesu Alikufa Kwa Hiari Yake

Katika **Yohana 10:17-18**, Yesu alisema:

"Kwa sababu hiyo Baba anipenda, kwa kuwa nautoa uhai wangu ili niutwae tena. Hakuna mtu aniondoleaye, bali mimi nautoa mwenyewe. Ninao uweza wa kuutoa, ninao uweza wa kuutwaa tena."

Yesu hakulazimishwa kufa – alichagua kwa hiari yake ili kuwakomboa wanadamu.

(ii) Yesu Alisulubiwa Kwa Upendo Wake Kwa Wanadamu

Katika **Warumi 5:8**, Paulo anaandika:

"Bali Mungu aonyesha pendo lake mwenyewe kwetu sisi, ya kuwa Kristo alikufa kwa ajili yetu, tulipokuwa tungali wenye dhambi."

Hii inaonyesha kuwa upendo wa Kristo haukutegemea uadilifu wetu, bali ni tendo la neema safi.

(iii) Yesu Alivumilia Mateso Kwa Ajili Yetu

Katika **Isaya 53:5**, maandiko yanasema:

"Bali alijeruhiwa kwa makosa yetu, alichubuliwa kwa maovu yetu; adhabu ya amani yetu ilikuwa juu yake, na kwa kupigwa kwake sisi tumepona."

Hii inaonyesha kuwa upendo wa Kristo haukuwa wa maneno tu, bali ulionyeshwa kwa vitendo kupitia mateso yake.

3. Upendo wa Kujitoa Katika Huduma ya Kristo

Yesu hakuonyesha upendo wake tu kwa kufa, bali pia kwa maisha yake ya kila siku:

(i) Aliwahudumia Wenye Dhambi na Wanyonge

Katika **Mathayo 9:10-11**, Yesu alikaa na wenye dhambi na wakusanya ushuru, jambo lililoshangaza Mafarisayo.

Katika **Luka 19:10**, Yesu alisema:

"Kwa kuwa Mwana wa Adamu alikuja kutafuta na kuokoa kile kilichopotea."

Upendo wake uliwajumuisha wale waliodharauliwa na jamii.

(ii) Aliwaponya Wagonjwa na Wenye Mahitaji

Katika **Mathayo 14:14**, maandiko yanasema:

"Aliposhuka akaona mkutano mkuu wa watu, akawahurumia, akawaponya wagonjwa wao."

Hii inaonyesha kuwa upendo wa Kristo haukuwa wa kiroho tu, bali ulihusisha kuwasaidia watu kwa mahitaji yao halisi.

(iii) Aliwasamehe Waliomtesa

Katika **Luka 23:34**, Yesu alisema akiwa msalabani:

"Baba, uwasamehe, kwa kuwa hawajui watendalo."

Hii inaonyesha kiwango cha juu cha upendo wake hata kwa maadui wake.

---

4. Tafsiri za Wasomi wa Biblia Kuhusu Yohana 15:13

(i) Augustine wa Hippo (354-430 AD)

"Upendo wa Kristo ni upendo wa kujitoa – si wa kutafuta faida binafsi bali wa kujitoa kikamilifu kwa ajili ya wengine."

(ii) John Calvin (1509-1564 AD)

"Yohana 15:13 inaeleza upendo wa Kristo kama mfano wa jinsi tunavyopaswa kuwapenda wengine – kwa kutoa nafsi zetu kwao."

(iii) Charles Spurgeon (1834-1892 AD)

"Msalaba wa Kristo ni kielelezo cha kilele cha upendo, ambapo Yesu alitoa uhai wake kwa ajili ya marafiki wake."

---

5. Yohana 15:13 Kama Kielelezo cha Upendo wa Kristo

1. **Kristo alijitoa kwa hiari kwa ajili ya rafiki zake (Yohana 10:17-18).**
2. **Upendo wake haukuzingatia uadilifu wa wanadamu (Warumi 5:8).**
3. **Alihudumia watu kwa upendo wake kabla ya kifo chake (Mathayo 14:14).**
4. **Alisamehe hata waliomsulubisha (Luka 23:34).**

Kwa hivyo, Yohana 15:13 ni uthibitisho wa upendo wa Kristo uliofunuliwa kikamilifu kwa njia ya kujitoa kwake kwa ajili ya wanadamu!

KUPATA MWILI – UPENDO ULIOFICHULIWA KATIKA MWILI

Umwilisho wa Kristo ni Udhihirisho wa Juu wa Upendo wa Kimungu (Wafilipi 2:6-8)

Umwilisho wa Kristo—yaani, Mungu kupata mwili katika Yesu Kristo—ni kilele cha ufunuo wa upendo wa Mungu kwa wanadamu. Katika **Wafilipi 2:6-8**, Paulo anaeleza jinsi Kristo, aliyekuwa na umbo la Mungu, alijinyenyekeza na kuchukua hali ya mwanadamu:

"Ambaye yeye mwanzo alikuwa yuna namna ya Mungu, naye hakuona kule kuwa sawa na Mungu kuwa kitu cha kushikamana nacho; bali alijifanya kuwa hana utukufu, akatwaa namna ya mtumwa, akawa anamfanana na wanadamu; tena, alipoonekana ana umbo kama mwanadamu, alijinyenyekeza akawa mtii hata mauti, naam, mauti ya msalaba."

Hii inaonyesha kuwa Yesu alidhihirisha upendo wa Mungu kwa njia ya unyenyekevu wake, kwa kuchukua umbo la mtumwa na kuwa mtii hadi kufa msalabani. Katika sura hii, tutachunguza maana ya **umwilisho wa Kristo kama upendo uliofunuliwa**, tukitumia **Strong's Concordance**, tafsiri za wasomi wa Biblia, na uchambuzi wa **Expositor's Bible Study** ili kuelewa jinsi Yesu alivyodhihirisha upendo wa kimungu kwa njia ya kujinyenyekeza kwake.

---

1. Maana ya Umwilisho wa Kristo Kama Ufunuo wa Upendo wa Mungu

Katika Agano Jipya, neno la Kigiriki linalotafsiriwa kama *kupata mwili* ni **"sarkos" (σάρξ)**, ambalo linapatikana katika **Strong's Concordance (G4561)** likimaanisha "mwili wa mwanadamu, hali ya kimwili."

Katika **Yohana 1:14**, maandiko yanasema:

"Naye Neno alifanyika mwili, akakaa kwetu (nasi tukauona utukufu wake, utukufu kama wa Mwana pekee wa Baba), amejaa neema na kweli."

Hii inaonyesha kuwa Kristo, ambaye ni Mungu, alichukua mwili wa mwanadamu ili kuwa pamoja nasi, kama kielelezo cha upendo wa Mungu kwa wanadamu.

---

2. Unyenyekevu wa Kristo Katika Umwilisho Wake (Wafilipi 2:7)

Katika **Wafilipi 2:7**, maandiko yanasema:

"Bali alijifanya kuwa hana utukufu, akatwaa namna ya mtumwa, akawa anamfanana na wanadamu."

Katika aya hii, kuna vipengele vitatu vinavyoeleza unyenyekevu wa Kristo:

(i) "Alijifanya kuwa hana utukufu"

Katika **Strong's Concordance (G2758)**, neno *"kenoo" (ἐκένωσεν)* linamaanisha "kujifanya kuwa bure, kujiacha wazi, kuacha haki au hadhi."

Hii inaonyesha kuwa Yesu aliacha utukufu wake wa kimungu na akachukua udhaifu wa mwanadamu kwa hiari.

Katika **2 Wakorintho 8:9**, Paulo anaandika:

"Maana mwajua neema ya Bwana wetu Yesu Kristo, ya kuwa, alipokuwa tajiri, alijifanya maskini kwa ajili yenu, ili ninyi mpate kuwa matajiri kwa umaskini wake."

Yesu alijinyenyekeza kwa kujivua utukufu wake wa kimungu na kuvaa hali ya kibinadamu.

(ii) "Akatwaa namna ya mtumwa"

Katika **Strong's Concordance (G1401)**, neno *"doulos" (δοῦλος)* linamaanisha "mtumwa au mtumishi asiye na haki zake binafsi."

Yesu hakuchukua tu mwili wa mwanadamu, bali alichagua kuwa mtumishi wa wanadamu.

Katika **Mathayo 20:28**, Yesu alisema:

"Kama vile Mwana wa Adamu asivyokuja kutumikiwa, bali kutumikia, na kutoa nafsi yake kuwa fidia ya wengi."

Yesu hakuja duniani kama mfalme wa dunia hii, bali kama mtumishi wa wote.

(iii) "Akawa anamfanana na wanadamu"

Yesu alichukua mwili halisi wa mwanadamu, akawa kama sisi ili atufahamu na kutuokoa.

Katika **Waebrania 2:17**, maandiko yanasema:

"Hivyo ilimpasa kufananishwa na ndugu zake katika mambo yote, ili awe Kuhani Mkuu mwenye rehema, mwaminifu katika mambo ya Mungu, apate kufanya upatanisho kwa dhambi za watu."

Kwa hivyo, Yesu alipata mwili ili kuwa mwakilishi wetu na mpatanishi kati ya Mungu na wanadamu.

3. Kujinyenyekeza kwa Kristo hadi Mauti (Wafilipi 2:8)

Katika **Wafilipi 2:8**, maandiko yanasema:

"Tena, alipoonekana ana umbo kama mwanadamu, alijinyenyekeza akawa mtii hata mauti, naam, mauti ya msalaba."

Hii inaonyesha kuwa unyenyekevu wa Kristo haukuishia katika kuchukua mwili wa mwanadamu pekee, bali alijitoa hadi kufa kwa ajili ya wanadamu.

Katika **Isaya 53:3-5**, tunasoma kuhusu mateso yake:

"Alidharauliwa na kukataliwa na watu, mtu wa huzuni nyingi, ajuaye sikitiko... alijeruhiwa kwa makosa yetu, alichubuliwa kwa maovu yetu; adhabu ya amani yetu ilikuwa juu yake, na kwa kupigwa kwake sisi tumepona."

Yesu alikubali mateso kwa ajili ya wokovu wetu, akionyesha upendo wake mkuu.

4. Upendo wa Kristo Ulioonyeshwa Katika Umwilisho Wake

Katika **Yohana 10:11**, Yesu alisema:

"Mimi ndimi mchungaji mwema. Mchungaji mwema huutoa uhai wake kwa ajili ya kondoo wake."

Upendo wa Kristo ulionekana kwa:

1. **Kushuka kutoka mbinguni na kuchukua mwili wa mwanadamu (Yohana 1:14).**
2. **Kujitoa kama mtumwa kwa ajili ya wanadamu (Wafilipi 2:7).**
3. **Kuteseka na kufa kwa ajili ya dhambi za wanadamu (Wafilipi 2:8).**
4. **Kuhakikisha wokovu wa milele kwa waumini wake (Waebrania 5:9).**

5. Tafsiri za Wasomi wa Biblia Kuhusu Wafilipi 2:6-8

(i) Augustine wa Hippo (354-430 AD)

"Kristo, aliyekuwa Mungu, alichukua umbo la mwanadamu si kwa kupoteza uungu wake, bali kwa kuongeza ubinadamu wake kwa upendo."

(ii) John Calvin (1509-1564 AD)

"Wafilipi 2:6-8 ni kielelezo cha jinsi Yesu alivyojishusha ili kumpa mwanadamu nafasi ya kushiriki katika utukufu wa Mungu."

(iii) Charles Spurgeon (1834-1892 AD)

"Yesu hakuwa na haja ya kujinyenyekeza, lakini alifanya hivyo kwa hiari, akionyesha upendo wa ajabu kwa wanadamu."

---

6. Wafilipi 2:6-8 Kama Msingi wa Upendo wa Kristo

1. **Yesu alijivua utukufu wake kwa hiari yake** (2 **Wakorintho 8:9**).
2. **Alijitoa kama mtumishi kwa ajili ya wanadamu** (**Mathayo 20:28**).
3. **Alikubali mateso na kifo cha msalaba** (**Isaya 53:5**).
4. **Alitimiza mpango wa wokovu kwa njia ya unyenyekevu wake** (**Waebrania 2:17**).

Kwa hivyo, umwilisho wa Kristo ni kilele cha upendo wa Mungu, ambapo Yesu alishuka kutoka utukufu wa mbinguni ili kuwaokoa wanadamu!

Umwilisho wa Kristo ni Udhihirisho wa Juu wa Upendo wa Kimungu (Wafilipi 2:6-8)

Umwilisho wa Kristo—yaani, Mungu kuwa mwanadamu katika Yesu Kristo—ni kilele cha ufunuo wa upendo wa Mungu kwa wanadamu. Kwa kuchukua mwili, Kristo alionyesha si tu **unyenyekevu** bali pia **huruma yake ya kina** kwa wanadamu. Katika **Mathayo 9:36**, maandiko yanasema:

"Alipoona makutano, aliwahurumia, kwa sababu walikuwa wamechoka na kutawanyika kama kondoo wasio na mchungaji."

Aya hii inaonyesha jinsi Kristo, licha ya kuwa Mungu, alihisi uchungu wa wanadamu na akahisi huruma kubwa kwao. Katika sura hii, tutachunguza jinsi **umwilisho wa Kristo ulivyodhihirisha huruma yake**, tukitumia **Strong's Concordance**, tafsiri za wasomi wa Biblia, na uchambuzi wa **Expositor's Bible Study** ili kuelewa jinsi

Yesu alivyodhihirisha huruma yake kwa wanadamu kwa njia ya kujitoa kwake.

1. Maana ya Huruma ya Kristo Kama Ilivyodhihirishwa Katika Umwilisho Wake

Katika Agano Jipya, neno la Kigiriki linalotafsiriwa kama *huruma* katika **Mathayo 9:36** ni **"splagchnizomai"** **(σπλαγχνίζομαι)**, ambalo linapatikana katika **Strong's Concordance (G4697)** likimaanisha "kusikia huruma ya kina, kuguswa kutoka ndani kabisa kwa moyo wa mtu."

Huruma ya Yesu ilikuwa:

- **Ya kina** – Alihisi maumivu ya wanadamu kwa dhati.
- **Ya vitendo** – Aliwasaidia wale waliokuwa na uhitaji.
- **Isiyo na masharti** – Hakuhitaji watu wawe wakamilifu ili awapende.

Katika **Waebrania 4:15**, maandiko yanasema:

"Maana hatuna Kuhani Mkuu asiyeweza kuchukuana nasi katika mambo yetu ya udhaifu; bali yeye alijaribiwa sawasawa na sisi katika mambo yote, bila kufanya dhambi."

Hii inaonyesha kuwa Yesu, kwa kuchukua mwili wa mwanadamu, alihisi maumivu yetu na hivyo akaonyesha huruma isiyo na kifani.

2. Huruma ya Kristo Kama Kielelezo cha Upendo wa Mungu

Kristo alionyesha huruma yake kwa watu katika njia nyingi, akidhihirisha upendo wake kwao kwa matendo ya rehema.

(i) Yesu Alihisi Uchungu wa Watu

Katika **Mathayo 14:14**, maandiko yanasema:

"Alipotoka akaona mkutano mkuu wa watu, akawahurumia, akawaponya wagonjwa wao."

Hii inaonyesha kuwa huruma ya Kristo haikuwa tu ya kihisia, bali ilijidhihirisha kwa matendo.

Katika **Marko 6:34**, maandiko yanasema:

"Akatoka, akaona mkutano mkubwa wa watu, akawahurumia kwa sababu walikuwa kama kondoo wasio na mchungaji; akaanza kuwafundisha mambo mengi."

Yesu aliona uhitaji wa watu na akawajali, akiwapa mafundisho ya uzima wa milele.

(ii) Yesu Aliwahurumia Wale Waliokosa Tumaini

Katika **Luka 7:13**, Yesu alipokutana na mjane aliyepoteza mwanawe wa pekee, maandiko yanasema:

"Bwana alipomwona, alimhurumia, akamwambia, 'Usilie.'"

Hii inaonyesha kuwa Yesu alihisi uchungu wa wale waliokuwa na huzuni na akachukua hatua ya kuwafariji.

3. Huruma ya Kristo Katika Uponyaji na Miujiza

Kristo hakuhisi tu huruma kwa watu, bali alichukua hatua ya kuwaponya na kuwasaidia wale waliokuwa na uhitaji mkubwa.

(i) Yesu Aliwaponya Wagonjwa Kwa Huruma

Katika **Mathayo 20:34**, maandiko yanasema:

"Yesu akawahurumia, akayagusa macho yao; mara wakapata kuona, wakamfuata."

Yesu hakuwaponya tu kwa sababu ya uwezo wake wa kimiujiza, bali kwa sababu ya huruma aliyokuwa nayo kwao.

(ii) Yesu Alishibisha Watu Kwa Huruma

Katika **Mathayo 15:32**, Yesu alisema:

"Nawahurumia mkutano huu wa watu, kwa sababu wanakaa pamoja nami sasa siku tatu, wala hawana chakula; nami sipendi kuwaaga wakiwa na njaa, wasije wakazimia njiani."

Huruma ya Kristo ilimfanya ajali hata mahitaji ya kimwili ya watu, hivyo akalisha maelfu kwa muujiza wa mikate na samaki.

---

4. Huruma ya Kristo Katika Kusamehe Dhambi

Huruma ya Yesu haikujizuia tu kwa mambo ya kimwili, bali ilihusisha msamaha wa dhambi, jambo ambalo lilikuwa la muhimu zaidi.

(i) Yesu Alimsamehe Mwanamke Aliyekamatwa Katika Zinaa

Katika **Yohana 8:10-11**, Yesu alimwambia mwanamke aliyekamatwa katika uzinzi:

"Mwanamke, wako wapi wale washitaki wako? Hakuna aliyekuhukumu?" Akasema, 'Hakuna Bwana.' Yesu akamwambia, 'Wala mimi sikuhukumu. Enenda zako, wala usitende dhambi tena.'"

Hii inaonyesha kuwa huruma ya Yesu ilihusisha msamaha na upendo wa kurekebisha maisha ya mtu.

(ii) Yesu Aliwasamehe Wanaomsulubisha

Katika **Luka 23:34**, Yesu alisema akiwa msalabani:

"Baba, uwasamehe, kwa kuwa hawajui watendalo."

Huruma ya Yesu haikuwa kwa wale waliompenda tu, bali hata kwa wale waliomsulubisha.

---

5. Huruma ya Kristo Kama Mfano Kwa Waumini

Yesu hakutuonyesha huruma yake tu kwa ajili ya wokovu wetu, bali alituamuru kuonyesha huruma kwa wengine.

Katika **Luka 6:36**, Yesu alisema:

"Kwa hiyo, iweni na huruma, kama Baba yenu alivyo na huruma."

Katika **Wakolosai 3:12**, Paulo anaandika:

"Basi, kwa kuwa mmekuwa wateule wa Mungu, watakatifu wapendwao, jivikeni moyo wa rehema, utu wema, unyenyekevu, upole, na uvumilivu."

Hii inaonyesha kuwa kama waumini, tunapaswa kuishi kwa huruma kama Kristo alivyofanya.

---

6. Tafsiri za Wasomi wa Biblia Kuhusu Huruma ya Kristo

(i) Augustine wa Hippo (354-430 AD)

"Yesu hakufundisha tu kuhusu upendo na huruma, bali aliishi maisha yake yote akionyesha huruma kwa wenye dhambi, wagonjwa, na waliokata tamaa."

(ii) John Calvin (1509-1564 AD)

"Huruma ya Kristo ilionyesha utakatifu wa Mungu kwa njia ya upole na msamaha, akiwavuta watu kwa neema badala ya hukumu."

(iii) Charles Spurgeon (1834-1892 AD)

"Katika Yesu, tunaona huruma ya Mungu ikijidhihirisha kwa njia ya matendo – akiwaponya wagonjwa, akiwahubiria maskini, na kuwasamehe wenye dhambi."

---

7. Mathayo 9:36 Kama Msingi wa Huruma ya Kristo

1. **Yesu alihisi uchungu wa wanadamu na kuwahurumia** (Mathayo 9:36).
2. **Aliwaponya wagonjwa kwa huruma** (Mathayo 20:34).
3. **Aliwalisha wenye njaa kwa huruma** (Mathayo 15:32).
4. **Alisamehe wenye dhambi kwa huruma** (Yohana 8:11).

5. **Alituamuru sisi pia kuwa na huruma kama yeye (Luka 6:36).**

Kwa hivyo, **umwilisho wa Kristo ni udhihirisho wa huruma ya Mungu**, ambapo Yesu alikuja duniani si kwa ajili ya hukumu, bali kwa ajili ya upendo na msamaha kwa wanadamu!

Umwilisho wa Kristo Kama Udhihirisho wa Upendo wa Upatanisho (Wafilipi 2:6–8)

Umwilisho wa Kristo—yaani, Mungu kuwa mwanadamu katika Yesu Kristo—ni dhihirisho kuu la upendo wa kimungu kwa wanadamu. Kupitia umwilisho, Mungu alichukua hatua ya kuleta **upatanisho** kati yake na wanadamu. Katika **2 Wakorintho 5:19**, Paulo anaeleza wazi kazi ya upatanisho wa Kristo:

"Yaani, kwamba Mungu alikuwa ndani ya Kristo, akiupatanisha ulimwengu na nafsi yake, asiwahesabie makosa yao; naye ametia ndani yetu neno la upatanisho."

Aya hii inaonyesha kuwa Mungu alimtuma Yesu Kristo duniani si kwa hukumu bali kwa lengo la **kuleta amani na kurejesha uhusiano uliovunjika kati ya wanadamu na Mungu**. Katika sura hii, tutachunguza jinsi **umwilisho wa Kristo ulivyodhihirisha upendo wa upatanisho wa Mungu**, tukitumia **Strong's Concordance**, tafsiri za wasomi wa Biblia, na uchambuzi wa **Expositor's Bible Study** ili kuelewa jinsi Yesu alivyodhihirisha upendo wa upatanisho kwa njia ya maisha yake, kifo chake, na ufufuo wake.

---

1. Maana ya Upatanisho Katika Maandiko

Katika Agano Jipya, neno la Kigiriki linalotafsiriwa kama *upatanisho* ni **"katallassō" (καταλλάσσω)**, ambalo linapatikana katika **Strong's Concordance (G2644)** likimaanisha "kurejesha uhusiano ulioharibika, kufanya amani kati ya pande mbili zinazopingana."

Katika **Warumi 5:10**, Paulo anaandika:

"Kwa maana ikiwa tulipokuwa adui tulipatanishwa na Mungu kwa mauti ya Mwana wake, zaidi sana tukiisha kupatanishwa tutaokolewa katika uzima wake."

Hii inaonyesha kuwa kabla ya Kristo, wanadamu walikuwa **maadui wa Mungu** kwa sababu ya dhambi, lakini kupitia kifo chake, Kristo alifanya upatanisho na Mungu kwa niaba yetu.

---

2. Umwilisho wa Kristo Kama Udhihirisho wa Upatanisho wa Mungu

Katika **Wafilipi 2:6-8**, Paulo anaandika:

"Ambaye yeye mwanzo alikuwa yuna namna ya Mungu, naye hakuona kule kuwa sawa na Mungu kuwa kitu cha kushikamana nacho; bali alijifanya kuwa hana utukufu, akatwaa namna ya mtumwa, akawa anamfanana na wanadamu; tena, alipoonekana ana umbo kama mwanadamu, alijinyenyekeza akawa mtii hata mauti, naam, mauti ya msalaba."

Aya hii inaonyesha kuwa **umwilisho wa Kristo** ulikuwa hatua ya kwanza ya Mungu katika kuleta upatanisho na wanadamu. Kupitia umwilisho wake, Yesu:

1. **Aliacha utukufu wake wa mbinguni** na kuchukua mwili wa mwanadamu ili aweze kuwa mwakilishi wa wanadamu (**Yohana 1:14**).
2. **Aliishi kati ya wanadamu** ili kufunua tabia halisi ya Mungu na kuhubiri ujumbe wa wokovu (**Yohana 14:9**).
3. **Alikufa msalabani** kama dhabihu ya upatanisho kwa dhambi za wanadamu (**Warumi 5:8-10**).

---

3. Kazi ya Upatanisho Kupitia Kifo cha Kristo

Katika **2 Wakorintho 5:19**, maandiko yanasema:

"Yaani, kwamba Mungu alikuwa ndani ya Kristo, akiupatanisha ulimwengu na nafsi yake, asiwahesabie makosa yao; naye ametia ndani yetu neno la upatanisho."

Hii inaonyesha kuwa Kristo hakuwa tu nabii au mwalimu, bali alikuwa **Mungu mwenyewe akihusika katika kuleta upatanisho**. Kifo chake msalabani kilitimiza kazi nne kuu za upatanisho:

(i) Kristo Aliharibu Kizuizi Kilicholeta Uhasama Kati ya Mungu na Wanadamu

Katika **Waefeso 2:14-16**, Paulo anaandika:

"Kwa maana yeye ndiye amani yetu, aliyetufanya sisi sote kuwa mmoja, akaibomoa ile kuta ya kati iliyotutenga... ili afanye upatanisho kwa wote wawili na Mungu katika mwili mmoja kwa njia ya msalaba, akiisha kuuua ule uadui kwa huo msalaba."

Yesu alivunja kizuizi cha dhambi na kutufungulia njia ya kurejea kwa Mungu.

(ii) Kristo Alilipia Adhabu ya Dhambi Zetu

Katika **Isaya 53:5**, maandiko yanasema:

"Bali alijeruhiwa kwa makosa yetu, alichubuliwa kwa maovu yetu; adhabu ya amani yetu ilikuwa juu yake, na kwa kupigwa kwake sisi tumepona."

Yesu alibeba adhabu yetu ili sisi tupatanishwe na Mungu.

(iii) Kristo Alifungua Mlango wa Wokovu kwa Wote

Katika **Yohana 3:16**, maandiko yanasema:

"Kwa maana jinsi hii Mungu aliupenda ulimwengu, hata akamtoa Mwana wake wa pekee, ili kila amwaminiye asipotee, bali awe na uzima wa milele."

Kupitia kifo cha Kristo, mlango wa wokovu umefunguliwa kwa wanadamu wote.

---

4. Upatanisho Katika Ufufuo wa Kristo

Upatanisho haukuishia msalabani tu, bali ulithibitishwa kupitia **ufufuo wa Kristo**.

Katika **Warumi 4:25**, maandiko yanasema:

"Aliyetolewa kwa ajili ya makosa yetu, na kufufuliwa ili tupate kuhesabiwa haki."

Ufufuo wa Kristo ni ushahidi wa ushindi wa upatanisho wake.

---

5. Kristo Ametupa Huduma ya Upatanisho

Katika **2 Wakorintho 5:18**, maandiko yanasema:

"Lakini vyote pia vyatoka kwa Mungu, aliyetupatanisha sisi na nafsi yake kwa Kristo, naye ametupa huduma ya upatanisho."

Hii inaonyesha kuwa baada ya kupokea upatanisho wa Mungu, waumini pia wana wajibu wa kuhubiri injili ya upatanisho kwa wengine.

---

6. Tafsiri za Wasomi wa Biblia Kuhusu Upatanisho wa Kristo

(i) Augustine wa Hippo (354-430 AD)

"Upatanisho haukuwa kazi ya mwanadamu, bali ya Mungu ndani ya Kristo, ambaye alijitoa kama sadaka ili kurejesha uhusiano kati ya Mungu na wanadamu."

(ii) John Calvin (1509-1564 AD)

"Katika Kristo, Mungu alichukua hatua ya kuupatanisha ulimwengu naye, akiondoa hukumu ya dhambi kupitia kifo cha Yesu msalabani."

(iii) Charles Spurgeon (1834-1892 AD)

"Msalaba wa Kristo ni daraja pekee linalounganisha wanadamu na Mungu; hakuna njia nyingine ya upatanisho isipokuwa kupitia Yesu."

---

7. Hitimisho: Upendo wa Upatanisho Katika Kristo

1. **Mungu alikuwa ndani ya Kristo akihusika moja kwa moja katika upatanisho wetu** (2 Wakorintho 5:19).

2. **Kristo aliharibu kizuizi cha dhambi na uhasama kati ya Mungu na wanadamu** (Waefeso 2:14).

3. **Kifo chake kilikuwa malipo ya adhabu yetu na suluhisho la dhambi** (Isaya 53:5).

4. **Ufufuo wake ulithibitisha ushindi wa upatanisho wake** (Warumi 4:25).

5. **Sisi sasa tumekabidhiwa huduma ya upatanisho kwa ulimwengu** (2 Wakorintho 5:18).

Kwa hivyo, umwilisho wa Kristo ni kilele cha upendo wa Mungu, unaodhihirika kwa upatanisho wake wa wanadamu na Mungu!

ASILI NA TABIA YA UPENDO WA KRISTO

Upendo wa Kristo ni kiini cha imani ya Kikristo, msingi wa wokovu, na nguvu inayoleta mabadiliko kwa wale wanaomfuata. Katika sehemu hii, tutachunguza **asili na tabia ya upendo wa Kristo**, tukielewa jinsi upendo wake ulivyo tofauti na upendo wa kibinadamu.

Katika **Waefeso 3:18-19**, Paulo anawaombea waumini wapate kuelewa upana, urefu, kimo, na kina cha upendo wa Kristo:

"Mpate kufahamu pamoja na watakatifu wote jinsi ulivyo upana na urefu na kimo na kina; na kuujua upendo wa Kristo, ambao hupita elimu yote, mpate kujazwa na utimilifu wote wa Mungu."

Hii inaonyesha kuwa upendo wa Kristo si wa kawaida, bali ni wa **kimungu, usio na mipaka, na wenye nguvu ya kipekee**. Upendo huu hauwezi kueleweka kikamilifu kwa akili za kibinadamu pekee, bali kwa ufunuo wa kiroho kupitia Roho Mtakatifu.

Katika sura hii ya utangulizi, tutachunguza **sifa za kipekee za upendo wa Kristo**, jinsi zinavyodhihirika katika maisha yake, na jinsi zinavyopaswa kuakisiwa na waumini wake.

1. Upendo wa Kristo Ni wa Kimungu (Agape)

Katika Agano Jipya, neno la Kigiriki linalotafsiriwa kama **upendo** wa Kristo ni **"agape" (ἀγάπη)**, ambalo linapatikana katika **Strong's Concordance (G26)** likimaanisha "upendo usio na masharti, wa kujitoa, na wa milele."

Tofauti na aina nyingine za upendo wa kibinadamu (kama vile *philia* – upendo wa kirafiki, au *eros* – upendo wa kimapenzi), **upendo wa agape** ni upendo wa kipekee wa Mungu unaojidhihirisha kwa njia zifuatazo:

- **Ni wa kujitoa** – Kristo alijitoa kwa ajili ya wanadamu hata alipokuwa hana faida binafsi (**Yohana 15:13**).
- **Ni wa milele** – Hauwezi kufa au kuisha (**Yeremia 31:3**).
- **Ni wa neema** – Hautegemei sifa wala matendo ya mtu (**Warumi 5:8**).

Katika **1 Yohana 4:9-10**, maandiko yanasema:

"Katika hili pendo la Mungu lilidhihirishwa kwetu, kwamba Mungu amemtuma Mwana wake wa pekee ulimwenguni, ili tupate kuishi kwa yeye. Katika hili pendo si kwamba sisi tulimpenda Mungu, bali ya kuwa yeye alitupenda sisi, akamtuma Mwana wake kuwa kipatanisho kwa dhambi zetu."

Hii inaonyesha kuwa upendo wa Kristo haubadiliki, ni wa kimungu, na ni wa milele.

2. Upendo wa Kristo Ni wa Kujitoa na wa Kujinyima

Katika **Wafilipi 2:6-8**, Paulo anaeleza jinsi Kristo alivyothibitisha upendo wake kwa njia ya kujinyenyekeza:

"Ambaye yeye mwanzo alikuwa yuna namna ya Mungu, naye hakuona kule kuwa sawa na Mungu kuwa kitu cha kushikamana nacho; bali alijifanya kuwa hana utukufu, akatwaa namna ya mtumwa, akawa anamfanana na wanadamu; tena, alipoonekana ana

umbo kama mwanadamu, alijinyenyekeza akawa mtii hata mauti, naam, mauti ya msalaba."

Yesu alikubali kuacha utukufu wake wa mbinguni kwa ajili ya wanadamu, akidhihirisha kwamba upendo wa kweli ni wa **kujitoa bila masharti**.

3. Upendo wa Kristo Ni wa Kusamehe

Moja ya sifa kuu za upendo wa Kristo ni **kusamehe** hata wale waliomsaliti na kumtesa.

Katika **Luka 23:34**, Yesu alisema akiwa msalabani:

"Baba, uwasamehe, kwa kuwa hawajui watendalo."

Upendo wake haukuwa wa kulipiza kisasi bali wa **huruma na rehema**, ukiwa mfano wa jinsi waumini wanapaswa kuwasamehe wengine (**Wakolosai 3:13**).

4. Upendo wa Kristo Ni wa Wote (Usio na Upendeleo)

Katika **Yohana 3:16**, Yesu anatangaza wazi kwamba upendo wake haujaelekezwa kwa kundi moja tu la watu bali kwa ulimwengu mzima:

"Kwa maana jinsi hii Mungu aliupenda ulimwengu, hata akamtoa Mwana wake wa pekee, ili kila amwaminiye asipotee, bali awe na uzima wa milele."

Yesu aliwapenda matajiri na maskini, wenye dhambi na watakatifu, Wayahudi na watu wa mataifa mengine.

Katika **Mathayo 9:36**, maandiko yanasema:

"Alipoona makutano, aliwahurumia, kwa sababu walikuwa wamechoka na kutawanyika kama kondoo wasio na mchungaji."

Hii inaonyesha kuwa upendo wake ulikuwa wa **huruma kwa wote**, bila kujali hali zao.

5. Upendo wa Kristo Ni wa Kubadilisha Maisha

Upendo wa Kristo hauishii tu kuwa **hisia** bali huleta **mabadiliko halisi** kwa wale wanaoupokea.

Katika **2 Wakorintho 5:17**, maandiko yanasema:

"Hata imekuwa, mtu akiwa ndani ya Kristo amekuwa kiumbe kipya; ya kale yamepita, tazama! Yamekuwa mapya."

Hii inaonyesha kuwa **upendo wa Kristo hubadilisha maisha ya wale wanaompokea, kuwaondoa kutoka dhambini na kuwapa uzima mpya**.

6. Upendo wa Kristo Ni wa Kushinda Dhambi na Kifo

Katika **Warumi 8:38-39**, Paulo anaandika:

"Kwa maana nimekwisha kujua hakika ya kuwa wala mauti, wala uzima, wala malaika, wala wenye mamlaka, wala yaliyo hapa sasa, wala yatakayokuwapo, wala nguvu, wala yaliyoko juu, wala yaliyoko chini, wala kiumbe kingine cho chote, hakitaweza kututenga na upendo wa Mungu, ulio katika Kristo Yesu Bwana wetu."

Yesu alishinda dhambi na kifo kwa **kujitoa kwa ajili ya wanadamu** (**1 Wakorintho 15:54-57**). Upendo wake **hautenganishwi na kitu chochote**.

Upendo wa Kristo ni wa Kipekee na wa Milele

Katika sehemu hii ya pili ya kitabu, tutachunguza kwa kina tabia za upendo wa Kristo kwa njia zifuatazo:

1. **Ni wa kimungu (Agape) – Unatoka kwa Mungu na hauwezi kufa.**
2. **Ni wa kujitoa – Ulidhihirishwa msalabani.**
3. **Ni wa kusamehe – Yesu aliwasamehe hata waliomsulubisha.**
4. **Ni wa wote – Hauna mipaka wala upendeleo.**
5. **Ni wa kubadilisha maisha – Unawafanya waumini kuwa viumbe vipya.**
6. **Ni wa milele – Hakuna kitu kinachoweza kututenganisha na upendo wake.**

Katika sura zijazo, tutachunguza kwa kina kila moja ya sifa hizi, tukiangazia jinsi upendo wa Kristo unavyodhihirika na jinsi tunavyoweza kuishi kwa mfano wake. **Kwa sababu upendo wa Kristo ni zaidi ya hisia – ni nguvu inayobadilisha ulimwengu!**

SURA YA 03
Upendo Usio Na Masharti- Agape Ya Kristo

Kuelewa Upendo wa Agape

Katika Maandiko, **upendo wa Agape** ni aina ya upendo wa hali ya juu zaidi, ambao hauhusiani na hisia za kibinadamu bali ni **upendo wa kimungu, wa kujitoa, usio na masharti, na wa milele**. Upendo huu ni tabia ya msingi ya Mungu na unadhihirika kwa namna ya kipekee katika maisha na kazi ya Yesu Kristo.

Katika **Warumi 5:8**, Paulo anaeleza upendo huu wa ajabu kwa kusema:

"Bali Mungu aonyesha pendo lake mwenyewe kwetu sisi, ya kuwa Kristo alikufa kwa ajili yetu, tulipokuwa tungali wenye dhambi."

Hii inaonyesha kuwa upendo wa Kristo haukutegemea **ustahili wetu, matendo yetu, au uaminifu wetu**, bali lilikuwa tendo la **neema safi ya Mungu**. Katika sura hii, tutachunguza maana ya **upendo wa Agape**, jinsi unavyodhihirishwa katika Maandiko, na jinsi unavyopaswa kuakisiwa katika maisha ya waumini.

1. Maana ya Upendo wa Agape Katika Maandiko

Katika Agano Jipya, neno la Kigiriki linalotafsiriwa kama **upendo** ni **"Agape" (ἀγάπη)**, ambalo linapatikana katika **Strong's Concordance (G26)** likimaanisha "upendo wa kimungu, wa kujitoa bila masharti, wa milele, na usiotegemea hali ya anayependwa."

Upendo huu ni tofauti na aina nyingine za upendo zinazopatikana katika lugha ya Kigiriki:

- **Eros (ἔρως)** – Upendo wa kimapenzi au wa mvuto wa mwili.
- **Philia (φιλία)** – Upendo wa urafiki na undugu.
- **Storge (στοργή)** – Upendo wa kifamilia.

Lakini **Agape** ni wa kipekee kwa kuwa ni **wa kiungu** na **hauhitaji malipo yoyote au sharti lolote kwa kupendwa**.

Katika **1 Yohana 4:8**, maandiko yanasema:

"Yeye asiyependa, hamjui Mungu, kwa maana Mungu ni upendo."

Hii inaonyesha kuwa **Agape ni asili ya Mungu**. Mungu hapendi kwa sababu ya kitu fulani katika wanadamu, bali kwa sababu yeye **ni upendo kwa kiini chake**.

---

2. Upendo wa Agape Katika Maisha na Kazi ya Yesu Kristo

Kristo alionyesha upendo wa Agape kwa njia mbalimbali katika maisha yake duniani:

(i) Kristo Alipenda Bila Masharti

Katika **Yohana 3:16**, Yesu anasema:

"Kwa maana jinsi hii Mungu aliupenda ulimwengu, hata akamtoa Mwana wake wa pekee, ili kila amwaminiye asipotee, bali awe na uzima wa milele."

Upendo wa Kristo kwa ulimwengu haukutegemea **haki, tabia njema, au bidii ya wanadamu**, bali ni neema safi ya Mungu.

Katika **Luka 15:11-32**, Yesu anatoa mfano wa mwana mpotevu, ambapo baba alimpenda mwana wake hata baada ya kuasi.

Hii ni picha ya **Agape**, upendo wa Mungu ambao **haupungui hata tunapomkosea**.

(ii) Kristo Alipenda Adui Zake

Katika **Mathayo 5:44**, Yesu aliagiza:

"Lakini mimi nawaambia, wapendeni adui zenu, waombeeni wanaowaudhi."

Yesu mwenyewe alionyesha upendo huu msalabani aliposema:

"Baba, uwasamehe, kwa kuwa hawajui watendalo." (**Luka 23:34**).

Upendo wa Agape unajumuisha hata wale ambao **wametukosea na kutuchukia**.

(iii) Kristo Alipenda kwa Kujitoa Kikamilifu

Katika **Wafilipi 2:6-8**, Paulo anaandika:

"Ambaye yeye mwanzo alikuwa yuna namna ya Mungu, naye hakuona kule kuwa sawa na Mungu kuwa kitu cha kushikamana nacho; bali alijifanya kuwa hana utukufu, akatwaa namna ya mtumwa, akawa anamfanana na wanadamu; tena, alipoonekana ana umbo kama mwanadamu, alijinyenyekeza akawa mtii hata mauti, naam, mauti ya msalaba."

Yesu alikubali **kujitoa kikamilifu kwa ajili ya wanadamu** kwa sababu ya upendo wake mkuu wa Agape.

3. Sifa za Upendo wa Agape

Katika **1 Wakorintho 13:4-7**, Paulo anaeleza tabia za **upendo wa Agape** kwa njia ifuatayo:

"Upendo huvumilia, hufadhili; upendo hauhusudu; upendo hautakabari; haujivuni; haukosi kuwa na adabu; hautafuti mambo yake; hauoni uchungu; hauhesabu mabaya; haufurahii udhalimu, bali hufurahi pamoja na kweli; huvumilia yote; huamini yote; hutumaini yote; hustahimili yote."

Kutoka kwa maandiko haya, tunaweza kuona kuwa upendo wa Kristo ni:

1. **Usio na masharti** – Yesu anapenda hata wenye dhambi.

2. **Wa kujitoa** – Yesu alijitoa kwa ajili yetu.

3. **Wa kuvumilia** – Yesu anasamehe na kuendelea kupenda hata tunapomwasi.

4. **Wa kweli** – Yesu hapendi kwa unafiki bali kwa haki na ukweli.

5. **Wa milele** – Upendo wake haumalizwi na dhambi zetu.

---

4. Upendo wa Agape Unavyotakiwa Kuakisiwa na Waumini

Yesu alitufundisha kuwa waumini wake wanapaswa kuishi kwa **upendo wa Agape**.

Katika **Yohana 13:34-35**, Yesu alisema:

"Amri mpya nawapa, ya kwamba mpendane; kama vile nilivyowapenda ninyi, nanyi mpendane vivyo hivyo. Hivyo watu wote watatambua ya kuwa ninyi mmekuwa wanafunzi wangu, mkiwa na upendo ninyi kwa ninyi."

Yesu anataka **tupendane kwa namna ile ile aliyotupenda—kwa upendo wa Agape**.

Katika **1 Yohana 4:11**, maandiko yanasema:

"Wapenzi, ikiwa Mungu alitupenda sisi hivi, imetupasa na sisi kupendana."

Hii inaonyesha kuwa **waumini wanapaswa kuonyesha upendo wa Agape kwa wengine, bila masharti**.

---

5. Tafsiri za Wasomi wa Biblia Kuhusu Upendo wa Agape

(i) Augustine wa Hippo (354-430 AD)

"Upendo wa Agape ni upendo wa Mungu kwa wanadamu – hauwezi kulinganishwa na upendo wa kibinadamu, kwa kuwa unatoka kwa Mungu mwenyewe."

(ii) John Calvin (1509-1564 AD)

"Upendo wa Agape hauangalii ustahili wa mwanadamu, bali ni tendo la neema safi ya Mungu kwa watu wake."

(iii) Charles Spurgeon (1834-1892 AD)

"Msalaba wa Kristo ni kielelezo kikamilifu cha upendo wa Agape – upendo wa kujitoa kabisa kwa ajili ya wengine."

---

6. Hitimisho: Upendo wa Kristo ni wa Agape – Usio na Masharti

1. **Ni upendo wa kimungu unaotoka kwa Mungu mwenyewe (1 Yohana 4:8).**
2. **Haujali ustahili wa anayependwa (Warumi 5:8).**
3. **Hupenda hata maadui (Mathayo 5:44).**
4. **Hujitoa kikamilifu kwa wengine (Wafilipi 2:6-8).**
5. **Waumini wanapaswa kuakisi upendo huu kwa wengine (Yohana 13:34).**

Kwa hivyo, **upendo wa Agape ni moyo wa Injili na msingi wa maisha ya Kikristo.**

Agape Ni Upendo wa Milele – Usio na Mwisho na Usioyumba

Upendo wa Kristo ni wa milele, haupungui, hauishi, wala hauyumbayumba. Katika Agano Jipya, upendo huu unajulikana kama **Agape**, aina ya upendo wa kimungu unaojitolea bila masharti, hauhitaji malipo, na unadumu milele. Mungu alifunua upendo huu kwa wanadamu kupitia Yesu Kristo, ambaye ndiye uthibitisho wa upendo wa milele wa Mungu kwa ulimwengu.

Katika **Yeremia 31:3**, Mungu anasema:

"Bwana alinitokea zamani, akisema, Naam, nimekupenda kwa upendo wa milele; ndiyo maana nimekuvuta kwa fadhili."

Aya hii inathibitisha kuwa upendo wa Mungu hauhitaji masharti yoyote ili kuendelea kuwepo, bali ni wa milele kwa wale anaowapenda. Katika sura hii, tutachunguza jinsi upendo wa Kristo **ulivyo wa milele, usiokoma, usioyumba, na unavyodumu kwa waumini wote**, tukitumia **Strong's Concordance**, tafsiri za wasomi wa Biblia, na uchambuzi wa **Expositor's Bible Study** ili kuelewa upendo huu kwa kina.

---

1. Maana ya Upendo wa Agape Katika Maandiko

Katika Agano Jipya, neno la Kigiriki linalotafsiriwa kama **upendo** wa Mungu ni **"Agape" (ἀγάπη)**, ambalo linapatikana katika **Strong's Concordance (G26)** likimaanisha "upendo wa kimungu, usio na masharti, wa milele, na wenye kujitoa kwa ajili ya wengine."

Katika **Warumi 8:38-39**, Paulo anaandika:

"Kwa maana nimekwisha kujua hakika ya kuwa wala mauti, wala uzima, wala malaika, wala wenye mamlaka, wala yaliyo hapa sasa, wala yatakayokuwapo, wala nguvu, wala yaliyoko juu, wala yaliyoko chini, wala kiumbe kingine cho chote, hakitaweza kututenga na upendo wa Mungu, ulio katika Kristo Yesu Bwana wetu."

Hii inaonyesha kuwa **upendo wa Kristo hauna kikomo**—hautenganishwi na chochote katika ulimwengu huu au katika ulimwengu ujao. **Ni upendo wa milele, usioweza kufutika au kuondolewa.**

---

2. Upendo wa Milele wa Kristo Kama Ulivyodhihirishwa Katika Maandiko

(i) Upendo wa Kristo Ulihitajiwa Kabla ya Mwanadamu Kuwepo

Upendo wa Kristo haukuanza baada ya wanadamu kutenda mema, bali ulikuwepo tangu **kabla ya misingi ya ulimwengu**.

Katika **Waefeso 1:4-5**, Paulo anaandika:

"Kama vile alivyotuchagua katika yeye kabla ya kuwekwa misingi ya ulimwengu, ili tuwe watakatifu, wasio na mawaa mbele zake katika pendo; kwa maana alitangulia kutuweka kwa ajili ya

kufanywa wana kwa Yesu Kristo, sawasawa na uradhi wa mapenzi yake."

Hii inaonyesha kuwa upendo wa Mungu kwa wanadamu **ulikuwepo kabla ya kuumbwa kwa dunia**. Mungu alipanga **wokovu wetu na uhusiano wetu naye kwa upendo wa milele**.

(ii) Upendo wa Kristo Umedhihirishwa Katika Kifo Chake

Katika **Warumi 5:8**, maandiko yanasema:

"Bali Mungu aonyesha pendo lake mwenyewe kwetu sisi, ya kuwa Kristo alikufa kwa ajili yetu, tulipokuwa tungali wenye dhambi."

Yesu alikufa kwa ajili ya wanadamu **bila kujali hali yao ya dhambi**, na upendo huu **si wa muda mfupi bali wa milele**. Hata baada ya kifo chake, Yesu anaendelea kuwa **Mwombezi wetu kwa Baba** (**1 Yohana 2:1**).

(iii) Upendo wa Kristo Unadumu Milele Kwa Waaminio

Katika **Yohana 10:28-29**, Yesu alisema:

"Nami nawapa uzima wa milele; wala hawatapotea kamwe, wala hakuna mtu atakayeweza kuwatoa katika mkono wangu. Baba yangu, aliyenipa wao, ni mkuu kuliko wote; wala hakuna awezaye kuwatoa katika mkono wa Baba yangu."

Hii inathibitisha kuwa upendo wa Kristo ni **wa milele, wenye ulinzi wa milele**, na hawezi kumwacha wala kumtupa yeyote anayemwamini.

Katika **Waebrania 13:8**, maandiko yanasema:

"Yesu Kristo ni yeye yule, jana na leo na hata milele."

Hii inaonyesha kuwa **upendo wa Kristo haujawahi kubadilika na hautabadilika kamwe**.

3. Upendo wa Kristo Kama Msingi wa Wokovu wa Milele

Yesu hakutufia ili kutupenda kwa muda mfupi, bali upendo wake unahakikisha **wokovu wa milele kwa waumini wote**.

Katika **Waebrania 9:12**, maandiko yanasema:

"Wala si kwa damu ya mbuzi na ndama, bali kwa damu yake mwenyewe aliingia mara moja tu katika patakatifu, akiisha kupata ukombozi wa milele."

Yesu alitoa **dhabihu ya milele**, ambayo inahakikisha kwamba upendo wake hautapunguka kamwe kwa wale waliomwamini.

---

4. Upendo wa Kristo Unapaswa Kuakisiwa na Waumini

Yesu alituamuru **tupendane kwa upendo wa milele kama alivyo tupenda sisi**.

Katika **Yohana 13:34-35**, Yesu alisema:

"Amri mpya nawapa, ya kwamba mpendane; kama vile nilivyowapenda ninyi, nanyi mpendane vivyo hivyo. Hivyo watu wote watatambua ya kuwa ninyi mmekuwa wanafunzi wangu, mkiwa na upendo ninyi kwa ninyi."

Hii inamaanisha kuwa **upendo wa Kikristo unapaswa kuwa wa milele, usiokatika, na usioyumba kama wa Kristo**.

---

5. Tafsiri za Wasomi wa Biblia Kuhusu Upendo wa Milele wa Kristo

(i) Augustine wa Hippo (354-430 AD)

"Upendo wa Mungu haupungui wala hauishi – unatufuatilia kwa uaminifu wake wa milele."

(ii) John Calvin (1509-1564 AD)

"Kristo hakufa kwa ajili ya wokovu wa muda, bali kwa wokovu wa milele, unaothibitishwa na upendo wake wa milele."

(iii) Charles Spurgeon (1834-1892 AD)

"Hakuna dhambi wala kizuizi chochote kinachoweza kuzuia upendo wa Mungu kwa wale aliowaita kwake – upendo wa milele wa Kristo ni ahadi isiyobadilika."

---

6. Upendo wa Kristo Ni wa Milele – Hautakoma Kamwe

1. **Ulianza kabla ya dunia kuumbwa (Waefeso 1:4-5).**
2. **Ulionyeshwa katika kifo cha Kristo (Warumi 5:8).**
3. **Unahakikisha uzima wa milele kwa waumini (Yohana 10:28).**
4. **Hautenganishwi na chochote (Warumi 8:38-39).**
5. **Waumini wanapaswa kuishi kwa upendo huu wa milele (Yohana 13:34-35).**

Kwa hivyo, **upendo wa Kristo si wa muda mfupi, bali ni wa milele – hautabadilika, hautapungua, na hautaisha kamwe!**

Agape Ni Upendo wa Ukombozi – Unaotafuta Wokovu wa Wengine

Katika Agano Jipya, upendo wa **Agape** unaonyeshwa kama upendo wa **ukombozi**, yaani, upendo unaotafuta **kuokoa, kuponya, na kuwakomboa wanadamu kutoka kwa dhambi na maangamizo ya milele**. Upendo huu ulifunuliwa kikamilifu katika kazi ya Kristo, ambaye alitoa maisha yake kwa ajili ya wokovu wa wanadamu.

Katika **Luka 19:10**, Yesu alisema:

"Kwa kuwa Mwana wa Adamu alikuja kutafuta na kuokoa kile kilichopotea."

Hii inaonyesha kuwa **upendo wa Kristo haukuwa tu wa huruma au ulinzi, bali ulikuwa wa ukombozi – wenye lengo la kuwaokoa watu kutoka kwa dhambi na kuwapatia uzima wa milele**. Katika sura hii, tutachunguza jinsi **upendo wa Kristo ulivyo**

wa ukombozi, tukitumia **Strong's Concordance**, tafsiri za wasomi wa Biblia, na uchambuzi wa **Expositor's Bible Study** ili kuelewa jinsi upendo huu unavyofanya kazi kwa waumini wote.

1. Maana ya Upendo wa Agape Katika Maandiko

Katika Agano Jipya, neno la Kigiriki linalotafsiriwa kama **upendo wa Agape** ni **"Agape" (ἀγάπη)**, ambalo linapatikana katika **Strong's Concordance (G26)** likimaanisha "upendo wa kimungu, usio na masharti, unaojitoa, na wenye kuleta ukombozi."

Katika **Yohana 3:16**, Yesu alisema:

"Kwa maana jinsi hii Mungu aliupenda ulimwengu, hata akamtoa Mwana wake wa pekee, ili kila amwaminiye asipotee, bali awe na uzima wa milele."

Hii inaonyesha kuwa **upendo wa Agape hauhusiani tu na upendo wa kawaida, bali ni upendo wa wokovu – unaolenga kuwaokoa watu kutoka kwa mauti ya kiroho na kuwapatia uzima wa milele**.

2. Upendo wa Kristo Kama Upendo wa Ukombozi

Katika **Warumi 5:8**, Paulo anaandika:

"Bali Mungu aonyesha pendo lake mwenyewe kwetu sisi, ya kuwa Kristo alikufa kwa ajili yetu, tulipokuwa tungali wenye dhambi."

Hii inaonyesha kuwa **ukombozi wa Kristo ni tendo la upendo wa Agape**, kwani Yesu hakusubiri wanadamu wawe watakatifu kwanza ili awapende, bali aliwapenda **katika hali yao ya dhambi na akatoa maisha yake kwa ajili yao**.

Katika **Marko 10:45**, Yesu alisema:

"Kwa kuwa Mwana wa Adamu hakuja kutumikiwa, bali kutumika, na kutoa nafsi yake kuwa fidia ya wengi."

Neno **"fidia" (lutron – λύτρον)** katika **Strong's Concordance (G3083)** linamaanisha "malipo yanayofanywa ili kumkomboa mtumwa au mfungwa." Hii inaonyesha kuwa **Kristo alitoa nafsi yake kama malipo ya ukombozi kwa wanadamu wote**.

3. Kazi ya Ukombozi Kupitia Kifo cha Kristo

Katika **Waefeso 1:7**, maandiko yanasema:

"Katika yeye tunao ukombozi kwa damu yake, masamaha ya dhambi, sawasawa na wingi wa neema yake."

Hii inaonyesha kuwa:

- **Damu ya Kristo ndiyo msingi wa ukombozi wetu.**
- **Upendo wake ulionyeshwa kwa kujitoa kwa ajili ya wengine.**
- **Ukombozi wetu haukutokana na matendo yetu, bali kwa neema ya Mungu kupitia Kristo.**

Katika **1 Petro 1:18-19**, Petro anaandika:

"Mkijua ya kuwa mlikombolewa si kwa vitu viharibikavyo, kwa fedha au dhahabu, mlivyopewa na baba zenu, bali kwa damu ya thamani, kama ya Mwana-Kondoo asiye na ila, asiye na waa, yaani, ya Kristo."

Hii inathibitisha kuwa **upendo wa Kristo ni wa thamani kubwa, kwa sababu ukombozi wetu ulifanikishwa kwa gharama ya maisha yake mwenyewe**.

4. Ukombozi wa Kristo kwa Wale Waliopotea

Yesu alikuja kuwaokoa wale waliopotea, akiwapa fursa ya pili ya kupokea uzima wa milele.

(i) Yesu Alimwokoa Mwanamke Aliyekamatwa Katika Zinaa

Katika **Yohana 8:10-11**, Yesu alimwambia mwanamke aliyekamatwa katika uzinzi:

"Mwanamke, wako wapi wale washitaki wako? Hakuna aliyekuhukumu?" Akasema, 'Hakuna Bwana.' Yesu akamwambia, 'Wala mimi sikuhukumu. Enenda zako, wala usitende dhambi tena.'"

Yesu hakuwa tu **kumsamehe**, bali **kumkomboa kutoka kwa dhambi yake na kumtoa katika hali yake ya hatari ya kiroho**.

(ii) Yesu Alimwokoa Mwizi Msalabani

Katika **Luka 23:42-43**, mwizi aliyekuwa msalabani alisema:
"Ee Yesu, unikumbuke utakapoingia katika ufalme wako."
Yesu alimjibu:
"Amini, nakuambia, leo hivi utakuwa pamoja nami Peponi."
Hii inaonyesha kuwa **upendo wa Kristo unakomboa hata wale waliokuwa wamepotea kabisa, wakikubali neema yake**.

5. Ukombozi wa Kristo Kama Mfano kwa Waumini

Yesu hakutufia tu kwa ajili ya wokovu wetu, bali pia **alituamuru tuwe mashahidi wa upendo huu wa ukombozi kwa wengine**.

Katika **2 Wakorintho 5:18-19**, Paulo anaandika:
"Lakini vyote pia vyatoka kwa Mungu, aliyetupatanisha sisi na nafsi yake kwa Kristo, naye ametupa huduma ya upatanisho; maana Mungu alikuwa ndani ya Kristo, akiupatanisha ulimwengu na nafsi yake, asiwahesabie makosa yao; naye ametia ndani yetu neno la upatanisho."

Hii inaonyesha kuwa **waumini wamepewa jukumu la kupeleka ujumbe wa ukombozi kwa ulimwengu wote**.

6. Tafsiri za Wasomi wa Biblia Kuhusu Upendo wa Ukombozi wa Kristo

(i) Augustine wa Hippo (354-430 AD)

"Kristo hakuwa tu mfano wa upendo, bali alikuwa dhabihu ya ukombozi kwa wanadamu wote."

(ii) John Calvin (1509-1564 AD)

"Upendo wa Kristo haukuwa wa kihisia tu, bali ulikuwa wa matendo—alikufa ili kuwaokoa walioangamia."

(iii) Charles Spurgeon (1834-1892 AD)

"Msalaba wa Kristo ni kielelezo kikamilifu cha upendo wa Agape – upendo unaokomboa wale waliopotea."

---

7. Upendo wa Kristo Ni wa Ukombozi

1. **Kristo alikuja kutafuta na kuwaokoa waliopotea (Luka 19:10).**
2. **Kazi yake ya ukombozi ilifanyika kwa damu yake mwenyewe (1 Petro 1:18-19).**
3. **Upendo wake hauna masharti – aliwapenda hata wenye dhambi (Warumi 5:8).**
4. **Ukombozi wake ni kwa wote wanaomwamini (Yohana 3:16).**
5. **Waumini wanapaswa kuendeleza ujumbe wa ukombozi wa Kristo (2 Wakorintho 5:18-19).**

Kwa hivyo, **upendo wa Kristo si wa kawaida – ni upendo wa ukombozi unaotafuta kuwaokoa wale waliopotea na kuwapa uzima wa milele!**

UPENDO WA KRISTO KATIKA MATENDO

Upendo wa Kristo Katika Huduma Yake ya Kijamii

Katika maisha yake ya duniani, Yesu Kristo aliishi na kuhubiri upendo wa **Agape** kwa njia ya vitendo. Moja ya nyanja kuu ambazo alionyesha upendo wake ilikuwa **kuponya wagonjwa**, kwa sababu ya huruma yake kwa wanadamu waliokuwa wakiteseka.

Katika **Mathayo 8:16-17**, maandiko yanasema:

"Na kulipokuwa jioni, wakamletea watu wengi wenye pepo, akawatoa pepo kwa neno lake, akawaponya wote waliokuwa hawawezi; ili litimie neno lililonenwa na nabii Isaya, akisema, Yeye mwenyewe aliutwaa udhaifu wetu, akayachukua magonjwa yetu."

Aya hii inaonyesha kuwa uponyaji wa Yesu haukuwa tu tendo la huruma, bali pia ilikuwa sehemu ya kutimiza kazi yake ya ukombozi. Katika sura hii, tutachunguza jinsi **Kristo alivyodhihirisha upendo wake kwa wagonjwa na wanaoteseka**, tukitumia **Strong's Concordance**, tafsiri za wasomi wa Biblia, na uchambuzi wa **Expositor's Bible Study** ili kuelewa maana ya uponyaji wake katika mwanga wa Agano Jipya.

1. Yesu Aliponya Wagonjwa Kwa Huruma

Katika Agano Jipya, neno la Kigiriki linalotafsiriwa kama **huruma** ni **"splagchnizomai" (σπλαγχνίζομαι)**, ambalo linapatikana katika **Strong's Concordance (G4697)** likimaanisha "kusikia huruma ya kina, kuguswa kutoka ndani kabisa kwa moyo wa mtu."

Katika **Mathayo 14:14**, maandiko yanasema:

"Aliposhuka akaona mkutano mkuu wa watu, akawahurumia, akawaponya wagonjwa wao."

Hii inaonyesha kuwa uponyaji wa Yesu **haukuwa tu onyesho la nguvu za miujiza**, bali ulitokana na **huruma ya kweli kwa watu waliokuwa wakiteseka**.

Katika **Marko 1:40-41**, tunasoma hadithi ya mtu mwenye ukoma aliyemwendea Yesu:

"Akamwendea mkoma, akamsihi na kumpigia magoti, akamwambia, Ukipenda, waweza kunitakasa. Yesu, naye akamhurumia, akanyosha mkono wake, akamgusa, akamwambia, Nataka; takasika."

Katika mila za Kiyahudi, mgonjwa wa ukoma alihesabiwa **najisi** na hakuruhusiwa kuguswa. Lakini Yesu alionyesha **upendo wa kweli kwa kumgusa mtu huyu na kumponya**.

2. Uponyaji wa Kristo Kama Sehemu ya Mpango wa Ukombozi

Katika **Mathayo 8:17**, maandiko yanasema:

"Ili litimie neno lililonenwa na nabii Isaya, akisema, Yeye mwenyewe aliutwaa udhaifu wetu, akayachukua magonjwa yetu."

Hii ni rejea ya **Isaya 53:4**, ambapo unabii kuhusu Masiya unasema:

"Hakika ameyachukua masikitiko yetu, amejitwika huzuni zetu."

Hii inaonyesha kuwa uponyaji wa Yesu haukuwa tu **kitendo cha neema**, bali ulikuwa sehemu ya kazi yake ya **ukombozi**, kwa kuwa alichukua juu yake **udhaifu wa wanadamu na maumivu yao**.

Katika **1 Petro 2:24**, maandiko yanaendelea kuthibitisha kuwa:

"Yeye mwenyewe alizichukua dhambi zetu katika mwili wake juu ya mti, ili kwamba tukiwa wafu kwa mambo ya dhambi tuwe hai kwa mambo ya haki; na kwa kupigwa kwake mliponywa."

Hii inaonyesha kuwa uponyaji wa Yesu si wa mwili tu, bali pia wa kiroho – aliwaponya watu **kimwili na kiroho kwa njia ya kazi yake ya msalaba**.

---

3. Mifano Muhimu ya Uponyaji wa Kristo

Yesu aliponya wagonjwa wa kila aina, na kila uponyaji wake ulikuwa na maana ya kipekee:

(i) Yesu Alimponya Kipofu Bartimayo (Marko 10:46-52)

Katika **Marko 10:46-52**, tunasoma hadithi ya Bartimayo, kipofu aliyekuwa akilia kwa sauti:

"Yesu, Mwana wa Daudi, nihurumie!"

Yesu alisimama, akamwita, na alipoulizwa anachotaka, Bartimayo alijibu:

"Bwana, nipate kuona tena."

Yesu akamwambia:

"Imani yako imekuponya."

Katika hadithi hii, tunajifunza kuwa uponyaji wa Yesu **ulihitaji imani kutoka kwa anayehitaji uponyaji**, na kwamba **huruma ya Yesu iliwafanya vipofu waone**.

(ii) Yesu Alimponya Mtu Mwenye Pepo Kafarnaumu (Marko 1:21-28)

Katika sinagogi la Kafarnaumu, mtu aliyekuwa na pepo alimwita Yesu kwa sauti kubwa:

"Utuache! Yesu wa Nazareti, umekuja kutuangamiza? Nakujua wewe ni nani, Mtakatifu wa Mungu."

Yesu akamkemea pepo na kumwambia:

"Nyamaza, umtoke!"

Pepo alipotoka, watu wote walishangaa:

"Ni mafundisho gani haya mapya, maana kwa mamlaka anawaamuru hata pepo wachafu, nao wanamtii?"

Hii inaonyesha kuwa **uponyaji wa Yesu ulikuwa na mamlaka ya kiroho – aliweza kufukuza roho wachafu na kuwaponya watu kutoka kwa nguvu za giza**.

(iii) Yesu Alimfufua Lazaro (Yohana 11:1-44)

Katika **Yohana 11**, tunasoma juu ya rafiki wa Yesu, Lazaro, aliyekufa na kuzikwa kwa siku nne. Yesu alipofika, dada zake Lazaro, Marta na Mariamu, walimwambia:

"Bwana, kama ungalikuwapo hapa, ndugu yangu hangalikufa."

Yesu akasema:

"Mimi ndimi huo ufufuo, na uzima; Yeye aniaminiye mimi, ajapokufa, atakuwa anaishi."

Kisha Yesu alilia, akasema kwa sauti kuu:

"Lazaro, njoo nje!"

Lazaro alifufuka, akitoka nje akiwa amefungwa sanda.

Hii inaonyesha kuwa **Yesu hakuwa na huruma tu kwa wagonjwa, bali alikuwa na mamlaka hata juu ya mauti**.

---

4. Yesu Anavyoendelea Kuponya Leo

Yesu hakubadilika; upendo wake kwa wagonjwa na wanaoteseka unaendelea hadi leo. Katika **Waebrania 13:8**, maandiko yanasema:

"Yesu Kristo ni yeye yule, jana na leo na hata milele."

Yesu bado anaweza **kuponya, kutuliza mateso, na kutoa wokovu kwa wale wanaomwamini**.

Katika **Yakobo 5:14-15**, maandiko yanashauri waumini kumwomba Mungu kwa imani kwa ajili ya uponyaji:

"Mtu wa kwenu amekuwa hawezi? Na awaite wazee wa kanisa, nao wamwombee, wakimpaka mafuta kwa jina la Bwana. Na kuomba kwa imani kutamwokoa mgonjwa, naye Bwana atamwinua."

Hii inaonyesha kuwa **Yesu bado anaponya kupitia imani na maombi**.

---

5. Upendo wa Kristo Uliojaa Huruma kwa Wagonjwa

1. **Yesu aliponya wagonjwa kwa huruma (Mathayo 14:14).**
2. **Uponyaji wake ulikuwa sehemu ya kazi yake ya ukombozi (Isaya 53:4-5).**
3. **Aliwaponya vipofu, wakoma, na waliopagawa na mapepo (Marko 10:46-52; Marko 1:21-28).**
4. **Aliwafufua wafu, akionyesha mamlaka yake juu ya mauti (Yohana 11:1-44).**
5. **Bado anaendelea kuponya kupitia imani na maombi (Yakobo 5:14-15).**

Kwa hivyo, **upendo wa Kristo ni wa uponyaji – wa kimwili, kiroho, na wa milele!**

Upendo wa Kristo Katika Kusamehe Wenye Dhambi

Katika huduma yake ya duniani, Yesu Kristo alidhihirisha **upendo wa Agape** kwa vitendo mbalimbali, mojawapo ikiwa **kusamehe wenye dhambi**. Alitoa neema kwa wale waliostahili hukumu, akiwapa fursa ya pili ya kuanza maisha mapya katika utakatifu.

Katika **Yohana 8:11**, Yesu alimwambia mwanamke aliyekamatwa katika uzinzi:

"Wala mimi sikuhukumu. Enenda zako, wala usitende dhambi tena."

Hii inaonyesha kwamba **kusamehe kwa Yesu hakutegemei ustahili wa mtu, bali ni tendo la neema na upendo usio na masharti**. Katika sura hii, tutachunguza jinsi **Yesu alivyosamehe**

wenye dhambi, tukitumia **Strong's Concordance**, tafsiri za wasomi wa Biblia, na uchambuzi wa **Expositor's Bible Study** ili kuelewa maana ya msamaha wake katika mwanga wa Agano Jipya.

1. Maana ya Msamaha wa Kristo Katika Maandiko

Katika Agano Jipya, neno la Kigiriki linalotafsiriwa kama **kusamehe** ni **"aphiemi"** (**ἀφίημι**), ambalo linapatikana katika **Strong's Concordance (G863)** likimaanisha "kuacha, kuachilia, au kufuta deni."

Katika **Waefeso 1:7**, maandiko yanasema:

"Katika yeye tunao ukombozi kwa damu yake, masamaha ya dhambi, sawasawa na wingi wa neema yake."

Hii inaonyesha kuwa **msamaha wa Yesu si wa muda mfupi, bali ni tendo la milele lililopatikana kwa damu yake msalabani**.

Katika **Warumi 8:1**, Paulo anaandika:

"Basi sasa hakuna hukumu ya adhabu juu yao walio katika Kristo Yesu."

Hii inathibitisha kuwa wale waliopokea msamaha wa Kristo **hawana tena hatia mbele za Mungu**.

2. Hadithi ya Mwanamke Aliyekamatwa Katika Uzinzi (Yohana 8:1-11)

Katika **Yohana 8:3-5**, Mafarisayo walimletea Yesu mwanamke aliyekamatwa katika uzinzi na wakasema:

"Mwalimu, mwanamke huyu amekamatwa alipokuwa akifanya uzinzi. Na katika torati Musa alituamuru kwamba hawa wapigwe kwa mawe. Basi wewe wasemaje?"

Yesu alijibu kwa njia isiyotarajiwa. Badala ya kukubaliana na hukumu ya sheria, aliandika chini kwa kidole chake, kisha akasema:

"Yeyote asiye na dhambi miongoni mwenu na awe wa kwanza kumtupia jiwe."

Baada ya wote kuondoka, Yesu alimgeukia mwanamke na kusema:

"Mwanamke, wako wapi wale washitaki wako? Hakuna aliyekuhukumu?"

Mwanamke akajibu:

"Hakuna, Bwana."

Ndipo Yesu akasema:

"Wala mimi sikuhukumu. Enenda zako, wala usitende dhambi tena."

Katika kisa hiki, Yesu alionyesha kwamba:

1. **Msamaha wake haukutegemea sheria, bali neema** – Alimwachilia mwanamke bila kuzingatia adhabu ya sheria ya Musa.
2. **Msamaha wake haukuwa ruhusa ya kuendelea kutenda dhambi** – Alimwambia, *"Usitende dhambi tena."*
3. **Msamaha wake ulilenga kumrudisha mtu kwa Mungu** – Alimpa mwanamke fursa mpya ya kuanza maisha mapya.

Katika **Luka 7:47**, Yesu alisema:

"Kwa sababu hiyo nawaambia, amesamehewa dhambi zake nyingi, kwa maana alipenda sana; lakini mwenye kusamehewa kidogo, hupenda kidogo."

Hii inaonyesha kuwa **upendo wa mtu kwa Mungu huongezeka anapopokea msamaha wa kweli**.

---

3. Msamaha wa Kristo Katika Huduma Yake ya Kijamii

Yesu alisamehe wenye dhambi wengi katika maisha yake ya duniani. Baadhi ya mifano muhimu ni:

(i) Yesu Alimsamehe Mjane Mtesi (Luka 7:36-50)

Katika **Luka 7:36-50**, mwanamke aliyejulikana kama mwenye dhambi alikuja kwa Yesu, akamlilia na kumpaka mafuta ya thamani. Mafarisayo walishangaa kwa nini Yesu angemruhusu mwanamke wa namna hiyo kumkaribia, lakini Yesu akasema:

"Dhambi zake nyingi zimesamehewa, kwa maana alipenda sana."

Hii inaonyesha kuwa **msamaha wa Kristo unawafanya watu wamrudie Mungu kwa upendo mkuu**.

(ii) Yesu Alimsamehe Mwizi Msalabani (Luka 23:39-43)

Katika **Luka 23:42-43**, mmoja wa wezi wawili waliokuwa wamesulubiwa pamoja na Yesu alisema:

"Ee Yesu, unikumbuke utakapoingia katika ufalme wako."

Yesu alimjibu:

"Amini, nakuambia, leo hivi utakuwa pamoja nami Peponi."

Hii inaonyesha kuwa **msamaha wa Kristo unapatikana hata kwa waliokuwa karibu kufa, iwapo wanamrudia kwa imani**.

(iii) Yesu Alimsamehe Petro Kwa Kumsaliti (Yohana 21:15-19)

Baada ya ufufuo wake, Yesu alimwuliza Petro mara tatu:

"Simoni, mwana wa Yona, wanipenda?"

Baada ya Petro kujibu, Yesu alimpa jukumu jipya la kuchunga kondoo wake, akithibitisha kuwa **msamaha wake unamrejesha mtu katika mpango wa Mungu**.

---

4. Msamaha wa Kristo Kama Kielelezo kwa Waumini

Yesu alifundisha kwamba **waumini wanapaswa kusamehe wengine kama alivyowasamehe wao**.

Katika **Mathayo 6:14-15**, Yesu alisema:

"Kwa maana mkiwasamehe watu makosa yao, na Baba yenu wa mbinguni atawasamehe ninyi. Bali msipowasamehe watu makosa yao, wala Baba yenu hatawasamehe ninyi makosa yenu."

Katika **Mathayo 18:21-22**, Petro alimwuliza Yesu:

"Bwana, ndugu yangu anikosee mara ngapi nami nimsamehe? Hata mara saba?"

Yesu alimjibu:
"Sikuambii hata mara saba, bali hata saba mara sabini."
Hii inaonyesha kuwa **msamaha wa Kikristo hauna mipaka**.

---

5. Tafsiri za Wasomi wa Biblia Kuhusu Msamaha wa Kristo

(i) Augustine wa Hippo (354-430 AD)

"Msamaha wa Kristo haukuwa wa kusamehe tu, bali wa kubadilisha maisha ya wenye dhambi."

(ii) John Calvin (1509-1564 AD)

"Msamaha wa Kristo ni tendo la neema lisilohitaji matendo ya mwanadamu – ni zawadi ya wokovu."

(iii) Charles Spurgeon (1834-1892 AD)

"Hakuna mwenye dhambi mkubwa kupita upendo wa Kristo – msalaba wake ni msingi wa msamaha wa milele."

---

6. Upendo wa Kristo Katika Kusamehe

1. **Msamaha wake hauhitaji malipo – ni neema safi (Waefeso 1:7).**
2. **Aliwasamehe watu waliokuwa na hatia kubwa, kama mwanamke mzinzi na wezi (Yohana 8:11; Luka 23:42-43).**
3. **Msamaha wake haukuwa kibali cha kutenda dhambi tena (Yohana 8:11).**
4. **Aliagiza waumini wake wasamehe wengine kwa moyo wa Agape (Mathayo 6:14-15).**

Kwa hivyo, **upendo wa Kristo ni wa kusamehe – unafuta dhambi, unabadili maisha, na unawapa wenye dhambi fursa ya pili kwa neema ya Mungu!**

Utumishi wa Kristo Kama Kielelezo cha Unyenyekevu na Upendo

Katika maisha yake ya duniani, Yesu Kristo alionyesha **upendo wa Agape** kwa njia ya **huduma**. Hakujiona kuwa mkuu kuliko wengine, bali alihudumu kwa unyenyekevu na upendo wa kujitoa. Moja ya vitendo vyake vya upendo wa hali ya juu ni **kuosha miguu ya wanafunzi wake**, jambo lililodhihirisha **unyenyekevu, kujitoa, na upendo usio na masharti**.

Katika **Yohana 13:5**, maandiko yanasema:

"Kisha akatia maji katika bakuli, akaanza kuosha miguu ya wanafunzi wake, na kuifuta kwa kitambaa alichojifunga."

Kitendo hiki kilikuwa cha kipekee, kwa kuwa katika utamaduni wa Kiyahudi, kazi ya **kuosha miguu ya wageni** ilifanywa na **watumwa** na si mtu wa hadhi kama Yesu. Katika sura hii, tutachunguza jinsi **Kristo alivyodhihirisha upendo wake kwa kuwatumikia wanafunzi wake**, tukitumia **Strong's Concordance**, tafsiri za wasomi wa Biblia, na uchambuzi wa **Expositor's Bible Study** ili kuelewa maana ya huduma yake kwa mwanga wa Maandiko.

---

1. Maana ya Utumishi wa Kristo Katika Maandiko

Katika Agano Jipya, neno la Kigiriki linalotafsiriwa kama **kutumikia** ni **"diakoneō" (διακονέω)**, ambalo linapatikana katika **Strong's Concordance (G1247)** likimaanisha "kufanya kazi kwa ajili ya mwingine kwa unyenyekevu na upendo."

Katika **Mathayo 20:28**, Yesu alisema:

"Kama vile Mwana wa Adamu asivyokuja kutumikiwa, bali kutumika, na kutoa nafsi yake kuwa fidia ya wengi."

Hii inaonyesha kuwa **upendo wa Kristo ulikuwa wa kujitoa kikamilifu kwa ajili ya wengine bila kujitukuza au kutafuta malipo**.

---

2. Yesu Alivyoosha Miguu ya Wanafunzi Wake (Yohana 13:1-17)

Katika **Yohana 13:1-17**, Yesu aliwaosha miguu wanafunzi wake, kitendo kilichokuwa na maana kubwa katika mafundisho yake juu ya **unyenyekevu na upendo wa kujitoa kwa ajili ya wengine**.

(i) Yesu Alifanya Kazi ya Mtumwa (Yohana 13:4-5)

Katika **Yohana 13:4-5**, maandiko yanasema:

"Basi akainuka chakulani, akaweka kando mavazi yake, akatwaa kitambaa, akajifunga. Kisha akatia maji katika bakuli, akaanza kuosha miguu ya wanafunzi wake, na kuifuta kwa kitambaa alichojifunga."

Katika utamaduni wa Kiyahudi, **kuosha miguu ya wageni kulikuwa kazi ya mtumwa**, si ya mtu wa hadhi ya juu kama Yesu. Hili lilikuwa somo kwa wanafunzi wake kwamba **utumishi ni alama ya kweli ya uongozi na upendo wa Agape**.

Katika **Marko 10:43-45**, Yesu alisema:

"Lakini haitakuwa hivyo kwenu; bali mtu anayetaka kuwa mkubwa kwenu, na awe mtumishi wenu; na mtu anayetaka kuwa wa kwanza kwenu, na awe mtumwa wa wote. Kwa maana Mwana wa Adamu naye hakuja kutumikiwa, bali kutumika, na kutoa nafsi yake kuwa fidia ya wengi."

Hii inaonyesha kuwa **utumishi ni tabia ya msingi ya upendo wa Kristo**.

(ii) Petro Alikataa Kwanza, Kisha Akakubali (Yohana 13:6-9)

Katika **Yohana 13:6-9**, tunasoma kuwa Petro alishangazwa na kitendo cha Yesu na alisema:

"Bwana, wewe waniosha miguu mimi?"

Yesu alimjibu:

"Usipooshwa na mimi, huna sehemu nami."

Petro akasema:

"Basi, Bwana, si miguu yangu tu, bali na mikono yangu na kichwa changu."

Yesu alimfundisha Petro kuwa **kuoshwa na Kristo ni muhimu kwa ushirika wa kiroho na yeye**. Hii inaonyesha kuwa **utumishi wa Kristo haukuwa wa kimwili tu bali ulikuwa na maana ya kiroho**—kumsafisha mtu kutoka kwa dhambi zake.

(iii) Yesu Aliwataka Wanafunzi Wafuate Mfano Wake (Yohana 13:12-15)

Baada ya kuwaosha miguu wanafunzi wake, Yesu alisema:

"Je! Mmeelewa hayo niliyowatendea? Ninyi mwaniita Mwalimu na Bwana, nanyi mwanena vema; maana ndivyo nilivyo. Basi ikiwa mimi, niliye Bwana na Mwalimu, nimeosha miguu yenu, imewapasa ninyi nao kuoshana miguu. Kwa maana nimewapa kielelezo, ili kama mimi nilivyowatenda, nanyi mtende vivyo hivyo."

Hii inaonyesha kuwa **wafuasi wa Kristo wanapaswa kumwiga kwa kuwahudumia wengine kwa upendo na unyenyekevu**.

3. Utumishi wa Kristo Kama Kielelezo Kwa Waumini

Yesu hakutoa tu mfano wa utumishi bali alitaka **wafuasi wake waishi kwa mtindo huo wa maisha**.

Katika **Wafilipi 2:5-7**, Paulo anaandika:

"Iweni na nia iyo hiyo ndani yenu ambayo ilikuwamo pia ndani ya Kristo Yesu; ambaye yeye mwanzo alikuwa yuna namna ya Mungu, naye hakuona kule kuwa sawa na Mungu kuwa kitu cha kushikamana nacho; bali alijifanya kuwa hana utukufu, akatwaa namna ya mtumwa, akawa anamfanana na wanadamu."

Hii inamaanisha kuwa **wafuasi wa Kristo wanapaswa kuiga unyenyekevu wake na kuwa watumishi kwa wengine**.

Katika **Mathayo 25:40**, Yesu alisema:

"Amin, nawaambia, kadiri mlivyomtendea mmoja wa hao ndugu zangu walio wadogo, mlinitendea mimi."

Hii inaonyesha kuwa **utumishi kwa wengine ni sawa na kumtumikia Kristo mwenyewe**.

4. Tafsiri za Wasomi wa Biblia Kuhusu Utumishi wa Kristo

(i) Augustine wa Hippo (354-430 AD)

"Yesu aliposujudu na kuwaosha wanafunzi wake miguu, alionyesha kwamba njia pekee ya ukuu katika ufalme wa Mungu ni unyenyekevu na utumishi wa upendo."

(ii) John Calvin (1509-1564 AD)

"Kwa kuosha miguu ya wanafunzi wake, Kristo alionyesha kwamba hakuna kazi iliyo ya chini sana kwa wale wanaopaswa kufuata mfano wake wa kujitoa kwa wengine."

(iii) Charles Spurgeon (1834-1892 AD)

"Hakuna utumishi mdogo kwa mtu anayependa kwa upendo wa Kristo. Kila tendo la huduma lina thamani kuu katika macho ya Mungu."

5. Upendo wa Kristo Katika Utumishi

1. **Yesu alihudumu kwa unyenyekevu wa kweli (Marko 10:45).**
2. **Aliwaosha wanafunzi wake miguu kama kielelezo cha upendo wa utumishi (Yohana 13:5).**
3. **Alifundisha kuwa ukuu wa kweli uko katika kutumikia wengine (Mathayo 20:28).**
4. **Aliwataka wanafunzi wake waige mfano wake wa utumishi (Yohana 13:12-15).**
5. **Utumishi kwa wengine ni sawa na kumtumikia Kristo mwenyewe (Mathayo 25:40).**

Kwa hivyo, **upendo wa Kristo ni wa utumishi – wa kujitoa, wa unyenyekevu, na wa kuwahudumia wengine kwa upendo wa kweli!**

SURA YA 04

Upendo Wa Kutoa Sadaka – Msalaba Kama Udhihirisho Wa Hali Ya Juu Zaidi

Fundisho la Upatanisho

Msalaba wa Yesu Kristo ni kilele cha upendo wa Mungu kwa wanadamu. Ni kielelezo cha juu zaidi cha **upendo wa kujitoa (Agape)**, unaodhihirishwa kwa njia ya **sadaka ya Kristo kwa ajili ya wokovu wa ulimwengu**. Kwa mujibu wa mafundisho ya **Upatanisho (Atonement)**, msalaba haukuwa tu tukio la kihistoria, bali lilikuwa tendo la kimungu lililofanikisha wokovu wa wanadamu.

Katika **Warumi 5:8**, Paulo anaandika:

"Bali Mungu aonyesha pendo lake mwenyewe kwetu sisi, ya kuwa Kristo alikufa kwa ajili yetu, tulipokuwa tungali wenye dhambi."

Hii inaonyesha kuwa **msalaba ni uthibitisho wa upendo wa Mungu, ambao haukutegemea uadilifu wa mwanadamu bali ulitokana na neema safi ya Mungu**. Katika sura hii, tutachunguza maana ya **Upatanisho wa Kristo**, tukitumia **Strong's Concordance**, tafsiri za wasomi wa Biblia, na uchambuzi wa **Expositor's Bible Study** ili kuelewa jinsi msalaba unavyodhihirisha upendo wa kimungu.

1. Maana ya Upatanisho Katika Maandiko

Katika Agano Jipya, neno la Kigiriki linalotafsiriwa kama **upatanisho** ni **"katallagē" (καταλλαγή)**, ambalo linapatikana katika **Strong's Concordance (G2643)** likimaanisha "kuleta amani kati ya pande mbili zilizo na uhasama, kurejesha uhusiano."

Katika **2 Wakorintho 5:18-19**, maandiko yanasema:

"Lakini vyote pia vyatoka kwa Mungu, aliyetupatanisha sisi na nafsi yake kwa Kristo, naye ametupa huduma ya upatanisho; maana Mungu alikuwa ndani ya Kristo, akiupatanisha ulimwengu na nafsi yake, asiwahesabie makosa yao; naye ametia ndani yetu neno la upatanisho."

Hii inaonyesha kuwa **Kristo hakufa kwa bahati mbaya, bali kwa kusudi la kimungu – kurejesha uhusiano kati ya Mungu na wanadamu**.

Katika **1 Yohana 2:2**, maandiko yanaeleza dhana ya Upatanisho zaidi kwa kusema:

"Naye ndiye kipatanisho kwa dhambi zetu; wala si kwa dhambi zetu tu, bali na kwa dhambi za ulimwengu wote."

Hii inaonyesha kuwa **msalaba wa Kristo ulikuwa sadaka ya kipekee yenye nguvu ya kusamehe dhambi za wanadamu wote**.

2. Msalaba Kama Kielelezo Kikuu cha Upendo wa Mungu

Katika **Yohana 3:16**, Yesu alisema:

"Kwa maana jinsi hii Mungu aliupenda ulimwengu, hata akamtoa Mwana wake wa pekee, ili kila amwaminiye asipotee, bali awe na uzima wa milele."

Hii inaonyesha kuwa **upendo wa Mungu ulifunuliwa kikamilifu msalabani, ambapo Yesu alitoa maisha yake kwa ajili ya ulimwengu wote**.

Katika **Waefeso 5:2**, Paulo anaandika:

"Enendeni katika upendo, kama Kristo naye alivyotupenda, akajitoa kwa ajili yetu, sadaka na dhabihu kwa Mungu, kuwa harufu njema."

Hii inaonyesha kuwa **msalaba wa Yesu ulikuwa sadaka ya upendo wa kipekee mbele za Mungu**.

3. Sadaka ya Kristo Katika Muktadha wa Agano la Kale

Katika Agano la Kale, dhambi zilihitaji dhabihu ya wanyama ili kupatanisha watu na Mungu. Hili linaonekana wazi katika **Mambo ya Walawi 16**, ambapo sadaka ya upatanisho (Day of Atonement) ilikuwa na masharti yafuatayo:

1. **Kuhani Mkuu alitoa dhabihu ya mnyama asiye na mawaa kwa ajili ya dhambi za watu.**
2. **Damu ya mnyama ilinyunyizwa kwenye kiti cha rehema ndani ya Patakatifu pa Patakatifu.**
3. **Mbuzi wa Azazeli aliondolewa nje ya kambi, kuonyesha kwamba dhambi za watu zilikuwa zimeondolewa.**

Hii yote ilikuwa **mfano wa kile ambacho Kristo angekamilisha kwa njia ya msalaba.**

Katika **Waebrania 9:12**, maandiko yanasema:

"Wala si kwa damu ya mbuzi na ndama, bali kwa damu yake mwenyewe aliingia mara moja tu katika patakatifu, akiisha kupata ukombozi wa milele."

Hii inaonyesha kuwa **Kristo alikamilisha kazi ya upatanisho kwa kutoa damu yake mwenyewe kama dhabihu ya milele**.

4. Sadaka ya Kristo Kama Utimilifu wa Sheria

Katika **Mathayo 5:17**, Yesu alisema:

"Msidhani ya kuwa nalikuja kuitangua torati au manabii; la, sikuja kutangua, bali kutimiliza."

Kwa njia ya msalaba:

1. **Yesu alitimiza matarajio yote ya sheria ya dhabihu.**

2. **Hakuhitaji kafara ya wanyama tena, kwani alitoa maisha yake kama sadaka kamilifu.**

3. **Upendo wake wa kujitoa ulikuwa wa hali ya juu zaidi kuliko dhabihu yoyote ya mnyama.**

Katika **Waebrania 10:10**, maandiko yanasema:

"Katika mapenzi hayo mmepata kutakaswa kwa kutolewa mwili wa Yesu Kristo mara moja tu."

Hii inaonyesha kuwa **msalaba wa Kristo ulibatilisha mfumo wa zamani wa kafara na kuleta njia mpya ya wokovu**.

---

5. Msalaba na Msamaha wa Dhambi

Katika **Kol 2:13-14**, Paulo anaandika:

"Nanyi mlikuwa wafu kwa sababu ya makosa yenu na kutokutahiriwa kwa mwili wenu, Mungu aliwahisha pamoja naye, akiisha kutusamehe makosa yote; akiisha kuifuta ile hati iliyoandikwa ya kutushitaki kwa amri zake, iliyokuwa na uadui kwetu, akaiondoa isiwepo tena, akiisabilia msalabani."

Hii inaonyesha kuwa **msalaba wa Kristo ulisafisha kabisa deni la dhambi, ukitupatia msamaha wa milele**.

Katika **Luka 23:34**, Yesu alisema akiwa msalabani:

"Baba, uwasamehe, kwa kuwa hawajui watendalo."

Hii inaonyesha kuwa **msalaba wa Kristo ulikuwa ushahidi wa upendo wake wa kusamehe hata kwa wale waliomsulubisha**.

---

6. Tafsiri za Wasomi wa Biblia Kuhusu Upendo wa Msalaba

(i) Augustine wa Hippo (354-430 AD)

"Msalaba ni daraja la upendo kati ya Mungu na mwanadamu – damu ya Kristo ndiyo iliyolipia gharama ya kuvuka daraja hilo."

(ii) John Calvin (1509-1564 AD)

"Hakuna kitu kingine cha kujivunia isipokuwa msalaba wa Kristo, kwa maana hapo ndipo upendo wa Mungu ulipofunuliwa kikamilifu."

(iii) Charles Spurgeon (1834-1892 AD)

"Msalaba ni kielelezo kikamilifu cha upendo wa Mungu, kwani hapo Kristo alikufa kwa ajili ya wasiomstahili."

---

7. Msalaba Ni Kilele cha Upendo wa Mungu

1. **Kristo alisulubiwa kwa ajili ya upendo wake kwa wanadamu (Warumi 5:8).**
2. **Alikamilisha kazi ya upatanisho kwa damu yake mwenyewe (Waebrania 9:12).**
3. **Msalaba uliondoa deni la dhambi milele (Kol 2:13-14).**
4. **Msamaha wa dhambi sasa unapatikana kwa wote wanaomwamini (1 Yohana 2:2).**

Kwa hivyo, **msalaba ni kilele cha upendo wa Mungu – upendo wa kujitoa, wa kusamehe, na wa kutuleta kwa Mungu milele!**

DHANA YA UKOMBOZI – YESU ALILIPA GHARAMA KWA UHURU WETU

Utangulizi wa Nadharia ya Ukombozi

Msalaba wa Yesu Kristo haukuwa tu tukio la kihistoria, bali lilikuwa **kitendo cha ukombozi wa kimungu** ambapo alitoa nafsi yake kuwa **fidia kwa ajili ya wanadamu**. Katika **Marko 10:45**, Yesu alisema:

"Kwa kuwa Mwana wa Adamu hakuja kutumikiwa, bali kutumika, na kutoa nafsi yake kuwa fidia ya wengi."

Katika aya hii, Yesu alifafanua **kusudi kuu la ujio wake duniani** – si kwa ajili ya kujitumikia, bali kwa **kujitoa kama fidia kwa ajili ya wengi**.

Katika sura hii, tutachunguza **Dhana ya Ukombozi (Ransom Theory)**, jinsi ilivyoelezwa katika Maandiko, na jinsi Yesu alilipa gharama ili kuwaweka wanadamu huru kutoka kwa **dhambi, laana, na utumwa wa kiroho**. Tutatumia **Strong's Concordance**, tafsiri za wasomi wa Biblia, na uchambuzi wa **Expositor's Bible Study** ili kuelewa maana ya kweli ya ukombozi wa Kristo.

---

1. Maana ya Ukombozi Katika Maandiko

Katika Agano Jipya, neno la Kigiriki linalotafsiriwa kama **fidia (ransom)** ni **"lutron" (λύτρον)**, ambalo linapatikana katika **Strong's Concordance (G3083)** likimaanisha "malipo yanayofanywa ili kumkomboa mtumwa au mfungwa."

Katika **Mathayo 20:28**, Yesu alirudia maneno haya:

"Kama vile Mwana wa Adamu asivyokuja kutumikiwa, bali kutumika, na kutoa nafsi yake kuwa fidia ya wengi."

Hii inaonyesha kuwa **Yesu aliona msalaba wake kama malipo yaliyohitajika ili kuwakomboa wanadamu kutoka katika hali yao ya utumwa wa dhambi**.

Katika **1 Timotheo 2:5-6**, Paulo anaandika:

"Kwa sababu Mungu ni mmoja, na mpatanishi kati ya Mungu na wanadamu ni mmoja, mwanadamu Kristo Yesu; aliyetoa nafsi yake kuwa fidia kwa ajili ya wote, utakaoshuhudiwa kwa majira yake."

Hii inathibitisha kuwa **Kristo alitoa maisha yake kama fidia kwa ajili ya ukombozi wa wanadamu wote**.

---

2. Ukombozi wa Kristo Kama Sadaka Kuu

Katika **Warumi 3:23-24**, maandiko yanasema:

"Kwa kuwa wote wamefanya dhambi, na kupungukiwa na utukufu wa Mungu; wanahesabiwa haki bure kwa neema yake, kwa njia ya ukombozi ulio katika Kristo Yesu."

Hii inaonyesha kuwa **dhambi imemfanya kila mwanadamu kuwa mfungwa wa hukumu, lakini Kristo alikuja kulipa fidia ya kutuweka huru**.

Katika **1 Petro 1:18-19**, maandiko yanafafanua zaidi:

"Mkijua ya kuwa mlikombolewa si kwa vitu viharibikavyo, kwa fedha au dhahabu, mlivyopewa na baba zenu; bali kwa damu ya thamani, kama ya mwana-kondoo asiye na ila, asiye na waa, yaani, ya Kristo."

Hii inaonyesha kuwa **fidia ya ukombozi haikuwa fedha au dhahabu, bali damu ya Kristo mwenyewe**.

---

3. Muktadha wa Ukombozi Katika Agano la Kale

Katika Agano la Kale, Mungu aliweka mfano wa **dhabihu za wanyama kama ishara ya ukombozi wa wanadamu**.

Katika **Kutoka 12:13**, Mungu alimwagiza Waisraeli kupaka damu ya mwana-kondoo juu ya miimo ya milango yao wakati wa Pasaka:

"Nami nitaliona hilo damu, nanyi nitapita juu yenu, wala hapatakuwa na pigo lolote la kuwaangamiza nitakapopiga nchi ya Misri."

Hii ilikuwa **mfano wa dhabihu ya Kristo**, ambaye ndiye **Mwana-Kondoo wa Mungu anayechukua dhambi za ulimwengu** (**Yohana 1:29**).

Katika **Isaya 53:5**, unabii wa Masiya unasema:

"Bali alijeruhiwa kwa makosa yetu, alichubuliwa kwa maovu yetu; adhabu ya amani yetu ilikuwa juu yake, na kwa kupigwa kwake sisi tumepona."

Hii inaonyesha kuwa **Kristo aliteseka na kufa ili kulipa gharama ya dhambi za wanadamu**.

---

4. Ukombozi wa Kristo na Kazi ya Msalaba

Yesu hakukomboa wanadamu tu kutoka kwa dhambi, bali pia kutoka kwa nguvu za giza.

Katika **Wakolosai 1:13-14**, maandiko yanasema:

"Naye alituokoa katika nguvu za giza, akatuhamisha na kutuingiza katika ufalme wa Mwana wa pendo lake; ambaye katika yeye tuna ukombozi, yaani, msamaha wa dhambi."

Katika **Waefeso 1:7**, Paulo anaandika:

"Katika yeye tunao ukombozi kwa damu yake, masamaha ya dhambi, sawasawa na wingi wa neema yake."

Hii inaonyesha kuwa **msalaba wa Yesu ulifanikisha mambo mawili makubwa**:

1. **Ukombozi kutoka kwa dhambi** – kupitia damu yake, dhambi zote zilisamehewa.
2. **Ukombozi kutoka kwa giza** – alitufanya kuwa sehemu ya Ufalme wa Mungu.

---

5. Ukombozi wa Kristo na Ushindi Dhidi ya Shetani

Katika **Waebrania 2:14-15**, maandiko yanasema:

"Basi kwa kuwa watoto wameushiriki mwili na damu, yeye naye vivyo hivyo alishiriki katika yayo hayo, ili kwa njia ya mauti amharibu yeye aliyekuwa na nguvu za mauti, yaani, Ibilisi; awaache huru wale ambao kwamba kwa hofu ya mauti walikuwa katika hali ya utumwa maisha yao yote."

Hii inaonyesha kuwa **msalaba wa Yesu ulikuwa ushindi dhidi ya Shetani na nguvu za mauti**.

Katika **Kol 2:15**, maandiko yanaeleza kuwa Yesu:

"Akiisha kuzivua enzi na mamlaka, alizifanya kuwa kitu cha fedheha hadharani, akishinda juu yao katika msalaba huo."

Hii inaonyesha kuwa **kupitia msalaba, Yesu alishinda nguvu zote za giza na kuzifanya zisiwe na mamlaka juu ya wale waliokombolewa**.

---

6. Tafsiri za Wasomi wa Biblia Kuhusu Ukombozi wa Kristo

(i) Augustine wa Hippo (354-430 AD)

"Msalaba wa Kristo ni daraja la ukombozi kati ya wanadamu na Mungu, ambapo damu yake ilifungua njia ya wokovu wa milele."

(ii) John Calvin (1509-1564 AD)

"Yesu alikuja kulipa fidia ambayo mwanadamu hakuweza kulipa – damu yake ilihitimisha deni la dhambi milele."

(iii) Charles Spurgeon (1834-1892 AD)

"Msalaba ni kielelezo kikamilifu cha ukombozi wa Mungu kwa wanadamu – hakuna njia nyingine ya wokovu isipokuwa kwa damu ya Yesu."

---

7. Hitimisho: Kristo Alilipa Gharama ya Uhuru Wetu

1. **Yesu alitoa maisha yake kama fidia kwa ajili ya wanadamu (Marko 10:45).**
2. **Damu yake ndiyo iliyolipa deni la dhambi na kutuletea msamaha wa milele (1 Petro 1:18-19).**
3. **Kupitia msalaba, alishinda nguvu za giza na Shetani (Kol 2:15).**
4. **Sasa tunaweza kuishi kama watu huru katika Kristo (Wakolosai 1:13-14).**

Kwa hivyo, **msalaba wa Yesu ulikuwa malipo kamili ya ukombozi wetu – Yesu alilipa gharama yote ili tuwe huru milele!**

KIELELEZO CHA KIMAADILI – UPENDO WA KRISTO UNATULAZIMISHA TUPENDEANA

Utangulizi wa Kielelezo cha Kimaadili

Katika maisha yake ya duniani, Yesu alionyesha upendo wa kipekee ambao ulivua tabia ya dhambi na kuleta mabadiliko kwa wale waliomfuata. **Upendo wa Kristo** sio tu kwa ajili ya wokovu wetu, bali pia unaleta **mabadiliko ya kimaadili katika maisha ya waumini**. Kupitia upendo wake, Kristo alituonyesha jinsi ya kuishi kwa upendo na huruma kwa wengine, na **alituamuru tuishi kwa mfano wa upendo wake**.

Katika **1 Yohana 3:16**, maandiko yanasema:

"Kwa hili tumemjua upendo, ya kwamba yeye alitoa nafsi yake kwa ajili yetu; nasi tunaapaswa pia kutoa nafsi zetu kwa ajili ya ndugu zetu."

Aya hii inadhihirisha kwamba **upendo wa Kristo sio tu wa kupokea, bali pia wa kutoa**. Upendo wa Kristo **unatufundisha jinsi ya kuwa na upendo wa kweli kwa wengine**. Katika sura hii, tutachunguza **Dhana ya Kielelezo cha Kimaadili**, jinsi upendo wa Kristo unavyotulazimisha tupende wengine, na jinsi upendo wa Mungu unavyobadilisha tabia zetu.

1. Maana ya Kielelezo cha Kimaadili Katika Maandiko

Neno la Kigiriki linalotafsiriwa kama "kielelezo" ni **"mimēsis" (μίμησις)**, ambalo linapatikana katika **Strong's Concordance (G3401)** likimaanisha "kufuatilia au kuiga tabia ya mtu mwingine, hasa kwa njia ya kuwa mfano mzuri." Katika **1 Yohana 3:16**, Yohana anasema kwamba **Kristo alikufa kwa ajili yetu kama mfano wa upendo wa kimaadili**, na hivyo anatutaka tuishi kwa namna inayolingana na upendo huo kwa wengine.

Katika **Mathayo 5:44-45**, Yesu alisema:

"Lakini mimi nawaambia, wapendeni adui zenu, waombeeni wanaowaudhi. Ili mpate kuwa wana wa Baba yenu aliye mbinguni; kwa maana yeye huufanya jua lake liangaze juu ya wema na waovu, na mvua iwae kwa wenye haki na wasio haki."

Yesu alionyesha kwamba **upendo wa kweli unajumuisha upendo kwa wote, hata wale wanaotutesa**. Huu ni mfano wa **upendo wa kimaadili**, ambapo hatufanyi upendo kulingana na sifa au tabia za mwingine, bali kwa mfano wa Kristo.

2. Upendo wa Kristo Kama Kielelezo cha Kimaadili

Yesu alionyesha upendo wa kimaadili kwa kutoa maisha yake kwa ajili ya wanadamu, bila kutegemea ustahili wao. **Upendo wa Kristo ni wa kujitoa, wa kujali, na wa huruma**. Katika **Yohana 15:13**, Yesu alisema:

"Hakuna upendo mwingine mkuu kuliko huu, kwamba mtu mmoja apate kutoa nafsi yake kwa ajili ya rafiki zake."

Kristo alitufundisha kuwa **upendo wa kweli ni wa kujitoa kwa wengine, bila kujali ikiwa wao ni wenye dhambi au hawastahili**. Katika **1 Yohana 4:10**, Yohana anaandika:

"Hii ndiyo upendo; si kwamba sisi tulimpenda Mungu, bali kwamba yeye alitupenda sisi, na kutuma Mwana wake kuwa kipatanisho kwa dhambi zetu."

Hii inaonyesha kuwa **upendo wa Kristo haukuzingatia masharti wala mapenzi ya mtu mwingine**, bali ulikuwa ni **upendo wa neema, wa kujitoa kikamilifu kwa ajili ya wokovu wa wanadamu**.

---

3. Upendo wa Kristo Unatufundisha Kupenda Wengine

Katika **1 Yohana 4:11**, Yohana anaandika:

"Wapenzi, ikiwa Mungu alitupenda sisi hivi, imetupasa na sisi kupendana."

Hii inaonyesha kuwa **upendo wa Kristo kwa wanadamu ni kielelezo cha jinsi tunavyopaswa kupenda wenzetu**. Kristo alitufundisha kuwa upendo wetu kwa wengine haipaswi kuwa wa mipaka, bali ni upendo unaozunguka kila mtu, bila kujali hali zao au tabia zao. Katika **Mathayo 22:37-39**, Yesu alisema:

"Bwana Mungu wako, mpende Bwana Mungu wako kwa moyo wako wote, na kwa roho yako yote, na kwa akili yako yote. Hii ndiyo amri ya kwanza na kuu. Na pili ni hii, Mpende jirani yako kama unavyojipenda mwenyewe."

Yesu alifundisha kuwa **upendo wa Mungu na upendo kwa jirani ni amri mbili kuu**. Upendo huu unaleta mabadiliko ya kimaadili katika maisha yetu kwa kuwa unalenga **kujitoa kwa wengine** na **kutafuta mema yao**.

4. Upendo wa Kristo Unatufundisha Kujitolea kwa Wengine

Kristo alituonyesha mfano wa kujitolea kwa wema kwa wengine, bila kutarajia malipo. Katika **Yohana 13:34-35**, Yesu alisema:

"Amri mpya nawapa, ya kwamba mpendane; kama vile nilivyowapenda ninyi, nanyi mpendane vivyo hivyo. Hivyo watu wote watatambua ya kuwa ninyi mmekuwa wanafunzi wangu, mkiwa na upendo ninyi kwa ninyi."

Upendo wa Kristo ni wa kujitolea bila masharti. Kwa **upendo wa kimaadili**, tunajitolea kwa wengine kwa kumtumikia Mungu na kwa kutafuta mema ya wengine. Katika **Wafilipi 2:3-4**, Paulo anaandika:

"Msifanye neno lolote kwa ubinafsi wala kwa kujivuna, bali kwa unyenyekevu mkiwahesabu wengine kuwa bora kuliko ninyi wenyewe; kila mtu aone si haki zake mwenyewe tu, bali pia haki za wengine."

Hii inaonyesha kuwa **upendo wa kweli unadhihirishwa katika huduma ya kujitolea kwa wengine**, bila kutarajia malipo au faida binafsi.

5. Tafsiri za Wasomi wa Biblia Kuhusu Upendo wa Kristo na Kielelezo cha Kimaadili

(i) Augustine wa Hippo (354-430 AD)

"Upendo wa Kristo ulituonyesha njia ya kweli ya upendo kwa wengine – ni upendo wa kujitoa kwa ajili ya mema ya wengine, bila kujali ustahili wao."

(ii) John Calvin (1509-1564 AD)

"Upendo wa Kristo kwa wanadamu ni mfano wa jinsi tunavyopaswa kupenda wenzetu – upendo wa kujitolea, wa neema, na wa kutafuta mema ya wengine."

(iii) Charles Spurgeon (1834-1892 AD)

"Upendo wa Kristo haukuwa wa maneno tu, bali ulijidhihirisha kwa matendo ya dhati, ya kujitolea, na ya kuwasaidia wengine kwa gharama ya mwenyewe."

---

6. Upendo wa Kristo Kielelezo cha Kimaadili

1. **Yesu alituonyesha upendo wa kujitoa kwa watu wote (Yohana 15:13).**
2. **Upendo wake haukuzingatia sifa za wengine bali ulijikita katika neema na huruma (1 Yohana 4:10).**
3. **Tunalazimika kuiga mfano wa upendo wa Kristo kwa kumtumikia Mungu na kutafuta mema ya wengine (Mathayo 22:39).**
4. **Upendo wa Kristo unapaswa kutufanya tupende kwa unyenyekevu, huduma, na kujitolea (Wafilipi 2:3-4).**

Kwa hivyo, **upendo wa Kristo ni mfano wa kimaadili wa jinsi tunavyopaswa kuishi, kupenda, na kumtumikia Mungu na wenzetu.**

DAMU YA KRISTO NA UPENDO WA KIMUNGU

Damu ya Kristo Inasafisha Dhambi

Katika mafundisho ya Kikristo, **damu ya Kristo** ni mojawapo ya vipengele vya kipekee na vya msingi vinavyoelezea jinsi Yesu alivyotoa sadaka ya wokovu kwa ajili ya wanadamu. Kwa kweli, **damu ya Kristo** ni kipengele muhimu kinachounganisha **upendo wa kimungu** na **kusamehewa dhambi**. Damu hii **inasafisha dhambi**, ikitoa njia ya wokovu kwa wale wanaomwamini Kristo.

Katika **1 Yohana 1:7**, Yohana anasema:

"Lakini ikiwa tunatembea katika nuru, kama yeye alivyo katika nuru, tuna ushirika na sisi kwa sisi, na damu ya Yesu Mwana wake inatusafisha dhambi zote."

Aya hii inaonyesha wazi kuwa **damu ya Kristo ni njia ya kusafisha dhambi**, ikileta ushirika wa kiroho kati ya wanadamu na Mungu. Katika sura hii, tutachunguza **maana ya damu ya Kristo** katika muktadha wa **upendo wa kimungu**, na jinsi inavyosafisha dhambi, na kutufanya kuwa huru kutoka kwa hatia na hukumu ya dhambi. Tutatumia **Strong's Concordance**, tafsiri za wasomi wa Biblia, na uchambuzi wa **Expositor's Bible Study** ili kuelewa maana ya damu ya Kristo na umuhimu wake katika wokovu wa waumini.

1. Damu ya Kristo Kama Njia ya Kusamehewa Dhambi

Katika Agano Jipya, damu ya Kristo inatambuliwa kama **sadaka ya kipekee ya upatanisho**, ambapo alikufa kwa ajili ya dhambi za wanadamu. Katika **Waebrania 9:22**, maandiko yanasema:

"Na karibu kwa damu ya yote hupatikana msamaha; pasipo kumimina damu, hakuna msamaha."

Hii inaonyesha kuwa **msamaha wa dhambi hauwezekani bila damu**, na **Kristo alijitoa kama sadaka ya damu ili kutoa msamaha wa dhambi kwa wanadamu**.

Katika **Mathayo 26:28**, Yesu alipojua kuwa mauti yake yalikuwa karibu alisema:

"Kwa maana hii ndiyo damu yangu ya agano, iliyomwagika kwa ajili ya wengi, kwa ajili ya msamaha wa dhambi."

Hii inaonyesha kwamba **damu ya Kristo ni njia pekee ya kusamehewa dhambi**, na Yesu alijua kuwa **kifo chake kilikuwa njia ya kuleta msamaha wa dhambi kwa ulimwengu**.

2. Damu ya Kristo Kama Dhamani ya Upatanisho

Kristo alikufa msalabani kwa niaba yetu, akilipa **gharama ya dhambi** za wanadamu, na kutufanya kuwa huru kutoka kwa utumwa wa dhambi. Katika **1 Petro 1:18-19**, maandiko yanasema:

"Mkijua ya kuwa mlikombolewa si kwa vitu viharibikavyo, kwa fedha au dhahabu, mlivyopewa na baba zenu, bali kwa damu ya thamani, kama ya mwana-kondoo asiye na ila, asiye na waa, yaani, ya Kristo."

Hii inaonyesha kuwa **damu ya Kristo ni dhabihu ya upatanisho** ambayo haikuhitaji malipo yoyote ya kimwili kama fedha au dhahabu, bali ilijumuisha **damu ya thamani ya Kristo**. Hii damu ililipa **gharama ya dhambi** na ilileta **upatanisho na Mungu**, ikirejesha uhusiano kati ya wanadamu na Mungu.

Katika **Waefeso 1:7**, Paulo anasema:

"Katika yeye tunao ukombozi kwa damu yake, masamaha ya dhambi, sawasawa na wingi wa neema yake."

Hii inaonyesha kuwa **damu ya Kristo inatoa ukombozi** kwa wale wanaomwamini, na inaondoa dhambi zao zote.

---

3. Damu ya Kristo Inasafisha Dhambi

Kama tunavyoona katika **1 Yohana 1:7**, damu ya Yesu inatuoshea dhambi, na inatuweka **huru kutoka kwa hatia ya dhambi**. Katika sura hii, Yohana anatoa picha ya ushirika wa kiroho kati ya waumini na Kristo:

"Lakini ikiwa tunatembea katika nuru, kama yeye alivyo katika nuru, tuna ushirika na sisi kwa sisi, na damu ya Yesu Mwana wake inatusafisha dhambi zote."

Damu ya Kristo inasafisha **dhambi zote**, hata zile ambazo zilikubalika kuwa kubwa na za kutoweza kusamehewa. Kristo alikufa msalabani ili **kutoa usafishaji wa dhambi kutoka kwa kila aina ya dhambi na hatia**.

Katika **Waebrania 9:14**, maandiko yanasema:

"Basi, jinsi damu ya mbuzi na ndama ilivyotakasa kwa ajili ya mwili, kuliko kwa damu ya Kristo, atakase vichwa vyetu kwa dhamiri safi, ili tumtumikie Mungu aliye hai."

Hii inaonyesha kuwa **damu ya Kristo inasafisha dhamiri zetu** na inatufanya kuwa safi mbele za Mungu, ili tuitumie vizuri kwa utumishi wa Mungu.

---

4. Damu ya Kristo na Upendo wa Kimungu

Damu ya Kristo inadhihirisha **upendo wa kimungu**, kwa kuwa alijitolea kwa hiari yake kwa ajili yetu. Katika **Yohana 15:13**, Yesu alisema:

"Hakuna upendo mwingine mkuu kuliko huu, kwamba mtu mmoja apate kutoa nafsi yake kwa ajili ya rafiki zake."

Upendo huu wa Kristo ulidhihirishwa kwa **kutoa maisha yake kama fidia kwa ajili ya watu, ili waweze kuishi**. Damu ya Kristo ilikusudiwa **kutufanya tuwe huru kutoka kwa dhambi na upendo wa Mungu uliojaa rehema**.

Katika **Warumi 5:8**, Paulo anasema:

"Bali Mungu aonyesha pendo lake mwenyewe kwetu sisi, ya kuwa Kristo alikufa kwa ajili yetu, tulipokuwa tungali wenye dhambi."

Hii inaonyesha kuwa **damu ya Kristo ilionyesha upendo wa Mungu kwa wanadamu**, kwa sababu alikufa kwa ajili yetu **katika hali yetu ya dhambi**, bila kuwa na masharti yoyote.

5. Tafsiri za Wasomi wa Biblia Kuhusu Damu ya Kristo na Upendo wa Kimungu

(i) Augustine wa Hippo (354-430 AD)

"Damu ya Kristo ni kiungo cha upendo wa kimungu kwa wanadamu. Kila mtu anayeamini katika damu ya Kristo, anapata msamaha wa dhambi na anarejeshwa kwa Mungu."

(ii) John Calvin (1509-1564 AD)

"Damuni ya Kristo ni sadaka ya kimungu iliyolipa deni la dhambi za wanadamu na kuleta msamaha wa milele."

(iii) Charles Spurgeon (1834-1892 AD)

"Damuni ya Kristo ni upendo uliojaa huruma, kwani alijitolea kwa hiari yake kutoa damu yake ili sisi tuwe na haki mbele za Mungu."

6. Damu ya Kristo na Kusamehewa Dhambi

1. **Damu ya Kristo inasafisha dhambi zote (1 Yohana 1:7).**
2. **Kristo alikufa kwa ajili ya dhambi za wanadamu, kwa kutoa maisha yake kama fidia (1 Timotheo 2:6).**
3. **Damu ya Kristo inatoa ukombozi wa dhambi na inarejesha ushirika na Mungu (Waefeso 1:7).**
4. **Damu ya Kristo inadhihirisha upendo wa kimungu, na inatufanya kuwa safi mbele za Mungu (Yohana 15:13; Warumi 5:8).**

Kwa hivyo, **damu ya Kristo ni njia ya kusafisha dhambi na kupata msamaha wa kimungu, na ni kipengele cha upendo wa kweli wa kimungu kwa wanadamu.**

Inamaanisha Agano Jipya la Neema

Katika mafundisho ya Kikristo, damu ya Kristo inachukua nafasi ya kipekee kama ishara ya **Agano Jipya la Neema**. Damu hii inadhihirisha **upendo wa kimungu** kwa wanadamu, kwa kuwa ni **sadaka ya kibinafsi, inayosafisha dhambi** na inazalisha ushirika mpya kati ya Mungu na wanadamu. **Kristo alikufa kwa ajili ya wanadamu**, akitoa **damu yake kama alama ya agano jipya**, linalotolewa kwa **neema** na si kwa matendo ya wanadamu. Huu ni upendo usio na masharti, wa kimungu, na ni njia ya kufungua milango ya wokovu kwa wale wanaomwamini Kristo.

Katika **Luka 22:20**, Yesu anasema:

"Vivyo hivyo, baada ya kula, akachukua kikombe, akisema, Huu ni kikombe cha agano jipya katika damu yangu, iliyo miminwa kwa ajili yenu."

Katika aya hii, Yesu anasema wazi kwamba **damu yake inadhihirisha agano jipya**, ambapo wanadamu wanapata **neema na msamaha wa dhambi** kupitia **imani katika Kristo**. Katika sura hii, tutachunguza **Agano Jipya la Neema**, jinsi damu ya Kristo inavyofungua njia ya wokovu, na jinsi **upendo wa kimungu** ulivyodhihirishwa kupitia damu ya Kristo katika **agano hili jipya**.

Tutatumia **Strong's Concordance**, tafsiri za wasomi wa Biblia, na uchambuzi wa **Expositor's Bible Study** ili kuelewa maana ya damu ya Kristo na umuhimu wake katika wokovu wa waumini.

1. Damu ya Kristo na Agano Jipya

Katika **Luka 22:20**, Yesu alitangaza kuwa **damu yake ilikuwa ishara ya Agano Jipya**, na hivyo alibadilisha maana ya dhabihu ya Pasaka kwa Waisraeli, ambayo awali ilikuwa inahusiana na **mwana-kondoo wa Pasaka**. Yesu alijua kuwa **kifo chake msalabani kilikuwa kitendo cha kuweka wazi agano jipya na Mungu**. Katika **Mathayo 26:28**, Yesu alisema:

"Kwa maana hii ndiyo damu yangu ya agano, iliyomwagika kwa ajili ya wengi, kwa ajili ya msamaha wa dhambi."

Hii inaonyesha kuwa **damu ya Kristo inamwagika kama alama ya upya wa agano** na ni **sadaka inayotoa msamaha wa dhambi** kwa wote wanaomwamini Kristo.

2. Agano la Neema

Agano Jipya linatofautiana na agano la kale (Agano la Sheria), ambalo lilitegemea matendo ya mwanadamu ili kupata neema ya Mungu. Katika **Agano Jipya**, neema ya Mungu imefunuliwa kwa **kupitia damu ya Kristo**, na kwa imani kwake, wanadamu wanapata wokovu bila kutegemea matendo yao. Hii ni **neema isiyostahiliwa**. Katika **Waefeso 2:8-9**, Paulo anaandika:

"Kwa maana mmeokolewa kwa neema, kwa njia ya imani; na hili si kwa nguvu zenu, ni kipawa cha Mungu; si kwa matendo, ili mtu asiyejivuna."

Hii inaonyesha kuwa **agano jipya ni agano la neema**, ambapo **msamaha wa dhambi na wokovu haupatikani kwa matendo ya mwanadamu, bali kwa imani katika Kristo**.

Katika **Warumi 3:24**, Paulo anasema:

"Lakini wanahesabiwa haki bure kwa neema yake, kwa njia ya ukombozi ulio katika Kristo Yesu."

Damu ya Kristo ilifanya kuwa na **haki kwa neema**—ni kupitia damu ya Kristo tu ambapo wanadamu wanapata haki mbele za Mungu.

3. Damu ya Kristo Inafungua Njia ya Wokovu

Damu ya Kristo inafungua njia ya wokovu kwa wale wanaomwamini kwa imani. Katika **Hebrania 9:14**, maandiko yanasema:

"Basi, jinsi damu ya mbuzi na ndama ilivyotakasa kwa ajili ya mwili, kuliko kwa damu ya Kristo, atakase vichwa vyetu kwa dhamiri safi, ili tumtumikie Mungu aliye hai."

Damu ya Kristo ni ya kipekee kwa kuwa **inatakasa dhamiri za watu**, inafanya kwamba **dhambi zote zisafishwe**, na inahakikisha **usafishaji wa ndani kwa wote wanaomwamini Kristo**. Hii ni **njia ya wokovu** ambayo haiwezi kupatikana kwa njia nyingine yoyote.

Katika **Waebrania 10:19-22**, Paulo anasema:

"Basi, ndugu, kwa damu ya Yesu, tuna ujasiri wa kuingia patakatifu, kwa njia ya lile pazia, yaani, mwili wake; na kwa ajili yake, tumepata kuzungumza na Mungu kwa moyo safi, na dhamiri iliyo safi."

Hii inaonyesha kuwa **damu ya Kristo inafungua njia ya moja kwa moja kwa Mungu**, kwa wale ambao wanatubu na kumwamini Kristo, wakitambua kuwa yeye ni njia ya wokovu wao.

---

4. Upendo wa Kimungu Katika Damu ya Kristo

Damu ya Kristo ni ushuhuda wa **upendo wa kimungu**, ambapo Kristo alijitolea kwa ajili yetu ili tupate uzima wa milele. Katika **Warumi 5:8**, Paulo anasema:

"Bali Mungu aonyesha pendo lake mwenyewe kwetu sisi, ya kuwa Kristo alikufa kwa ajili yetu, tulipokuwa tungali wenye dhambi."

Hii inaonyesha kwamba **upendo wa kimungu ulidhihirishwa kwa kutumwa kwa Kristo na kutoa maisha yake kwa ajili ya dhambi zetu**, kutufanya tuweze kuwa na ushirika na Mungu tena.

Katika **Yohana 3:16**, Yesu alisema:

"Kwa maana jinsi hii Mungu aliupenda ulimwengu, hata akamtoa Mwana wake wa pekee, ili kila amwaminiye asipotee, bali awe na uzima wa milele."

Hii inaonyesha kuwa **upendo wa kimungu unadhihirishwa kwa kutufanya tuweze kupata uzima wa milele**, kupitia imani katika damu ya Kristo.

---

5. Tafsiri za Wasomi wa Biblia Kuhusu Damu ya Kristo na Agano Jipya

(i) Augustine wa Hippo (354-430 AD)

"Damu ya Kristo ni alama ya upendo wa Mungu kwa wanadamu. Kwa kupokea damu hii, tunapata msamaha wa dhambi na tunakuwa na ushirika na Mungu."

(ii) John Calvin (1509-1564 AD)

"Damuni ya Kristo inathibitisha upendo wa kimungu, kwa maana Kristo alikufa kwa ajili yetu ili tupate agano jipya la neema na wokovu."

(iii) Charles Spurgeon (1834-1892 AD)

"Kristo alikufa kwa ajili ya wanadamu kwa upendo wa kipekee, na damu yake inatufanya kuwa wamoja na Mungu katika agano jipya la neema."

---

6. Damu ya Kristo na Agano Jipya la Neema

1. **Kristo alitoa damu yake kama alama ya Agano Jipya la neema (Luka 22:20).**
2. **Agano jipya linatoa msamaha wa dhambi kupitia imani katika Kristo (Waefeso 2:8-9).**
3. **Damu ya Kristo inafungua njia ya wokovu kwa wale wanaomwamini (Waebrania 9:14-22).**
4. **Damu ya Kristo inadhihirisha upendo wa kimungu kwa kutufanya tuwe na ushirika na Mungu (Warumi 5:8; Yohana 3:16).**

Kwa hivyo, **damu ya Kristo ni ishara ya Agano Jipya la neema**—upendo wa kimungu ulio wazi unaozunguka wokovu wa wanadamu wote.

Inadhihirisha Kina cha Upendo wa Kimungu

Damu ya Kristo ni kipengele cha kipekee kinachodhihirisha **kama upendo wa kimungu** ulivyokuwa mkubwa na wa kina kwa wanadamu. Katika **Ufunuo 1:5**, tunasoma:

"Na kutoka kwa Yesu Kristo, shahidi mwaminifu, mzaliwa wa kwanza wa wafu, na mfalme wa wafalme wa dunia. Aliyetuopoa kwa damu yake, yeye peke yake."

Hii inadhihirisha kwamba **damu ya Kristo inadhihirisha upendo wa kimungu wa kina**, kwa kuwa alikufa kwa ajili yetu, kwa kututoa katika dhambi na kuleta wokovu. Damu ya Kristo ni kielelezo cha **upendo wa kujitoa**, ambao hauwezi kuelezeka kwa njia ya kawaida ya kibinadamu. Katika sura hii, tutachunguza **kina cha upendo wa kimungu ulioonyeshwa kupitia damu ya Kristo**, jinsi alivyolipa gharama ya dhambi zetu, na jinsi upendo huu unavyodhihirishwa kwa njia ya kutoa msamaha na wokovu kwa waumini wote. Tutatumia **Strong's Concordance**, tafsiri za wasomi wa Biblia, na uchambuzi wa **Expositor's Bible Study** ili kuelewa maana ya damu ya Kristo na upendo wa kimungu katika muktadha wa wokovu wetu.

---

1. Damu ya Kristo Inadhihirisha Upendo wa Kujitoa

Damu ya Kristo ni **sadaka ya kujitolea** kwa ajili ya wanadamu. Katika **Yohana 15:13**, Yesu alisema:

"Hakuna upendo mwingine mkuu kuliko huu, kwamba mtu mmoja apate kutoa nafsi yake kwa ajili ya rafiki zake."

Yesu alikufa kwa ajili yetu, alitoa **damu yake kwa hiari** ili **tuweze kuwa na ushirika na Mungu**. Damu ya Kristo ilikusudiwa **kufungua mlango wa wokovu** kwa wale wanaomwamini, na ilikuwa **sadaka ya kipekee ya upendo wa kimungu**. Katika **Warumi 5:8**, Paulo anasema:

"Bali Mungu aonyesha pendo lake mwenyewe kwetu sisi, ya kuwa Kristo alikufa kwa ajili yetu, tulipokuwa tungali wenye dhambi."

Upendo huu ni wa **kipekee**, kwa kuwa Kristo alikufa kwa ajili yetu **katika hali yetu ya dhambi**. Hii ni ishara ya **upendo wa kimungu usio na kipimo**, ambapo alijitolea bila masharti kwa ajili yetu.

2. Damu ya Kristo Inathibitisha Gharama ya Upendo wa Kimungu

Damu ya Kristo inadhihirisha gharama kubwa ya upendo wa kimungu. Kifo cha Yesu kilikuwa **gharama ya juu zaidi ya upendo wa kimungu**, kwa sababu alijitolea **kwa ajili ya dhambi za wanadamu**, ambao walikuwa na hatia mbele za Mungu. Katika **Ufunuo 1:5**, tunasoma kwamba Yesu alituokoa kwa **damu yake**:

"Aliyetuopoa kwa damu yake, yeye peke yake."

Hii inaonyesha kuwa **damu ya Kristo ililipa gharama ya dhambi za wanadamu** na **ilifungua njia ya wokovu**. Katika **Waefeso 1:7**, Paulo anaandika:

"Katika yeye tunao ukombozi kwa damu yake, masamaha ya dhambi, sawasawa na wingi wa neema yake."

Kristo alikufa kwa ajili ya dhambi zetu, na **damu yake iliwasafisha wale waliomwamini** na kuwaweka huru kutoka kwa **utumwa wa dhambi**.

3. Damu ya Kristo Inadhihirisha Upendo wa Kimungu kwa Ulimwengu Wote

Damu ya Kristo inaonyesha kuwa **upendo wa kimungu haujajiweka kwa kikundi kimoja cha watu**, bali ni kwa **wote wanaomwamini Kristo**. Katika **Yohana 3:16**, Yesu alisema:

"Kwa maana jinsi hii Mungu aliupenda ulimwengu, hata akamtoa Mwana wake wa pekee, ili kila amwaminiye asipotee, bali awe na uzima wa milele."

Damu ya Kristo ni ishara ya upendo wa kimungu ambao **unafikia kila mtu**, bila kujali hali ya mtu. Yesu alikufa kwa ajili ya ulimwengu wote, na **damu yake inatufanya sisi kuwa watoto wa Mungu**. Huu ni **upendo wa kimungu wa umilele**, unaoshirikiana na **watu wote**, ikiwa tu watamwamini Kristo.

Katika **1 Timotheo 2:6**, Paulo anasema:

"Aliyetoa nafsi yake kuwa fidia kwa ajili ya wote, utakaoshuhudiwa kwa majira yake."

Hii inaonyesha kuwa **Kristo alikufa kwa ajili ya wote**, na damu yake inatufanya **kuwa na haki mbele za Mungu**, kwa njia ya upendo wa kimungu.

4. Damu ya Kristo Inafungua Njia ya Ushirika wa Kiroho

Damu ya Kristo inadhihirisha kwamba **upendo wa kimungu unaleta ushirika wa kiroho kati ya wanadamu na Mungu**. Katika **Waebrania 10:19-22**, Paulo anasema:

"Basi, ndugu, kwa damu ya Yesu, tuna ujasiri wa kuingia patakatifu, kwa njia ya lile pazia, yaani, mwili wake; na kwa ajili yake, tumepata kuzungumza na Mungu kwa moyo safi, na dhamiri iliyo safi."

Damu ya Kristo inatufanya kuwa na **ushirika na Mungu**, kwa kuwa inatufanya kuwa safi mbele za Mungu. Hii inadhihirisha **kina cha upendo wa kimungu**, ambao unafungua mlango wa mawasiliano na Mungu kwa wale waliokolewa na damu ya Kristo.

Katika **1 Yohana 1:7**, Yohana anasema:

"Lakini ikiwa tunatembea katika nuru, kama yeye alivyo katika nuru, tuna ushirika na sisi kwa sisi, na damu ya Yesu Mwana wake inatusafisha dhambi zote."

Hii inaonyesha kuwa **damu ya Kristo inatufanya kuwa na ushirika wa kiroho na Mungu**, na **inatusafisha dhambi zote**, ili tuweze kuwa na uhusiano wa karibu na Mungu.

5. Tafsiri za Wasomi wa Biblia Kuhusu Damu ya Kristo na Upendo wa Kimungu

(i) Augustine wa Hippo (354-430 AD)

"Damu ya Kristo ni kipengele cha kipekee kinachodhihirisha upendo wa kimungu. Kwa kutoa damu yake, Kristo alionyesha upendo wa ajabu, alikufa kwa ajili ya dhambi za wanadamu, na alifungua njia ya wokovu kwa wote."

(ii) John Calvin (1509-1564 AD)

"Damu ya Kristo ni alama ya upendo wa Mungu kwa wanadamu. Kupitia damu hii, wanadamu wanapata msamaha wa dhambi na wanarejeshwa kwa Mungu."

(iii) Charles Spurgeon (1834-1892 AD)

"Msalaba wa Kristo ni kielelezo cha upendo wa kimungu – damu ya Kristo ni sadaka ya milele, ambayo inatufanya kuwa na haki mbele za Mungu."

---

6. Damu ya Kristo na Upendo wa Kimungu

1. **Damu ya Kristo inadhihirisha upendo wa kimungu wa kujitoa kwa wanadamu (Yohana 15:13).**
2. **Upendo wa kimungu kupitia damu ya Kristo unafungua njia ya wokovu kwa watu wote (Yohana 3:16; 1 Timotheo 2:6).**
3. **Damu ya Kristo inatufanya kuwa na ushirika wa kiroho na Mungu (Waebrania 10:19-22).**
4. **Upendo wa kimungu kupitia damu ya Kristo unatuoshea dhambi zetu na kutufanya kuwa safi mbele za Mungu (1 Yohana 1:7).**

Kwa hivyo, **damu ya Kristo ni ushuhuda wa kina cha upendo wa kimungu**, kwani alijitolea kwa ajili yetu ili tupate wokovu, msamaha, na ushirika na Mungu wa milele.

SURA YA 05
Upendo Wa Kibinafsi- Uhusiano Wa Kristo Na Watu Binafsi

Upendo kwa Wenye Dhambi na Wale Walio Marginali

Katika huduma yake ya duniani, Yesu Kristo alionyesha upendo wa kibinafsi kwa watu, hasa kwa **watu waliokuwa wakitengwa na jamii**, akiwemo **wenye dhambi na wale waliokuwa na hadhi ya chini**. Huu **upendo wa kibinafsi** ulijidhihirisha katika **mifano ya kumhusu Kristo** na namna alivyohusiana na **watu waliokuwa wakitengwa** na jamii kwa sababu ya dhambi zao, umaskini wao, au hali zao za kijamii. Yesu alikuja kutafuta na kuwaokoa wale waliokuwa wanahitaji msaada, na kwa kufanya hivyo, alionyesha wazi kwamba **upendo wa kimungu haujawahi kuwa na mipaka**.

Katika **Luka 19:10**, Yesu alisema:

"Kwa maana Mwana wa Adamu alikuja kutafuta na kuokoa kile kilichopotea."

Hii inaonyesha kwamba **Kristo alikuja kwa ajili ya wenye dhambi, kwa ajili ya watu waliokuwa wanahitaji wokovu**, na kwamba **upendo wake haukuwategemea sifa au hali zao**. Katika sura hii, tutachunguza jinsi **upendo wa Kristo ulivyojidhihirisha kwa watu binafsi**, hasa kwa wale waliokuwa wakitengwa au kupuuziliwa mbali na jamii, na jinsi upendo wake unavyotufundisha sisi kumhusu wengine kwa upendo wa kweli.

1. Yesu Alipenda Wenye Dhambi na Wale Walio Marginali

Yesu aliishi na kushirikiana na watu waliokuwa **wenye dhambi** na **wale waliokuwa wakitengwa na jamii**. Katika **Mathayo 9:10-13**, tunasoma kuhusu Yesu akiwa nyumbani kwa mtoza ushuru Mateo, ambapo alikula na watu wa dhambi. Maandiko yanasema:

"Na ikawa alipokuwa akila nyumbani, tazama, walikuja watoza ushuru na wenye dhambi wengi wakikalia meza pamoja na Yesu na wanafunzi wake. Na walipoona mafarisayo waliona hilo, wakamwambia wanafunzi wake, Kwa nini mfalme wa Wayahudi anakula na watoza ushuru na wenye dhambi? Yesu aliposikia, akasema, Wala si wenye afya wanaohitaji daktari, bali walio wagonjwa. Naji hapa si kuitafuta haki, bali dhambi."

Hii inaonyesha kuwa **Yesu alikusudia kuwaokoa wenye dhambi, hata wale waliokuwa wanadhihakiwa na jamii**. Alikuwa na huruma kwa watu waliokuwa wakihukumiwa na wale waliokuwa na hadhi ya juu, na alionyesha kuwa **upendo wa kimungu haukuzingatia sifa za nje, bali unahusiana na hali ya moyo wa mtu**.

Katika **Luka 5:31-32**, Yesu alijibu wale waliomkosoa kwa kula na wenye dhambi:

"Yesu akajibu akawaambia, Si wenye afya wanahitaji daktari, bali walio wagonjwa; nalo si kwa ajili ya wenye haki niliyoja, bali kwa ajili ya wenye dhambi, ili wawageukie."

Hii inaonyesha kuwa **upendo wa Kristo kwa wenye dhambi ulikuwa wa mabadiliko, unakusudia kutafuta na kuokoa wale waliopotea**. Alikuwa **daktari wa roho** kwa ajili ya walio na hitaji la wokovu.

2. Yesu Aliwapenda Wale Walio na Hadhi ya Chini

Yesu pia alionyesha upendo kwa watu waliokuwa **na hadhi ya chini kijamii**, kama vile wanawake, watoto, na maskini. Katika **Yohana 4:7-9**, tunasoma jinsi Yesu alivyokuwa na mazungumzo na mwanamke wa Samaria, ambaye alikuwa na hadhi ya chini katika jamii ya wakati huo. Maandiko yanasema:

"Kuna mwanamke wa Samaria akaja kuteka maji. Yesu akamwambia, Nipe maji ninywe. Kwa maana wanafunzi wake walikuwa wamekwenda mjini kununua chakula. Mwanamke huyo akamwambia, Wewe ni Myahudi, na mimi ni mwanamke wa Samaria; jinsi gani unaniambia, Nipe maji ninywe? Kwa maana Wayahudi hawana ushirika na Wasamaria."

Hii inaonyesha kuwa **Yesu aliona mbali na mipaka ya kijamii** na alikuwa tayari kuzungumza na mwanamke kutoka kwa kabila ambalo lilitengwa na Wayahudi. Alionyesha kwamba **upendo wake haukuzingatia jamii au daraja la kijamii**. Katika **Luka 18:15-17**, tunasoma kuhusu Yesu akiwabariki watoto:

"Watu walileta watoto kwa Yesu, ili awalieke mikono, lakini wanafunzi walikemewa. Lakini Yesu akaona akavutiwa, akawaambia, Achiweni watoto waje kwangu, wala msikatishe; kwa maana ufalme wa Mungu ni wa watu kama hawa."

Hii inaonyesha kwamba **Yesu aliona watoto kama watu wa thamani wa Mungu**, na alieleza kwamba **upendo wa kimungu ni kwa wote, bila kujali umri au hadhi ya kijamii**.

---

3. Upendo wa Kristo kwa Watu wa Dhambi: Kifundisho kwa Waumini

Yesu alitufundisha kwamba **upendo wa kweli unapaswa kuwa wa kijamii**, yaani, upendo kwa wale walio **marginali, walio na dhambi, na walio katika hali ya chini kijamii**. Katika **Mathayo 25:34-40**, Yesu alifundisha kuhusu kukaribisha wageni, kuwapa chakula wenye njaa, na kumtumikia mzee na mgonjwa, akisema:

"Amin, nawaambia, kadiri mlivyomtendea mmoja wa hao ndugu zangu walio wadogo, mlinitendea mimi."

Hii inaonyesha kuwa **upendo wa Kristo haukuzingatia hali ya mtu bali unajikita katika kumtumikia kwa upendo**. Yesu alionyesha kwa vitendo kwamba upendo wa kimungu ni kwa wote, na **tulazimika kuiga mfano wake kwa kumtumikia kila mmoja bila kubagua**.

Katika **Luka 10:30-37**, Yesu alisimulia hadithi ya **Msemasi mwema**, akifundisha kwamba upendo kwa jirani unapaswa kuwa wa **dhati**, ukiwa na **huruma kwa wale walio katika shida**, bila kujali utaifa au kabila la mtu. Hadithi hii inaonyesha kuwa **upendo wa kweli unajikita katika kumsaidia mwingine bila kujali hali yake**.

---

4. Tafsiri za Wasomi wa Biblia Kuhusu Upendo wa Kristo kwa Wenye Dhambi na Wale Walio Marginali

(i) Augustine wa Hippo (354-430 AD)

"Yesu alikufa kwa ajili ya wenye dhambi, akionyesha kuwa upendo wa kimungu haukuwa na mipaka, bali unahusisha kila mmoja, bila kujali dhambi zao au hadhi zao katika jamii."

(ii) John Calvin (1509-1564 AD)

"Kristo aliishi kwa ajili ya wenye dhambi, alikula na watoza ushuru na wenye dhambi, ili kutufundisha kuwa upendo wa Mungu ni kwa wote, hata wale waliotengwa na jamii."

(iii) Charles Spurgeon (1834-1892 AD)

"Yesu alituonyesha kwamba upendo wa kimungu unapaswa kuwa wa kijamii, wa kutafuta na kuwaokoa wale walio na dhambi, na siyo tu kuwa na upendo kwa wale wanaostahili."

---

5. Upendo wa Kristo kwa Wenye Dhambi na Wale Walio Marginali

1. **Yesu alionyesha upendo kwa wenye dhambi kwa kuzungumza na wao na kuwakaribisha (Mathayo 9:10-13).**

2. **Alionyesha upendo kwa watu wa hadhi ya chini kijamii, kama watoto na wanawake (Yohana 4:7-9; Luka 18:15-17).**
3. **Alifundisha kwamba upendo wa kweli unahusisha kumtumikia kila mmoja, bila kujali hali yao (Mathayo 25:34-40).**
4. **Kristo alitufundisha kuwa upendo wa kimungu unajumuisha wote, bila kubagua (Luka 10:30-37).**

Kwa hivyo, **upendo wa Kristo ni wa kibinafsi**—unajali na kutafuta **wale walio katika hali ya chini kijamii na wenye dhambi**, na **tulazimika kuiga mfano wake kwa kumtumikia wote kwa upendo wa dhati**.

MWANAMKE WA SAMARIA (YOHANA 4:7-26) – UPENDO UNAOVUNJA MIPAKA YA JAMII NA KABILA

Katika huduma yake ya duniani, Yesu alionyesha upendo wa kipekee kwa watu waliokuwa wakiishi kwa mipaka ya kijamii na kikabila. Hadithi ya **mwanamke wa Samaria** ni mojawapo ya mifano ya wazi ya jinsi **upendo wa Kristo unavyovunja mipaka** ya kijamii, kikabila, na kidini. Yesu alionyesha upendo kwa mwanamke huyu, ambaye alikuwa **mwenye hadhi ya chini kijamii na alitengwa kutokana na msimamo wa jamii yake**, na alienda kinyume na **mipaka ya kijamii ya wakati huo** ili kumwonyesha kwamba **upendo wa kimungu hauna mipaka**.

Katika **Yohana 4:7-26**, tunasoma hadithi ya Yesu akiongea na mwanamke wa Samaria, na jinsi upendo wake unavyoshinda vikwazo vya jamii na za kikabila. Katika sura hii, tutachunguza jinsi **upendo wa Kristo unavyovunja mipaka** ya kijamii na kikabila, na jinsi Yesu alivyomfundisha mwanamke wa Samaria kuhusu upendo wa Mungu na wokovu.

1. Yesu Akiwa Samaria: Kuvunja Mipaka ya Kikabila na Kijamii

Katika **Yohana 4:7-9**, tunasoma jinsi Yesu alivyomwambia mwanamke wa Samaria:

"Mwanamke, nipatie maji ninywe."

"Mwanamke wa Samaria akamwambia, Wewe ni Myahudi, na mimi ni mwanamke wa Samaria; jinsi gani unaniambia, Nipe maji ninywe? Kwa maana Wayahudi hawana ushirika na Wasamaria."

Kwa maneno haya, mwanamke wa Samaria alieleza kwamba **Wayahudi walikuwa wanawachukia Wasamaria** na kwamba ilikuwa ni **tabia ya kawaida kwa Wayahudi kuepuka kushirikiana na Wasamaria**. Hii ilikuwa **mipaka ya kijamii na kikabila** iliyowekwa na jamii ya wakati huo. Kwa upande mwingine, Yesu, ambaye alijua mipaka hii, alionyesha **upendo wa kimungu ulio juu ya mipaka ya kijamii na kikabila**, na akaenda kinyume na tamaduni za wakati huo.

Katika **Yohana 4:10**, Yesu alimjibu mwanamke:

"Ikiwa ungevua maji ya Mungu, na ungevua nani aliye akisema nawe, ungemuomba, naye angalikupa maji yaliyo hai."

Hii inaonyesha kuwa **upendo wa Kristo unaenda mbali zaidi ya tamaduni, na unalenga kufikia moyo wa mtu bila kujali hadhi yake au asili yake**. Yesu alionyesha kwamba **upendo wake haujizuii kwa mipaka ya kijamii**.

---

2. Upendo wa Kristo kwa Mwanamke wa Samaria: Kupitia Dhambi na Kudharau

Mwanamke wa Samaria alikuwa na maisha yaliyokuwa na **historia ya dhambi na udhalilishaji**. Katika **Yohana 4:16-18**, Yesu alizungumza na mwanamke kuhusu hali yake ya kifamilia:

"Mwanamke, enenda ukamwite mume wako, uje hapa." "Mwanamke akajibu, Sina mume."

"Yesu akamwambia, Umesema kweli, sina mume; kwa maana umejikwaa na wanaume watano, na huyo uliyenaye sasa si mume wako; umesema kweli."

Yesu alijua hali ya **dhambi ya mwanamke** na **misingi ya udhalilishaji** aliyokuwa nayo. Hata hivyo, alijua kuwa **upendo wa kimungu ni kwa watu wa hali zote, hata wale waliotengwa na dhambi**. Kwa kumfundisha mwanamke kuhusu **upendo wa Mungu** na **mwito wa wokovu**, Yesu alionyesha kuwa **upendo wa kimungu ni wa huruma na rehema, hata kwa wale waliokuwa na dhambi kubwa na waliotengwa na jamii**.

Katika **Yohana 4:25-26**, mwanamke alipouliza kuhusu Masiya, Yesu alijibu:

"Mimi ni yeye nionaye."

Hii inaonyesha kuwa Yesu alijua **hali ya moyo wa mwanamke**, na alikuja kumwokoa kwa kumfunulia ukweli wa kimungu. Upendo wa Kristo ulionyesha kuwa **hata watu waliokuwa na dhambi au waliotengwa na jamii, wanathaminiwa na Mungu na wanastahili wokovu**.

---

3. Yesu Akimfundisha Mwanamke wa Samaria Kuhusu Maji ya Uzima

Katika **Yohana 4:10**, Yesu alizungumza na mwanamke wa Samaria kuhusu **maji ya uzima**:

"Ikiwa ungevua maji ya Mungu, na ungevua nani aliye akisema nawe, ungemuomba, naye angalikupa maji yaliyo hai."

Yesu alionyesha kuwa **maji ya uzima** aliyonayo **yanatoa furaha ya milele na wokovu wa kiroho**. Mwanamke alikuwa anatafuta maji ya kawaida, lakini Yesu alimtaka kuelewa kwamba **maji ya uzima** anayojua yeye ni tofauti, kwani yanaweza **kutoa ukweli wa kiroho, amani, na wokovu wa milele**. Yesu alionyesha kuwa **upendo wa kimungu ni wa kutoa kwa wale wanaohitaji**, na maji ya uzima aliyaahidi kuwa ni kwa wale wanaomwamini yeye.

Katika **Yohana 4:13-14**, Yesu alisema:

"Kila mtu atakayekunywa maji haya atakufa tena; bali yeyote atakayekunywa yale niliyokupa, hatakuwa na kiu hata milele; bali yale maji nitakayompa, yatakuwa ndani yake chemchemi ya maji yanayovuja uzima wa milele."

Hii inaonyesha kuwa **upendo wa Kristo ni wa kiroho na wa milele**, ukileta **mabadiliko katika maisha ya mtu kwa kumtukuza**

Mungu na kumwokoa kutoka kwa dhambi. Yesu alionyesha kuwa **kuna maji ya uzima wa milele kwa wale wote wanaomwamini**.

4. Upendo wa Kristo Unaovunja Mipaka ya Kikabila na Kijamii

Hadithi ya mwanamke wa Samaria inaonyesha wazi kuwa **upendo wa Kristo hauzingatii mipaka ya kijamii, kabila, au historia ya dhambi**. Yesu alionyesha kuwa **upendo wa kimungu ni wa huruma na unafikia kila mtu, bila kujali hali yao ya kijamii au kikabila**. Yesu alienda kinyume na **tamaduni za wakati huo** kwa kuzungumza na mwanamke wa Samaria, akimfundisha ukweli wa kimungu na kumwonyesha upendo wa Mungu.

Katika **Yohana 4:39-42**, tunasoma:

"Na wengi wa watu wa mji wa Samaria walimwamini kwa sababu ya maneno ya mwanamke, aliyemshuhudia, Akisema, Aliniambia yote niliyoyatenda. Basi, walikuja watu wa Samaria, wakamwendea, wakaomba abaki kwao; alikubali kukaa huko siku mbili."

Mwanamke wa Samaria alijua ukweli wa kimungu alioupokea kutoka kwa Yesu, na alieleza kwa watu wa mji wake, na hivyo wengi walimwamini Kristo. **Upendo wa Kristo ulivunja mipaka ya kabila, jamii, na dhambi**, na kuleta **watu katika ufalme wa Mungu**.

5. Tafsiri za Wasomi wa Biblia Kuhusu Hadithi ya Mwanamke wa Samaria

(i) Augustine wa Hippo (354-430 AD)

"Yesu alionyesha kuwa upendo wa kimungu unavunja mipaka ya kijamii na kikabila. Hata watu waliotengwa na jamii, kama mwanamke wa Samaria, wanapewa nafasi ya wokovu kupitia upendo wa Kristo."

(ii) John Calvin (1509-1564 AD)

"Hadithi ya mwanamke wa Samaria inathibitisha kuwa upendo wa Kristo haujizuai kwa watu wa jamii ya juu au waaminifu, bali unalenga hata wale waliotengwa na dhambi."

(iii) Charles Spurgeon (1834-1892 AD)

"Yesu alionyesha kuwa upendo wa Mungu unajali kila mtu, bila kujali hali zao, na unaleta wokovu kwa wale wanaomwomba kwa dhati."

---

6. Hitimisho: Upendo wa Kristo Unaovunja Mipaka

1. **Yesu alionyesha upendo wa kimungu kwa kuvunja mipaka ya kijamii na kikabila** (Yohana 4:7-9).
2. **Upendo wake ulifungua njia ya wokovu kwa wenye dhambi na wale waliotengwa na jamii** (Yohana 4:16-18).
3. **Upendo wa Kristo ulileta maji ya uzima kwa wale waliokuwa na kiu ya kiroho** (Yohana 4:13-14).
4. **Hadithi ya mwanamke wa Samaria inadhihirisha kuwa upendo wa Kristo ni wa kila mtu, bila kujali historia ya dhambi au kabila** (Yohana 4:39-42).

Kwa hivyo, **upendo wa Kristo unavunja mipaka ya kijamii, kikabila, na kihistoria**, na unaleta wokovu kwa wote wanaomwamini, bila kujali hali yao.

MTOZA USHURU ZAKINAI (Luka 19:1-10) – UPENDO UNAOBADILISHA MAISHA

Hadithi ya **Zacchaeus**, mtoza ushuru, ni mojawapo ya mifano bora ya jinsi **upendo wa Kristo unavyobadilisha maisha ya mtu**. Katika **Luka 19:1-10**, tunasoma kuhusu jinsi Yesu alivyomwita Zacchaeus kutoka juu ya mti na kumkaribisha nyumbani mwake, licha ya kutengwa na jamii kwa sababu ya kazi yake ya kutoza ushuru. Hadithi hii inaonyesha jinsi **upendo wa kimungu unavyovunja vizuizi vya kijamii na unaleta mabadiliko ya kweli katika maisha** ya watu. Katika sura hii, tutachunguza jinsi **upendo wa Kristo ulivyobadilisha maisha ya Zacchaeus**, na jinsi **upendo wa Kristo unavyoweza kubadilisha maisha yetu pia**, kwa kuwa ni upendo unaogusa na kubadilisha hali ya ndani ya mtu.

1. Zacchaeus: Mtu Aliyekuwa na Hadhi ya Chini na Aliyechukuliwa na Jamii

Zacchaeus alikuwa mtoza ushuru mkuu, na kazi yake ilimfanya kuwa na **hadhi ya chini kijamii**. Wakati wa Yesu, watoza ushuru walichukuliwa kama **watu waliodhulumu na kutengwa** na jamii ya Wayahudi. Walikuwa wanachukuliwa kama **wasaliti wa taifa** kwa kushirikiana na utawala wa Kirumi na kulenga kujitajirisha kwa njia ya **ubadhirifu**. Katika **Luka 19:2**, tunasoma:

"Na tazama, alikuwa na jina la mtoza ushuru, Zacchaeus, na alikuwa tajiri."

Zacchaeus alijua kuwa alikuwa **mwenye dhambi** na alikuwa akichukuliwa kama **mtu aliyekosa mbele za jamii**. Hata hivyo, **upendo wa Kristo haujui mipaka** ya kijamii na unavunja vizuizi vilivyowekwa na jamii.

2. Yesu Akienda Kinyume na Tamaduni: Kumwita Zacchaeus Kutoka Juu ya Mti

Yesu alijua **hali ya dhambi ya Zacchaeus** lakini alijua pia kuwa **alikuwa na haja ya wokovu**. Katika **Luka 19:5-6**, Yesu alifika kwenye mti ambapo Zacchaeus alikuwa amepanda na kusema:

"Zacchaeus, shuka chini haraka; kwa maana leo ni lazima nikae nyumbani kwako."

"Zacchaeus alishuka akamkaribisha kwa furaha."

Yesu alifanya kitu cha kinyume na **tamaduni za wakati huo**, ambapo Wayahudi walikuwa wakitenga watoza ushuru na kuona kuwa walikuwa **wamejiondoa kwenye neema ya Mungu**. Kwa kumwita Zacchaeus kwa jina lake na kumwambia *"shuka chini"*, Yesu alionyesha **upendo wa kibinafsi** na **hata alikubaliana kuingia nyumbani kwake**, jambo ambalo lingewafanya wengi waone kama alishirikiana na **mtu aliyekosa**.

Hadithi hii inaonyesha kwamba **upendo wa Kristo haukuzingatia makosa ya mtu wala hali yake ya kijamii**, bali unalenga moyo wa mtu na kuleta wokovu. Yesu alienda kwa Zacchaeus kwa **huruma** na **mwelekeo wa kumwokoa**.

3. Mabadiliko ya Zacchaeus: Upendo wa Kristo Unabadilisha Maisha

Kwa kuwa aliguswa na **upendo wa Kristo**, Zacchaeus alikiri dhambi zake na alijitolea kurekebisha njia zake. Katika **Luka 19:8**, Zacchaeus alisema:

"Tazama, Bwana, nusu ya mali yangu nawapa maskini; na kama niliwadhulumu mtu yeyote kwa njia yoyote, namrudishia mara nne."

Hii inaonyesha kuwa **upendo wa Kristo ulileta mabadiliko ya dhati** katika maisha ya Zacchaeus. Alijua kuwa **kufanya matendo mema ya haki** ilikuwa ni **ishara ya mabadiliko ya kweli ya moyo**, na hivyo alikubali **kurekebisha makosa yake** kwa kulipa kwa wingi kile alichokuwa amechukua kwa njia ya udanganyifu.

Upendo wa Kristo ulifanya Zacchaeus kuwa na **nuru mpya** katika maisha yake, na kwa kumjua Kristo, alijua kuwa **wokovu wake ulikuwa umekuja**. Katika **Luka 19:9**, Yesu alijibu:

"Leo nyumba hii imekuwa wokovu, kwa kuwa yeye pia ni mwana wa Ibrahimu."

4. Upendo wa Kristo Unabadilisha Maisha Yote

Hadithi ya Zacchaeus inatufundisha kwamba **upendo wa Kristo unabadilisha maisha ya mtu kikamilifu**. Hata mtu aliye na dhambi kubwa, au ambaye amepuuziliwa mbali na jamii, anaweza kuokolewa na kupokea **upendo wa kimungu**. Yesu alikuja kutafuta **watu waliopotea** kama Zacchaeus, na alipowakubali kwa **upendo**

wake wa dhati, aliweza kuleta **mabadiliko makubwa ya kiroho katika maisha yao.**

Katika **Luka 19:10**, Yesu alifafanua kusudi la kuja duniani: *"Kwa maana Mwana wa Adamu alikuja kutafuta na kuokoa kile kilichopotea."*

Hii inaonyesha kuwa **Kristo alikuja kwa ajili ya wenye dhambi**, na kwa **upendo wake**, alitoa **fursa ya mabadiliko ya kiroho** kwa mtu yeyote anayekubali wokovu wake.

---

5. Tafsiri za Wasomi wa Biblia Kuhusu Hadithi ya Zacchaeus

(i) Augustine wa Hippo (354-430 AD)

"Zacchaeus alijitolea kumrudishia kila kitu alichokosa kwa watu kwa njia ya udanganyifu, na alikiri kwa hadhari kwamba upendo wa Kristo ndio ulioleta mabadiliko haya katika maisha yake."

(ii) John Calvin (1509-1564 AD)

"Hadithi ya Zacchaeus inatufundisha kuwa upendo wa Kristo haujui mipaka ya kijamii au dhambi. Wakati Kristo anapowaita wenye dhambi, mabadiliko ya maisha hutokea."

(iii) Charles Spurgeon (1834-1892 AD)

"Zacchaeus alikubali wokovu na alikiri dhambi zake kwa furaha, kwa sababu alijua kuwa upendo wa Kristo umevunjilia mbali dhambi zake na kumleta kwenye nafasi ya wokovu."

---

6. Hitimisho: Upendo wa Kristo Unabadilisha Maisha

1. **Upendo wa Kristo una nguvu ya kubadilisha moyo wa mtu, hata yule aliye na dhambi kubwa (Luka 19:8-9).**
2. **Zacchaeus alikubali wokovu wa Kristo na akaonyesha mabadiliko kwa kutubu na kurekebisha makosa yake (Luka 19:8).**

3. **Upendo wa Kristo unavunja mipaka ya kijamii na kikabila, na unaleta wokovu kwa wote** (Luka 19:10).

4. **Hadithi ya Zacchaeus inadhihirisha kuwa upendo wa Kristo unajali kila mtu, bila kujali dhambi zao au hali zao za kijamii** (Luka 19:1-10).

Kwa hivyo, **upendo wa Kristo unabadilisha maisha** – unamwokoa mtu kutoka kwa dhambi, unamfundisha kufanya haki, na unaleta mabadiliko ya kudumu katika moyo wa mtu.

MWANAMKE ALIYEKAMATWA KATIKA UZINZI (YOHANA 8:1-11) – UPENDO UNAOSAMEHE NA KURUDISHA

Hadithi ya **mwanamke aliyekamatwa katika uzinzi** ni mojawapo ya mifano bora ya jinsi **upendo wa Kristo unavyosamehe dhambi na kurejesha watu kwa Mungu**. Katika **Yohana 8:1-11**, tunasoma jinsi Yesu alivyomwonyesha huruma mwanamke huyu ambaye alikamatwa akiwa katika dhambi ya uzinzi, na jinsi alivyovunja hukumu ya jamii dhidi yake kwa kuonyesha **upendo wa kimungu wa kusamehe na kurejesha**. Hadithi hii inaonyesha kwamba **upendo wa Kristo** haujizuii kwa makosa ya mtu, bali unatoa **msamaha, huruma, na nafasi ya kuanza upya**.

Katika sura hii, tutachunguza jinsi **upendo wa Kristo unavyosamehe dhambi**, **unavyovunja hukumu ya jamii**, na **unavyorejesha watu kwa Mungu**. Tutatumia **Strong's Concordance**, tafsiri za wasomi wa Biblia, na uchambuzi wa **Expositor's Bible Study** ili kuelewa maana ya msamaha wa Kristo na jinsi upendo wake unavyobadilisha maisha ya mtu.

---

1. Mwanamke Aliyekamatwa Katika Uzinzi: Hukumu ya Jamii na Mipaka ya Kijamii

Katika **Yohana 8:3-4**, tunasoma jinsi wanazuoni na Mafarisayo walivyomleta mwanamke kwa Yesu na kumwambia:

"Mwalimu, mwanamke huyu amekamatwa alipokuwa akifanya uzinzi, na katika torati Musa alituamuru kwamba hawa wapigwe kwa mawe. Basi, wewe wasemaje?"

Kwa mujibu wa Sheria ya Musa (**Leviticus 20:10**), wanawake waliokamatwa katika uzinzi walistahili kupigwa kwa mawe. Hata hivyo, ilikuwa ni **tabia ya jamii ya wakati huo kutoa hukumu kali dhidi ya wanawake waliokuwa na dhambi**, huku wakionyesha dhihaka kwao, kama vile walikuwa wamedhihaki **heshima ya jamii**. Mwanamke huyu alikuwa **mwenye dhambi**, lakini alikuwapo katika mazingira ambapo **hukumu ya jamii ilikuwa kali na isiyohurumia**.

Yesu alijua kuwa wanazuoni walikuwa wanajaribu kumtumbukiza katika mtego, lakini alijibu kwa hekima. Hadithi hii inaonyesha jinsi **upendo wa Kristo unavyovunja mipaka ya hukumu ya jamii** na unaleta **msamaha na huruma** kwa wale waliokuwa wakitengwa.

---

2. Yesu Anasema, "Yeye Asiyekuwa na Dhambi, Na Awe wa Kwanza Kutupa Jiwe" (Yohana 8:7)

Yesu alijua kuwa wanazuoni walikuwa wanataka kumwua mwanamke ili kumwonyesha makosa yake, lakini alijibu kwa hekima kubwa:

"Yeye asiyekuwa na dhambi, na awe wa kwanza kutupa jiwe." (Yohana 8:7)

Kwa maneno haya, Yesu alionyesha kwamba **hakuna mwanadamu anayeweza kutoa hukumu kwa mwingine**, kwani wote ni **wenye dhambi mbele za Mungu**. Alionyesha kuwa **moyo wa Mungu ni wa huruma** na **hauruhusu hukumu isiyokuwa na rehema kwa wale waliotubu na kutafuta msamaha**. Hadithi hii inafundisha kuwa **upendo wa Kristo unafanya kazi ya kurejesha na kurekebisha**, na siyo ya kuhukumu na kumwadhiri mtu.

Wanazuoni walipoona hiyo, walijua kuwa wao pia walikuwa na dhambi. **Upendo wa Kristo ulivunja mipaka ya kibinafsi na ukawa kielelezo cha huruma na rehema kwa wale waliokuwa na dhambi**. Hii inaonyesha kuwa **msamaha wa Mungu hautegemei matendo ya mwanadamu, bali ni **neema na huruma** ya kimungu.

3. Yesu Anamwambia Mwanamke, "Siwahi Kukuhukumu; Enda, Na Usitende Dhambi Tena" (Yohana 8:11)

Baada ya wanafunzi wa Yesu kuondoka, Yesu alimuambia mwanamke:

"Nami sitakuhukumu; enenda zako, wala usitende dhambi tena." (Yohana 8:11)

Kwa maneno haya, Yesu alionyesha kuwa **msamaha wake ulikuwa wa kweli**. Hata hivyo, alijua kuwa mwanamke alihitaji **kubadilika kutoka kwa dhambi**. Alimwambia kuwa **ni muhimu kuacha dhambi**, kwani **msamaha wa kimungu ni kwa ajili ya kuleta mabadiliko katika maisha ya mtu**. Yesu alijua kuwa **upendo wa kimungu unahusisha kirekebisho cha moyo na hali ya maisha**.

Maneno ya Yesu pia yalionyesha kwamba **hakumu ya Yesu haikuwa ya kudumu, bali ilikuwa ya kuleta upya na wokovu**. Upendo wa Kristo unalenga **kurejesha na kuleta mabadiliko** katika maisha ya mtu kwa kumwonyesha **huruma na msamaha**, lakini pia **kufundisha njia za haki na utakatifu**. Hii ni muhimu, kwani **upendo wa Kristo una mabadiliko ya kudumu** katika maisha ya wale wanaompokea.

4. Upendo wa Kristo Unathibitisha Moyo wa Huruma na Msamaha wa Kimungu

Hadithi ya mwanamke aliyekamatwa katika uzinzi inathibitisha kuwa **upendo wa Kristo haujizuii kwa makosa ya mtu**, bali unalenga **kurejesha na kuleta wokovu**. Yesu alijua kuwa mwanamke alikuwa na **makosa makubwa**, lakini badala ya kumwacha katika dhambi yake, alikubali kumsaidia kuanza upya.

Katika **Waefeso 2:4-5**, Paulo anasema:

"Lakini Mungu, aliye tajiri katika rehema, kwa upendo wake mkuu alitupenda, hata walipo tukwa katika makosa yetu, alituookoa pamoja na Kristo, kwa neema mmeokolewa."

Hii inadhihirisha kuwa **upendo wa Kristo una nguvu ya kuokoa**, na **hauzuiwi na dhambi au makosa**. Yesu alikubali **kumwonyesha rehema na msamaha** mwanamke huyu kwa sababu **upendo wake wa kimungu haujui mipaka**. Hadithi hii inaonyesha kuwa **moyo wa Mungu ni wa huruma**, na **Kristo alikuja kutafuta na kuokoa wale waliopotea**.

---

5. Tafsiri za Wasomi wa Biblia Kuhusu Hadithi ya Mwanamke Aliyekamatwa Katika Uzinzi

(i) Augustine wa Hippo (354-430 AD)

"Mwanamke huyu alionyeshwa huruma na upendo wa kimungu kwa sababu alikiri dhambi zake, na upendo wa Kristo alimwezesha kuwa huru kutoka kwa dhambi."

(ii) John Calvin (1509-1564 AD)

"Hadithi hii inathibitisha kuwa msamaha wa Kristo ni wa kirekebisho na huruma, na unalenga kutufanya kuwa watu wa haki na wa utakatifu."

(iii) Charles Spurgeon (1834-1892 AD)

"Upendo wa Kristo haukuchukulia makosa ya mwanamke huyu kama ukomo, bali kama nafasi ya kumleta kwa upendo wa kimungu."

---

6. Upendo wa Kristo Unaosamehe na Kurejesha

1. **Upendo wa Kristo unavunja mipaka ya hukumu na unaleta msamaha wa kweli (Yohana 8:7).**
2. **Upendo wa Kristo ni wa kirekebisho, unaongoza watu kutoka kwa dhambi kuelekea kwa wokovu (Yohana 8:11).**

3. **Upendo wa Kristo unaonyesha huruma na msamaha wa kimungu kwa watu wote, bila kujali dhambi zao (Yohana 8:1-11).**

4. **Upendo wa Kristo unaleta mabadiliko ya kudumu katika maisha ya mtu kwa kumfundisha njia ya haki (Waefeso 2:4-5).**

Kwa hivyo, **upendo wa Kristo unatusamehe na kuturejesha kwa Mungu**. Ni upendo unao **badilisha maisha yetu**, kutufanya kuwa watu wapya katika Kristo na kutufundisha kutembea katika haki.

UPENDO WA KRISTO KWA WANAFUNZI WAKE

Upendo Wake wa Kibinafsi Ulivyojidhihirisha Kwa Uvumilivu na Petrus (Yohana 21:15-19)

Katika huduma yake duniani, Yesu alionyesha upendo wa kibinafsi kwa wanafunzi wake kwa njia ya **uvumilivu** na **huruma**, hasa kwa **Petro**, ambaye alikuwa mmoja wa wanafunzi wake wa karibu lakini pia alikosea na kujikuta akimkana Yesu mara tatu. Hadithi ya **Yesu kumwuliza Petro mara tatu, "Je, unanipenda?"** inaonyesha upendo wa kweli, wa kibinafsi, na wa uvumilivu. Yesu alijua udhaifu wa Petro, lakini alikubali **kumwonyesha upendo na kumrejesha kwa upya**.

Katika **Yohana 21:15-19**, tunasoma jinsi Yesu alivyomuuliza Petro mara tatu:

"Petro, je, unanipenda?"

Hadithi hii ni ya pekee kwa sababu inaonyesha **uvumilivu wa Kristo**, ambao unathibitisha kuwa **upendo wa Mungu haujui mipaka na unavumilia makosa na udhaifu wa wafuasi wake**. Katika sura hii, tutachunguza jinsi **Yesu alivyomwonyesha Petro upendo na uvumilivu** hata baada ya Petro kumkana, na jinsi **upendo wa Kristo unavyoweza kuleta mabadiliko ya kudumu katika maisha ya mtu**. Tutatumia **Strong's Concordance**, tafsiri za wasomi wa Biblia, na uchambuzi wa **Expositor's Bible Study** ili kuelewa maana ya uvumilivu na upendo wa Kristo kwa Petro.

1. Petro: Ujanja, Uwezo wa Kukosea, na Uhitaji wa Uvumilivu wa Kristo

Petro alijulikana kwa **ujao wake wa haraka na maamuzi ya haraka**, lakini pia alikuwa na **udhaifu mkubwa**, kama ilivyodhihirishwa katika **kukanusha Yesu mara tatu** kabla ya kifo chake. Katika **Luka 22:61**, tunasoma:

"Basi, Bwana aligeuka, akaona Petro; na Petro alikumbuka neno la Bwana, jinsi alivyomwambia, Leo, kabla jogoo hajakwenda, utanikana mara tatu."

Petro aliguswa na **huzuni kubwa** kwa kumkana Yesu, na alijua kuwa alikosea kwa kumwacha Yesu wakati alihitaji msaada wake zaidi. Lakini, **upendo wa Yesu kwa Petro haukutegemea makosa ya Petro**, bali ulijikita katika **huruma na uvumilivu wa kimungu**. Yesu alijua kuwa **Petro alikuwa na uwezo wa kutubu na kurejea kwa Mungu**.

---

2. Yesu Anamwuliza Petro Mara Tatu, "Je, Unanipenda?" (Yohana 21:15-17)

Katika **Yohana 21:15-17**, Yesu alimuuliza Petro mara tatu ikiwa anampenda, kama ilivyokuwa mara tatu Petro alikikana Yesu:

"Basi, alipoisha kula, Yesu akamwambia Simoni Petro, Simoni mwana wa Yona, je, unanipenda kuliko hawa?"

"Naye akamwambia, Ndiyo, Bwana, unajua ya kuwa nakupenda."

"Akamwambia, Lisha kondoo wangu."

"Akauliza mara ya pili, Simoni mwana wa Yona, je, unanipenda?"

"Naye akamwambia, Ndiyo, Bwana, unajua ya kuwa nakupenda."

"Akamuambia, Lisha kondoo wangu."

"Akauliza mara ya tatu, Simoni mwana wa Yona, je, unanipenda?"

"Petro alijibu, Bwana, unajua yote, unajua ya kuwa nakupenda."

"Yesu akamwambia, Lisha kondoo wangu."

Kila moja ya maswali haya ya Yesu kwa Petro ilikuwa na maana kubwa, kwani **Yesu alijua kuwa Petro alihitaji kurejeshwa** na **kutakaswa kwa upendo wake**. **Upendo wa Yesu** kwa Petro ulijumuisha **uvumilivu wa kipekee**, kwani Yesu hakumhukumu kwa makosa yake, bali alikubali **kumwonyesha upendo kwa kumrejesha**.

Katika **Strong's Concordance**, neno la Kigiriki **"agape"** linatumika kwa neno "unipenda" katika aya hii, linamaanisha **upendo wa kujitolea na wa kimungu**, ambao ni upendo **usio na masharti**. Yesu alijua kuwa **Petro alikuwa amekosea**, lakini aliendelea kumuonyesha **upendo wa kimungu** ili kumrejesha katika kazi aliyokuwa ameitiwa kufanya.

3. Yesu Anampa Petro Wajibu wa Kuchunga Kondoo (Yohana 21:15-17)

Baada ya kumwuliza mara tatu ikiwa anampenda, Yesu alimuambia Petro **kuchunga kondoo wake**. Hii inadhihirisha kuwa **upendo wa Kristo unaleta wajibu na kazi kwa wale wanaompenda**. Yesu alijua kuwa **Petro alikuwa na uwezo wa kutubu na kufanya kazi kuu katika Ufalme wa Mungu**. Aliamuru:

"Lisha kondoo wangu." (Yohana 21:15-17)

Kwa mara tatu Yesu alimtaka **Petro kutekeleza jukumu lake la kuchunga watu wa Mungu**, kuonyesha kuwa **upendo wa Kristo unamfundisha mtu kuwa mnyenyekevu na mtumishi kwa wengine**. Hata baada ya kumkana Yesu, Petro alikubaliwa na alipewa **nafasi ya kuendelea na kazi ya kumtumikia Mungu**.

4. Upendo wa Kristo Unaweza Kuleta Mabadiliko Makubwa Kwa Wafuasi Wake

Hadithi ya Petro inatufundisha kuwa **upendo wa Kristo unaweza kubadilisha kabisa maisha ya mtu**, hata baada ya makosa makubwa. Yesu alionyesha kuwa **upendo wake haujui mipaka** na ni wa **kuponya, kurejesha, na kutoa nafasi ya mabadiliko**. Hii ilikuwa **kama vile Petro alivyorejeshwa kwa upendo wa Yesu**, na alipewa nafasi ya kuwa **mchungaji na mtumishi wa injili** kwa kueneza neno la Mungu.

Katika **Luka 22:32**, Yesu alikufa na kufufuka ili kumwokoa Petro na kumrejesha katika njia ya haki:

"Lakini mimi nimesali kwa ajili yako, ili imani yako isianguke; nawe, ukijirudi, imarisha ndugu zako."

Yesu alijua kuwa **Petro alikuwa na nafasi ya kutubu**, na kwa hiyo, upendo wa Yesu ulivunja **vizuizi vya kinyume na kumrejesha katika utumishi wake wa Mungu**. Hii inaonyesha kuwa **upendo wa Kristo una nguvu za kuleta mabadiliko katika maisha yetu**, na **unahusisha kutubu, kurejesha, na kuendeleza kazi ya Mungu**.

5. Tafsiri za Wasomi wa Biblia Kuhusu Uvumilivu wa Kristo kwa Petro

(i) Augustine wa Hippo (354-430 AD)

"Yesu alijua udhaifu wa Petro lakini alijua pia kuwa upendo wake unaweza kumrejesha. Upendo wa Kristo ulijikita katika kumwokoa Petro kutoka kwa udhaifu wake na kumrejesha katika nafasi ya utumishi."

(ii) John Calvin (1509-1564 AD)

"Petro alikosea kwa kumkana Kristo, lakini Yesu alionyesha upendo wa kimungu kwa kumrejesha na kumwambia aendelee kuchunga kondoo wake. Hii inadhihirisha kwamba upendo wa Kristo hauwezi kuvunjika na makosa yetu."

(iii) Charles Spurgeon (1834-1892 AD)

"Hadithi ya Petro inaonyesha kuwa hata pale ambapo mtu anapojikwaa, upendo wa Kristo bado unajua jinsi ya kumrejesha na kumtumia tena kwa utumishi wa Mungu."

6. Hitimisho: Upendo wa Kristo kwa Petro na Wafuasi Wake

1. **Upendo wa Kristo unavunja mipaka ya makosa na unaleta msamaha wa dhati (Yohana 21:15-17).**
2. **Yesu aliweka majukumu kwa Petro licha ya makosa yake, akimfundisha kuwa upendo wa Kristo unahitaji utumishi na kujitolea (Yohana 21:15-17).**

3. **Upendo wa Kristo unaweza kubadilisha kabisa maisha ya mtu, hata baada ya udhaifu na makosa makubwa (Luka 22:32).**

4. **Hadithi ya Petro inadhihirisha kuwa upendo wa Kristo ni wa kuponya, kurejesha, na kutoa nafasi ya mabadiliko katika maisha yetu (Yohana 21:15-19).**

Kwa hivyo, **upendo wa Kristo kwa Petro** ulionyesha kwamba **upendo wa kimungu hauzuiwi na udhaifu wa mwanadamu**. Yesu aliweza kumrejesha Petro kwa kazi ya kimungu, na kwa njia hiyo **upendo wa Kristo unatuwezesha sisi pia kuishi na kutumika kwa utukufu wa Mungu**.

KRISTO KWA WANAFUNZI WAKE

Upendo Wake wa Kibinafsi Kwa Yohana (Yohana 13:23)

Katika huduma yake ya duniani, Yesu alionyesha upendo wa kipekee kwa wanafunzi wake, hasa kwa **Yohana**, ambaye alikuwa mmoja wa wanafunzi wake wa karibu na aliitwa **"mpendwa wa Bwana"**. Katika **Yohana 13:23**, tunasoma kuhusu jinsi Yohana alivyokuwa karibu na Yesu, na jinsi Yesu alivyomwonyesha upendo wa kibinafsi na wa kipekee:

"Na mmoja wa wanafunzi wake, ambaye alikuwa amekalia kando ya Yesu, akamwambia, Yule aliyekuwa amekalia kando ya Yesu, Yohana, aliye mpendwa wa Bwana."

Hadithi hii inaonyesha jinsi **upendo wa Kristo ulivyokuwa wa kibinafsi** kwa **Yohana** na jinsi alivyomfundisha kumjua Mungu kwa njia ya **ushirika wa karibu**. Yohana alikusanya mafundisho ya Kristo kwa umakini na alikuwa na uhusiano wa kipekee na Bwana. Katika sura hii, tutachunguza jinsi **upendo wa Kristo kwa Yohana** ulivyodhihirisha urafiki wa kiroho, na jinsi **upendo wa Kristo kwa wanafunzi wake** unavyoweza kubadilisha maisha yao kwa kumletea furaha, utulivu, na wokovu wa milele. Tutatumia **Strong's Concordance**, tafsiri za wasomi wa Biblia, na uchambuzi wa **Expositor's Bible Study** ili kuelewa maana ya upendo wa Kristo kwa Yohana na jinsi upendo huu unavyofundisha kuhusu **ushirika wa karibu na Kristo**.

1. Yohana, Mpendwa wa Bwana: Uhusiano wa Karibu na Kristo

Yohana alikuwa mmoja wa **wanafunzi watatu wa karibu zaidi** wa Yesu, akiwa pamoja na **Petro na Yakobo** katika matukio mbalimbali ya muhimu, kama vile **mlima wa utukufu** (Mathayo 17:1-2) na **garden ya Getsemani** (Marko 14:33-34). Hata hivyo, Yohana alijulikana kwa **kuwa na uhusiano wa kipekee na Yesu**. Katika **Yohana 13:23**, Yohana aliandika kwa kusema:

"Na mmoja wa wanafunzi wake, ambaye alikuwa amekalia kando ya Yesu, akamwambia, Yule aliyekuwa amekalia kando ya Yesu, Yohana, aliye mpendwa wa Bwana."

Kwa kutumia neno **"mpendwa wa Bwana"**, Yohana alionyesha jinsi alivyohisi **upendo wa kipekee** kutoka kwa Yesu. Hii inadhihirisha kuwa **Yesu alikuwa na uhusiano wa karibu na Yohana**, na alimuonyesha **upendo wa kibinafsi** ambao ulivuka mipaka ya uhusiano wa mwalimu na mwanafunzi. Yohana alikusanya mafundisho ya Yesu kwa umakini na alikubali **upendo wa Kristo bila masharti**, kwa kuwa alijua kuwa **Yesu alijua moyo wake na alimuonyesha upendo wa dhati**.

---

2. Urafiki wa Kiroho Kati ya Yesu na Yohana

Urafiki kati ya Yesu na Yohana haukuwa wa kawaida, bali ulikuwa wa **kiroho** na wa **kipekee**. Yesu alikuwa na huruma na upendo kwa Yohana, na walikuwa na **ushirika wa kiroho wa karibu**. Katika **Yohana 15:13**, Yesu alisema:

"Hakuna upendo mwingine mkuu kuliko huu, kwamba mtu mmoja apate kutoa nafsi yake kwa ajili ya rafiki zake."

Yesu alijua kuwa **Yohana alikuwa na upendo wa kweli kwa Bwana** na alikuwa **rafiki wa kiroho wa karibu**. Hii inadhihirisha kuwa **upendo wa Kristo unalenga uhusiano wa karibu wa kiroho**, ambapo Yesu anawapenda wafuasi wake kama **rafiki wa kiroho**. Hadithi ya Yohana inatufundisha kuwa **upendo wa Kristo unajikita katika kumjua mtu kwa undani**, na kumfundisha kumjua Mungu kupitia **ushirika wa karibu na Bwana**.

Katika **Mathayo 11:28**, Yesu alisema:

"Njoo kwangu ninyi nyote mnaojisikia uchovu na kulemewa na mizigo, nanyi nitawapumzisha."

Yesu alijua kuwa **Yohana alitaka kumjua Bwana kwa undani**, na alijua kuwa **upendo wake kwa Yohana ulikuwa wa kimungu**, kwani Yohana alikuwa na **njaa ya kiroho** ya kumjua na kumfuata Kristo kwa umakini. **Urafiki wa kiroho wa Yesu na Yohana** ulikuwa na **mabadiliko ya kiroho** kwa Yohana, na aliishi kwa njia inayompendeza Mungu.

3. Yohana aliguswa na Upendo wa Kristo

Yesu alimwonyesha Yohana **upendo wa kimungu** kwa kumfundisha kumjua Mungu kupitia **ushirika wa karibu**. Katika **Yohana 21:20-22**, Yohana anasimulia jinsi Yesu alivyosema kwa Petro kuhusu **maisha ya Yohana** na **kazi ya Mungu kwa Yohana**:

"Petro aligeuka, akaona yule mwanafunzi ambaye Yesu alimpenda, akimfuata; yeye aliyejilaza kando ya Yesu wakati wa karamu, akamwambia, Bwana, ni nani atakayekukana?" "Basi Yesu akamwambia, Ikiwa nataka yeye aishi hata nitakapokuja, je, nini? Wewe fuata mimi."

Hii inaonyesha kuwa **Yohana alikuwa mtu wa karibu sana na Yesu**, na Yesu alimtaka aendelee **kufuata njia ya Mungu** bila kujali hali au mazingira yaliyokuwepo. **Upendo wa Kristo kwa Yohana ulimfundisha kuishi kwa njia ya kimungu**. Yohana aliguswa na **upendo wa Kristo** na alijua kuwa **Bwana alikuwa na mpango wa kipekee kwa ajili yake**.

4. Upendo wa Kristo Unafundisha Wafuasi Wake Kuwa Rafiki wa Mungu

Hadithi ya Yohana inatufundisha kuwa **upendo wa Kristo unaleta uhusiano wa kiroho wa karibu**, na **unafundisha wafuasi wake kuwa rafiki wa Mungu**. Yesu alionyesha kwa vitendo kuwa **upendo wa Mungu ni wa kujitolea**, na wafuasi wake wanahitaji kuwa na **ushirika wa karibu na Bwana** ili kufikia mabadiliko ya kiroho.

Katika **Yohana 15:15**, Yesu alisema:

"Siwaite tena watumishi; maana mtumishi hajui afanyalo bwana wake; bali nimewaita ninyi rafiki, kwa maana yote niliyoyasikia kwa Baba yangu nimewajulisha ninyi."

Yesu alijua kuwa **Yohana alikua rafiki wake wa kiroho**, na **upendo wa Kristo ulileta ushirika wa karibu** kwa kumfundisha Yohana **mambo ya Baba yake**. Hadithi ya Yohana inaonyesha kuwa **upendo wa Kristo unaleta mabadiliko ya kiroho na unafungua njia ya kumjua Mungu kwa undani**.

---

5. Tafsiri za Wasomi wa Biblia Kuhusu Upendo wa Kristo kwa Yohana

(i) Augustine wa Hippo (354-430 AD)

"Upendo wa Kristo kwa Yohana ni mfano wa jinsi upendo wa kimungu unavyovunja mipaka na kuwa na ushirika wa kiroho wa karibu na wafuasi wake."

(ii) John Calvin (1509-1564 AD)

"Yesu alijua kwamba Yohana alikuwa mfuasi wa kweli, na alimuonyesha upendo wa kipekee kama mfano wa upendo wa kimungu kwa wafuasi wake."

(iii) Charles Spurgeon (1834-1892 AD)

"Hadithi ya Yohana inaonyesha kuwa upendo wa Kristo hauwezi kuguswa na udhaifu wa kibinadamu; ni upendo wa kiroho na wa milele unaoleta wokovu kwa wote wanaomwita Bwana."

---

6. Upendo wa Kristo kwa Yohana na Wafuasi Wake

1. **Yesu alionyesha upendo wa kibinafsi kwa Yohana, kumfundisha kumjua Mungu kwa njia ya ushirika wa karibu (Yohana 13:23).**

2. **Upendo wa Kristo kwa Yohana ulikuwa wa kiroho na wa kibinafsi, na uhusiano wao ulileta mabadiliko ya kiroho kwa Yohana (Yohana 21:20-22).**
3. **Upendo wa Kristo unaleta urafiki wa kiroho wa karibu na wafuasi wake, na unalenga kuleta mabadiliko ya kiroho na kumjua Mungu (Yohana 15:15).**
4. **Hadithi ya Yohana inadhihirisha kuwa upendo wa Kristo unaleta wokovu na ushirika wa kiroho kwa wafuasi wake (Yohana 13:23).**

Kwa hivyo, **upendo wa Kristo kwa Yohana** unathibitisha kuwa **upendo wa kimungu unaleta mabadiliko ya kudumu** katika maisha ya wafuasi wake na **unawafanya kuwa na ushirika wa karibu na Mungu.**

MONGOZO NA ULINZI WA KRISTO

Mongozo na Ulinzi wa Kristo (Yohana 17:12)

Katika **Yohana 17:12**, Yesu anatoa sala kwa Baba yake, akizungumzia wafuasi wake na jinsi alivyowalinda na kuwaongoza. Aya hii ni sehemu muhimu ya sala ya Yesu kwa ajili ya wanafunzi wake, inayojulikana kama **Sala ya Kuhani Mkubwa**, ambapo Yesu anaomba kwa Baba yake kwa niaba ya wale aliowaacha nyuma kabla ya kuteswa kwake na kifo. Aya hii inaonyesha kwa wazi **muhimu wa ulinzi wa kimungu na mwongozo katika maisha ya waumini**. Katika sura hii, tutachunguza **muhimu wa ulinzi na mwongozo wa Kristo**, jinsi alivyowalinda wanafunzi wake wakati wa huduma yake duniani, na jinsi sala yake kwa Baba inavyothibitisha kujitolea kwao na ulinzi wao wa kiroho.

---

1. Yesu Anasema, "Nilikuwa Nikiwalinda" (Yohana 17:12)

Katika **Yohana 17:12**, Yesu anasema:

"Wakati nilipokuwa pamoja nao, nilikuwa nikiwalinda kwa jina lako; wale ulionipa, niliwalinda, wala hakuna hata mmoja kati yao aliyeanguka, ila mwana wa upotevu, ili andiko lipate kutimia."

Hapa, Yesu anathibitisha kuwa **alikuwa akiwalinda wanafunzi wake kwa jina la Baba**. **Ulinzi wa Kristo** ulikuwa si tu wa kimwili, bali wa kiroho. Alikuwa **akilinda imani ya wanafunzi wake**, ili wasikose mwelekeo, kama vile alivyosema kwamba **hakuna aliyeanguka** isipokuwa **Yuda Iskariote**, ambaye alikuwa alikusudiwa kutimiza unabii wa Mungu.

Ulinzi wa Yesu kwa wafuasi wake unadhihirisha kwamba **Kristo anawajibika kwa wafuasi wake** kwa kuwaongoza na kuwalinda katika **haki na neema** ya Mungu. Hii inaonyesha kuwa **upendo wa Kristo kwa waumini unahusisha ulinzi wa kiroho**, na **yeye ni mlinzi wa imani ya waumini wake**.

2. Ulinzi wa Kristo Unalenga Kuzuia Upotevu wa Kiroho

Katika **Yohana 17:12**, Yesu pia anasema: *"Niliwalinda, wala hakuna hata mmoja kati yao aliyeanguka."* Hii inaonyesha kwamba **ulinda wa Yesu ni kwa ajili ya kuhakikisha kuwa wafuasi wake hawaanguki katika majaribu ya kiroho**. **Ulinzi wa Kristo** unalenga kuhakikisha kuwa **waumini hawakubali kudanganywa na dhambi au kupotea kiroho**.

Katika **1 Petro 1:5**, Petro anaandika:

"Nanyi mnalindwa na nguvu za Mungu kwa imani kwa ajili ya wokovu, ulio tayari kuf revealed katika nyakati za mwisho."

Ulinzi wa kimungu unaolindwa na **Yesu Kristo** kupitia **neema ya Baba** unahakikisha kuwa waumini wanakuwa salama na hawatapotea, kwani **Kristo anawalinda kwa njia ya kiroho**. Ulinzi wa Yesu unathibitisha kuwa **mungu ni mlinzi wa waumini wake** na **hawawezi kuanguka, isipokuwa tu kama wanajiweka mbali na neema ya Mungu**.

3. Kristo Anapofanya Kazi ya Ulinzi na Mwongozo Kwa Waumini

Katika **Yohana 17:12**, Yesu anapoongea kuhusu kulinda wanafunzi wake, tunapata **madhumuni ya kazi ya ulinzi na mwongozo wa Kristo**: kwamba **lengo la ulinzi wake ni kuhakikisha**

waumini wanakaa katika imani na hawapotei. Yesu alijua kuwa **watu hawa walikuwa katika mazingira magumu na yatakayowafanya wawe na shaka**, na alijua kuwa wangehitaji **moyo wa kiroho wa kuwalinda na kuwaongoza**. Katika **Yohana 16:33**, Yesu anasema:

"Nimewapa amani, si kama dunia inavyotoa; mimi nawapa amani yangu. Msiwe na hofu wala msiwe na wasiwasi."

Hii inaonyesha kuwa **Kristo ni mtoaji wa amani na mwongozo kwa waumini**, na **anawalinda kutokana na hatari na majaribu ya maisha. Ulinzi wa Kristo ni wa kiroho**, kwani unalenga kulinda **mioyo na akili za waumini** dhidi ya nguvu za giza na kupinga dhambi. Yesu alijua kuwa **upendo wa Mungu utakuwa ndio nguvu kubwa ya kulinda imani ya waumini**.

4. Mwongozo wa Kristo kwa Waumini: Kuwaonyesha Njia ya Uzima wa Milele

Yesu alionyesha kuwa **mwongozo wake ulikuwa ni kutuonyesha njia ya uzima wa milele**. Katika **Yohana 14:6**, Yesu alisema:

"Mimi ndi mimi njia, na kweli, na uzima. Hakuna anaye kuja kwa Baba, ila kwa njia yangu."

Kristo aliwaongoza wanafunzi wake kwa njia ya **uzima wa milele**, akiwafundisha kuwa **kuna njia moja ya wokovu na hiyo ni kwa imani katika yeye**. Hii inaonyesha kuwa **upendo na mwongozo wa Kristo** si tu unalenga **kulinda waumini katika njia ya haki**, bali pia **unawafundisha kumjua Mungu na kupokea uzima wa milele. Ulinzi wa Kristo unategemea imani katika yeye**, na inahusisha **mafanikio ya kiroho na wokovu wa milele**.

Katika **Yohana 10:28**, Yesu alisema:

"Nami nawapeni uzima wa milele, wala hawatapotea kamwe; wala hakuna atakayewateka kutoka mkononi mwangu."

Ulinzi wa Kristo ni wa kudumu, kwa kuwa **huko katika mikono ya Kristo**, na **hawiachii wafuasi wake wapotee**, bali anawapeleka kwenye uzima wa milele kwa **neema na rehema** ya Mungu.

5. Tafsiri za Wasomi wa Biblia Kuhusu Ulinzi na Mwongozo wa Kristo

(i) Augustine wa Hippo (354-430 AD)

"Yesu alikubali kumtumikia na kumlinda wafuasi wake kwa upendo wake wa ajabu. Ulinzi wa Kristo unahakikisha kuwa waumini hawawezi kuanguka kwa majaribu ya dunia, kwa sababu Kristo ana nguvu ya kuwaongoza na kuwaokoa."

(ii) John Calvin (1509-1564 AD)

"Upendo wa Kristo kwa waumini wake ni wa kudumu. Yeye anawangoza na kuwa linzi wa imani yao, ili wasipotee wala kukata tamaa katika maisha yao ya kiroho."

(iii) Charles Spurgeon (1834-1892 AD)

"Kristo ni mlinzi wa waumini wake, na anawaongoza kwa njia ya haki, akihakikisha kuwa hawawezi kupotea, lakini wanapokea uzima wa milele kwa imani katika yeye."

6. Ulinzi na Mwongozo wa Kristo kwa Waumini

1. **Ulinzi wa Kristo unalenga kulinda wafuasi wake kutoka kwa majaribu ya kiroho na kimwili (Yohana 17:12).**
2. **Kristo ni mlinzi wa imani ya waumini, akihakikisha kuwa hawatapotea wala kuanguka (Yohana 10:28).**
3. **Mwongozo wa Kristo unalenga kuonyesha njia ya uzima wa milele kwa waumini (Yohana 14:6).**
4. **Upendo na mwongozo wa Kristo ni wa kudumu na unaleta amani na usalama wa kiroho (Yohana 16:33).**

Kwa hivyo, **upendo na ulinzi wa Kristo** unahakikisha kuwa waumini wamesimama imara katika imani yao, wakiwa na amani ya kiroho na **hakuna nguvu yoyote inayoweza kuwateka kutoka mikononi mwake. Ulinzi wa Kristo unaleta usalama na mwongozo katika maisha yetu, na unathibitisha kuwa tunatembea kwa njia ya uzima wa milele.**

SURA YA 06

Upendo Kwa Wote-Upendo Wa Kristo Kwa Binadamu Wote

Yohana 3:16 – Mwaliko wa Ulimwengu Wote

Yohana 3:16 ni mojawapo ya aya maarufu na za kipekee katika Biblia, inayothibitisha **upendo wa Kristo kwa binadamu wote** na kutoa **mwaliko wa wokovu kwa wote**. Aya hii inasema:

"Kwa maana jinsi hii Mungu aliupenda ulimwengu, hata akamtoa Mwana wake wa pekee, ili kila amwaminiye asipotee, bali awe na uzima wa milele." (Yohana 3:16)

Aya hii inathibitisha kwamba **upendo wa Mungu ni wa ulimwengu mzima** na **unawajali watu wote**, bila kujali rangi, kabila, au hali zao. Kristo alikuja kwa ajili ya **wote – wote walio na dhambi**, **wote waliopotea**, na **wote wanaohitaji wokovu**. Katika sura hii, tutachunguza maana ya **upendo wa Kristo kwa binadamu wote**, **mwelekeo wa mwaliko wa wokovu**, na **mpango wa Mungu wa kuokoa ulimwengu** kupitia Yesu Kristo. Tutatumia **Strong's Concordance**, tafsiri za wasomi wa Biblia, na uchambuzi wa **Expositor's Bible Study** ili kuelewa kwa undani **mwaliko huu wa ulimwengu wote** na jinsi **upendo wa Kristo unavyojumuisha kila mmoja katika wokovu wa kimungu**.

1. Mungu Aliupenda Ulimwengu

Katika **Yohana 3:16**, maandiko yanaanza kwa kusema:

"Kwa maana jinsi hii Mungu aliupenda ulimwengu..."

Neno **"ulimwengu"** linapotumika katika Biblia linarejelea **watu wote**, bila kujali taifa au jamii. **Upendo wa Mungu ni wa kila mtu**, na **mungu anapenda ulimwengu wote**, kwa sababu **aliumba kila kitu** (Mwanzo 1:1) na **anapenda kila kiumbe alichoumba.**

Katika **1 Timotheo 2:4**, Paulo anasema:

"Ambaye anataka watu wote wawe saved, na kuja katika kujua kweli."

Hii inaonyesha kuwa **mwenyezi Mungu alikusudia wokovu kwa wote. Upendo wa Kristo** hauzingatii mapungufu ya kibinadamu, kama vile **kabila au jamii**, bali unalenga **ulimwengu mzima**. Mungu anataka **kila mtu awe na fursa ya kumjua na kupata wokovu kupitia Yesu Kristo.**

2. Kristo Alimtoa Mwanawe wa Pekee kwa Wote

Yohana 3:16 inasema kwamba **Mungu alimtoa Mwana wake wa pekee** kwa ajili ya ulimwengu. Hii inaonyesha kwamba **upendo wa Mungu ni wa kujitolea**, na **aliweka mipango ya kumtuma Yesu kwa ajili ya wokovu wa binadamu wote**.

Katika **Matendo 4:12**, Petro anasema:

"Wala hakuna wokovu mwingine; kwa maana hakuna jina lingine chini ya mbingu lililopewa wanadamu ambalo tunapaswa kuokolewa nalo."

Kristo ndiye **njia pekee ya wokovu**, na **kama Mwana wa Mungu**, alileta **neema ya kimungu kwa wanadamu**. Yesu alikufa kwa ajili ya **dhambi za ulimwengu** ili **kila mmoja apate wokovu** kwa imani katika yeye. Hii inaonyesha **wema wa Mungu** na **mipango ya kimungu ya kuleta wokovu kwa wote**, bila kujali hali ya mtu au dhambi alizozifanya.

3. Mwaliko wa Ulimwengu Wote: Wokovu Kwa Imani

Yohana 3:16 inathibitisha kwamba **wokovu wa Kristo unapatikana kwa imani**. Wale wanaomwamini Yesu **hawatapotea**, bali wata **pata uzima wa milele**. Huu ni **mwaliko wa ulimwengu mzima**, kwani **mwanzo wa wokovu ni imani katika Yesu Kristo**.

Katika **Waefeso 2:8-9**, Paulo anasema:

"Kwa maana mmeokolewa kwa neema, kwa njia ya imani; na hili si kwa nguvu zenu, ni kipawa cha Mungu; si kwa matendo, ili mtu asiyejivuna."

Hii inaonyesha kuwa **wokovu ni kipawa cha neema ya Mungu**, na **si kwa matendo yetu** bali **kwa imani katika Yesu Kristo**. **Imani** ni ufunguo wa kufikia wokovu, na **mwaliko wa wokovu unapatikana kwa wote wanaokiri Yesu kuwa Bwana na Mwokozi**.

---

4. Upendo wa Kristo Unaovuka Mipaka ya Kijamii na Kidini

Upendo wa Kristo ni wa **kijumla na wa ulimwengu wote**, na hauwezi kubagua makundi yoyote ya kijamii, kidini, au kitaifa. **Kristo alikufa kwa ajili ya wote**, ikiwa ni pamoja na **watu wa mataifa, wanajamii wa dini mbalimbali, na wale walio mbali na Mungu**. Yesu alileta **ujumbe wa upendo na wokovu kwa watu wote**.

Katika **Mathayo 28:19**, Yesu aliagiza:

"Basi, enendeni, mfanye mataifa yote kuwa wanafunzi, mkiwabatiza kwa jina la Baba na la Mwana na la Roho Mtakatifu."

Hii inaonyesha kuwa **upendo wa Kristo unalenga mataifa yote**. **Upendo wa Kristo ni wa ulimwengu mzima**, na **hata wale waliokuwa mbali na Mungu**, wanapozungumza imani kwa Yesu, **wanapata wokovu**. **Upendo wa Mungu kwa ulimwengu** unathibitishwa na **wokovu kwa watu wote**, bila kubagua.

---

5. Tafsiri za Wasomi wa Biblia Kuhusu Upendo wa Kristo kwa Ulimwengu Wote

(i) Augustine wa Hippo (354-430 AD)

"Upendo wa Mungu ni wa ulimwengu wote, na kuletwa kwa Yesu Kristo unahakikisha kuwa hakuna mtu anayeachwa nyuma. Mungu alikusudia kuwa wokovu uwe wa kimataifa, kwa sababu Kristo alikufa kwa ajili ya wote."

(ii) John Calvin (1509-1564 AD)

"Kristo alikufa kwa ajili ya ulimwengu, na kwa hiyo wokovu unapatikana kwa imani kwa yeye, bila kujali hali ya kijamii au kabila la mtu."

(iii) Charles Spurgeon (1834-1892 AD)

"Upendo wa Kristo ni wa kimataifa, na Yesu alikufa kwa ajili ya wokovu wa dunia yote. Mwaliko wa wokovu umefunguliwa kwa wote, na kila mmoja anayeamini katika Kristo ana haki ya uzima wa milele."

---

6. Upendo wa Kristo kwa Ulimwengu Wote

1. **Upendo wa Mungu ni wa ulimwengu mzima, na unalenga watu wote, bila kujali kabila au jamii (Yohana 3:16).**
2. **Kristo alikufa kwa ajili ya wote, ili kutoa wokovu kwa njia ya imani katika yeye (Matendo 4:12; Waefeso 2:8-9).**
3. **Mwaliko wa wokovu unapatikana kwa imani kwa Yesu Kristo, na ni wazi kwa mataifa yote na watu wote (Mathayo 28:19).**

4. **Upendo wa Kristo unavuka mipaka ya kijamii, kidini, na kitaifa, na unalenga kuleta wokovu kwa watu wote (Yohana 3:16).**

Kwa hivyo, **upendo wa Kristo** unaleta mwaliko wa wokovu kwa watu wote. **Upendo wa Mungu kwa ulimwengu** ni **mupana na wa kudumu**, na unawajali wote wanaotafuta wokovu kupitia **Yesu Kristo. Wokovu kwa imani katika Kristo** ni **mwaliko wa kimataifa** kwa watu wote, na **upendo wa Kristo unaleta uzima wa milele kwa wote wanaomwamini.**

UPENDO WA KRISTO KWA WATU WOTE, MATAIFA, NA VIZAZI VYOTE

Upendo wa Kristo ni wa **kimataifa** na **usio na mipaka**, ukizingatia watu wa kila taifa, kabila, na kizazi. Yesu alikuja kwa ajili ya **watu wote**, na upendo wake hauna kipengele cha ubaguzi. **Upendo wa Kristo** ulivuka mipaka ya kabila, na Yesu alileta ujumbe wa **wokovu kwa ulimwengu wote**. Katika sura hii, tutachunguza jinsi **upendo wa Kristo unavyohusisha watu wa mataifa yote**, jinsi alivyokuja kwa ajili ya **vizazi vyote**, na jinsi **upendo wa Kristo unavyovunja mipaka ya kijamii, kitamaduni, na kidini**.

1. Upendo wa Kristo kwa Mataifa Yote

Upendo wa Kristo haujui mipaka ya kabila, taifa, au jamii. **Mungu alikusudia kwamba wokovu uwe wa kimataifa**, na **Yesu Kristo alileta ujumbe wa wokovu kwa mataifa yote**. Katika **Mathayo 28:19**, Yesu alisema:

"Basi, enendeni, mfanye mataifa yote kuwa wanafunzi, mkiwabatiza kwa jina la Baba na la Mwana na la Roho Mtakatifu."

Hii inaonyesha kuwa **upendo wa Kristo unahusisha watu wa mataifa yote**. Yesu alitoa **mamlaka ya kwenda kwa mataifa yote** ili kuhubiri neno la wokovu. **Upendo wa Kristo unavuka mipaka ya kimataifa**, na ni wazi kwa **watu wa kila taifa**. Hii ni sehemu ya **mpango wa Mungu wa kumtumia Kristo kama Mwokozi wa ulimwengu mzima**.

Katika **Yohana 12:32**, Yesu alisema:

"Nami, nikiinuliwa kutoka duniani, nitawavuta wote kwangu."

Hii inathibitisha kuwa **Kristo alikufa kwa ajili ya watu wote** na kwamba **upendo wake unajumuisha kila taifa, kabila, na jamii**, bila kujali mipaka ya kimwili au ya kiutamaduni.

2. Upendo wa Kristo kwa Vizazi Vyote

Upendo wa Kristo ni wa kudumu na hauna mwisho, kwa sababu Kristo alikuja kwa ajili ya **vizazi vyote**. Hata kama Yesu alikuja duniani kwa kizazi cha kwanza cha waumini, **upendo wake na wokovu alioleta ni wa vizazi vyote**, kutoka kwa vizazi vya kale hadi vizazi vya sasa na vizazi vijavyo. Katika **Mathayo 28:20**, Yesu alisema:

"Na tazama, mimi ni pamoja nanyi siku zote, hata mwisho wa dahari."

Hii inaonyesha kuwa **upendo wa Kristo ni wa milele**, unavuma kutoka kizazi kimoja hadi kingine, **na wokovu wake unakuwa sehemu ya kizazi chochote kinachompokea. Kristo anahakikisha kuwa upendo wake hauna mwisho**, unadumu kwa **vizazi vyote**, na unahusisha watu wote kwa **imani katika Yesu Kristo**.

Katika **Waefeso 3:17-19**, Paulo anasema:

"Ili Kristo akaye mioyoni mwenu kwa imani, mmekuwaje na mizizi na msingi katika upendo, ili mpate kuweza kujua pamoja na watakatifu, nini upana na urefu na urefu na kina cha upendo wa Kristo, na kujua upendo wa Kristo, ulio juu ya akili zote, ili mpate kujazwa na utimilifu wa Mungu."

Hii inaonyesha kuwa **upendo wa Kristo unajumuisha vizazi vyote**, na kwamba **hata vizazi vya baadaye vitajazwa na upendo huu**. **Upendo wa Kristo unajumuisha ulimwengu wote na unadhihirishwa katika kila kizazi cha waumini**.

3. Upendo wa Kristo Unavunja Mipaka ya Kidini na Kijamii

Kristo alikuja kwa ajili ya **watu wote**, bila kujali dini, kabila, au tabaka la kijamii walilokuwamo. Hata wakati wa huduma yake duniani, Yesu alionyesha kuwa **upendo wa Mungu** unavunja **mipaka ya kijamii** na **kitamaduni**. Kwa mfano, Yesu aliwafundisha wafuasi wake kuwa **mchango wa mpenda Mungu ni kwa watu wote**, na alikataa kuzuiliwa kwa mipaka ya kidini na kitamaduni.

Katika **Yohana 4:9-10**, Yesu aliongea na **mwanamke wa Samaria**, ambaye alikuwa ni **mtu wa taifa ambalo lilikuwa linachukuliwa na Wayahudi kama adui**:

"Mwanamke wa Samaria akamwambia, Wewe ni Myahudi, na mimi ni mwanamke wa Samaria; jinsi gani unaniambia, Nipe maji ninywe? Kwa maana Wayahudi hawana ushirika na Wasamaria."

Hata hivyo, Yesu alionyesha kwamba **upendo wa Mungu hauzuiwi na mipaka ya kijamii na kidini**. Alikubali kuzungumza na mwanamke wa Samaria kwa sababu alijua kuwa **upendo wa Mungu kwa wote unavunja mipaka ya kijamii, kidini, na kitamaduni**. Yesu alijua kuwa **mwaliko wa wokovu unawajali wote, na ni kwa imani kwa Kristo tu kwamba watu wote wataokolewa**.

Katika **Matendo 10:34-35**, Petro alikiri kwamba:

"Kwa hakika nalijua kwamba Mungu hakubali uso wa mtu, bali katika kila taifa, yule amchae na kutenda haki ni kumpendeza."

Hii inaonyesha kuwa **upendo wa Kristo unajumuisha kila taifa**, bila kujali imani yao au hali zao za kijamii.

---

4. Upendo wa Kristo unatoa Wokovu Kwa Wote

Upendo wa Kristo kwa watu wote, mataifa, na vizazi vyote ulidhihirishwa kwa **kutoa wokovu kwa wote**. Katika **Yohana 3:16**, Yesu alikuja kwa **wote walio potea** na **alileta wokovu kwa watu wote**:

"Kwa maana jinsi hii Mungu aliupenda ulimwengu, hata akamtoa Mwana wake wa pekee, ili kila amwaminiye asipotee, bali awe na uzima wa milele."

Wokovu wa Kristo ni wa kimataifa. Yesu alikufa kwa **dhambi za watu wote**, na wokovu wake unawezekana kwa **wote wanaoamini katika yeye**. Hii inaonyesha kuwa **mwaliko wa wokovu ni wa kimataifa**, na **upendo wa Kristo unawalenga watu wa kila kabila, jamii, na taifa**.

Katika **1 Timotheo 2:4**, Paulo anasema:

"Ambaye anataka watu wote wawe saved, na kuja katika kujua kweli."

Hii inaonyesha kuwa **wokovu wa Kristo unalenga ulimwengu wote**, na **Mungu anataka watu wote wapokee wokovu wake**. **Upendo wa Kristo hauchagui watu, bali unamvua mtu yeyote ambaye anajitolea kumwamini Kristo**.

5. Tafsiri za Wasomi wa Biblia Kuhusu Upendo wa Kristo kwa Ulimwengu Wote

(i) Augustine wa Hippo (354-430 AD)

"Upendo wa Mungu ni wa kimataifa, na wokovu wa Kristo unalenga watu wote. Hakuna hata mmoja aliyeachwa nyuma katika mpango wa Mungu wa kuokoa ulimwengu."

(ii) John Calvin (1509-1564 AD)

"Kristo alikufa kwa ajili ya watu wa mataifa yote. Wokovu unawezekana kwa watu wote kupitia imani katika Yesu Kristo."

(iii) Charles Spurgeon (1834-1892 AD)

"Upendo wa Kristo ni wa dunia nzima. Kristo alikufa kwa ajili ya watu wa mataifa yote, na wokovu ni wazi kwa kila mtu anayeamini."

6. Upendo wa Kristo kwa Watu Wote, Mataifa, na Vizazi Vyote

1. **Upendo wa Kristo ni wa kimataifa na unawajali watu wa mataifa yote, bila kujali kabila, jamii, au taifa (Yohana 3:16; Mathayo 28:19).**
2. **Kristo alikufa kwa ajili ya wokovu wa kila mtu, na upendo wake unavuka mipaka ya kijamii, kidini, na kitaifa (Yohana 12:32; Matendo 10:34-35).**
3. **Upendo wa Kristo unajumuisha vizazi vyote, na wokovu wake ni wa kudumu na wa milele (Mathayo 28:20).**

4. **Upendo wa Kristo hauchagui, bali unawajali wote wanaotubu na kumwamini Kristo (1 Timotheo 2:4).**

Kwa hivyo, **upendo wa Kristo** ni wa kimataifa, na **wokovu wa Kristo unalenga watu wa mataifa yote. Kristo alikuja kwa ajili ya watu wote**, na wokovu wake **unapatikana kwa wote wanaoamini na kumkiri kama Bwana na Mwokozi wa maisha yao**.

WOKOVU UNAPATIKANA KWA "KILA MTU ANAYEAMINI"

Wokovu ni zawadi kubwa kutoka kwa Mungu, inayopatikana kwa njia ya **imani** katika Yesu Kristo. **Yohana 3:16** ni moja ya aya zinazofafanua wazi kuhusu wokovu kwa watu wote, na inasema:

"Kwa maana jinsi hii Mungu aliupenda ulimwengu, hata akamtoa Mwana wake wa pekee, ili kila amwaminiye asipotee, bali awe na uzima wa milele."

Aya hii inaonyesha wazi kwamba **wokovu unapatikana kwa kila mtu anayemwamini Yesu Kristo**. Hapa tunapata msingi wa **upendo wa kimungu** na **mwito wa wokovu** kwa **wote wanaotafuta kumjua Mungu** na kumwamini kwa **imani ya kweli**. Katika sura hii, tutachunguza kwa undani **maana ya wokovu unavyopatikana kwa "kila mtu anayemwamini"**, jinsi imani inavyokuwa **funguo ya wokovu**, na jinsi **injili ya wokovu inavyokuwa wazi kwa wote**.

---

1. Wokovu Unapatikana Kwa Kila Mtu Anayemwamini

Katika **Yohana 3:16**, tunapata **mwaliko wa kimataifa wa wokovu**, ambapo Yesu anasema:

"Ili kila amwaminiye asipotee, bali awe na uzima wa milele."

Hapa, Yesu anatoa **mwaliko wa wokovu kwa kila mtu**. Hii inadhihirisha kwamba **wokovu haujizuii kwa kundi lolote la watu, taifa, au jamii**, bali unapatikana kwa **kila mtu anayeamini katika Yesu Kristo**. Hii ni fursa ya wokovu **kwa wote**; **hakuna anayeachwa nyuma**.

Katika **Matendo 10:43**, Petro anasema:

"Kwa huyu, wote wanapata msamaha wa dhambi kwa imani katika jina lake."

Hii inaonyesha kuwa **imani kwa Yesu Kristo ndiyo inayowafungua watu wote kwa wokovu**, bila kujali asili yao au dhambi walizozifanya. **Wokovu kwa imani** ni wa **kila mtu anayemwamini Kristo**, na hakuna anayeachwa nyuma.

2. Imani Kama Funguo la Wokovu

Katika **Waefeso 2:8-9**, Paulo anasema:

"Kwa maana mmeokolewa kwa neema, kwa njia ya imani; na hili si kwa nguvu zenu, ni kipawa cha Mungu; si kwa matendo, ili mtu asiyejivuna."

Aya hii inafafanua wazi kuwa **wokovu ni kipawa cha Mungu**, na **imani** ndiyo **funguo inayowafungulia watu wokovu**. Wokovu haupatikani kwa matendo ya binadamu au juhudi zao, bali ni **kipawa cha bure kilichotolewa kwa neema ya Mungu**, na **tunapokea wokovu kwa imani katika Yesu Kristo**. Hii ina maana kwamba **wokovu hauwezi kupatikana kwa matendo au sheria**, bali ni kwa **imani ya kweli kwa Yesu Kristo**.

Katika **Warumi 10:9**, Paulo anasema:

"Ikiwa utakiri kwa kinywa chako, Bwana Yesu, na kuamini moyoni mwako kuwa Mungu alimfufua kutoka kwa wafu, utaokoka."

Hii inasisitiza kuwa **imani ya moyoni na kutubu dhambi ni muhimu kwa wokovu. Kutubu dhambi na kukiri imani kwa Yesu Kristo** ndiyo njia ya pekee ya **kupokea wokovu** kutoka kwa Mungu. **Imani** ndiyo **inayotufanya tuwe sehemu ya wokovu wa kimungu**, na tunapohitaji wokovu, tunapata neema ya Mungu kwa njia hii.

3. Wokovu ni kwa Wote Bila Kujali Hali ya Kijamii au Kidini

Wokovu unawezekana kwa watu wote, bila kujali hali zao za kijamii, kidini, au kabila. **Yesu alikuja kwa ajili ya watu wa kila jamii**, na wokovu unawezekana kwa **wote wanaomwamini**. Katika **Matendo 10:34-35**, Petro anasema:

"Kwa hakika nalijua kwamba Mungu hakubali uso wa mtu, bali katika kila taifa, yule amchae na kutenda haki ni kumpendeza."

Hii inaonyesha kuwa **wokovu wa Yesu Kristo unavunja mipaka ya kijamii, kidini, na kitaifa. Upendo wa Kristo unalenga**

wote, bila kujali makosa au vikwazo vya kihistoria. Yesu alileta wokovu kwa **mataifa yote**, na wokovu unapatikana kwa **kila mtu anayekiri imani katika Kristo**.

Katika **Yohana 6:37**, Yesu anasema:

"Yeye ajiaye kwangu sitamtupa inje."

Hii inathibitisha kwamba **Kristo ana upendo wa kimataifa**, na anapokea **wote wanaokuja kwake kwa imani**. **Upendo wa Kristo haujui mipaka**, na **wokovu wa Kristo unajumuisha watu wa kila taifa, jamii, na kizazi**.

---

4. Wokovu Unalenga Kila Kiumbe Aliye Hai

Upendo wa Kristo kwa ulimwengu unathibitishwa kwa ukweli kuwa **wokovu unapatikana kwa kila kiumbe kilichoumbwa na Mungu**. Katika **1 Timotheo 2:4**, Paulo anasema:

"Ambaye anataka watu wote wawe saved, na kuja katika kujua kweli."

Hii inaonyesha kuwa **mpango wa Mungu ni kwa watu wote kuokolewa**, na **wokovu kwa imani ni kwa kila mmoja anayetaka kumjua Mungu**. **Mungu alikusudia watu wa kila taifa na kila kizazi wapokee wokovu**, na **wokovu huu unapatikana kwa kupitia Yesu Kristo**.

Katika **Waebrania 2:9**, Paulo anasema:

"Lakini yeye aliyetukuzwa kwa muda, Yesu, ambaye alikufa kwa ajili ya kila mmoja, ili kwa neema ya Mungu apate kufa kwa ajili ya wafu."

Hii inathibitisha kuwa **wokovu wa Kristo unalenga kila mtu**, na Yesu alikufa kwa ajili ya **watu wote**, akiwaokoa wote wanaomwamini na kumkubali kama Bwana na Mwokozi.

---

5. Tafsiri za Wasomi wa Biblia Kuhusu Wokovu Kwa Kila Mtu Anayemwamini

(i) Augustine wa Hippo (354-430 AD)

"Upendo wa Mungu haujizuii kwa kabila au jamii, bali unalenga watu wote, na wokovu wa Yesu Kristo ni kwa watu wote wanaoamini katika yeye."

(ii) John Calvin (1509-1564 AD)

"Kristo alikufa kwa ajili ya wokovu wa kila mtu, na wokovu unapatikana kwa imani kwa Yesu. Hii ni zawadi ya neema ya Mungu kwa wema wa kila mmoja."

(iii) Charles Spurgeon (1834-1892 AD)

"Upendo wa Kristo ni wa kimataifa. Kristo alikufa kwa ajili ya watu wa mataifa yote, na wokovu unapatikana kwa wote wanaoamini na kumkubali Kristo."

---

6. Wokovu Unapatikana Kwa Kila Mtu Anayemwamini

1. **Wokovu unapatikana kwa watu wote wanaomwamini Yesu Kristo (Yohana 3:16).**
2. **Imani kwa Yesu Kristo ndiyo funguo ya wokovu (Waefeso 2:8-9; Warumi 10:9).**
3. **Wokovu ni kipawa cha neema ya Mungu, na unapatikana kwa wote, bila kujali hali zao za kijamii au kidini (Matendo 10:34-35).**
4. **Upendo wa Kristo unalenga watu wa kila taifa, jamii, na kizazi, na wokovu unapatikana kwa imani kwa Yesu Kristo (Yohana 6:37; 1 Timotheo 2:4).**

Kwa hivyo, **wokovu wa Kristo ni wa kimataifa na haujizuii kwa mtu yeyote anayemwamini Kristo. Kristo alikufa kwa ajili ya**

wokovu wa watu wote, na **wokovu unapatikana kwa kila mmoja anayekiri Yesu kuwa Bwana na Mwokozi wa maisha yao**.

UPENDO WA KRISTO UNAVUKA MIPAKA YA WAYAHUDI NA WASEMAMA

Upendo wa Kristo kwa Wayahudi na Wasemama (Wagalatia 3:28)

Wagalatia 3:28 ni moja ya aya zinazothibitisha wazi kuwa **upendo wa Kristo haujui mipaka ya kikabila, kijamii, au kidini**, na kwamba **wokovu wa Kristo unajumuisha watu wa mataifa yote**, ikiwa ni pamoja na **Wayahudi na Wasemama**. Katika **Wagalatia 3:28**, Paulo anasema:

"Hapa hakuna Myahudi wala Msamaria, hakuna mtumwa wala huru, hakuna mwanaume wala mwanamke; kwa maana ninyi nyote mlioko katika Kristo Yesu ni mmoja."

Aya hii inatufundisha kuwa **upendo wa Kristo haujui mipaka ya kijamii au kidini**, na kwamba wokovu na upendo wa Kristo ni kwa **wote wanaoamini na kumwamini Yesu Kristo**. Yesu alikuja kwa ajili ya **wote**, na alileta ujumbe wa wokovu kwa **watu wote**, bila kujali kabila lao, hadhi yao, au hali yao ya kijamii. Katika sura hii, tutachunguza jinsi **upendo wa Kristo unavyovunja mipaka** ya kikabila, kijamii, na kidini, na jinsi **wokovu wa Kristo unavyokuwa wazi kwa Wayahudi na Wasemama**.

---

1. Wokovu wa Kristo unavuka Mipaka ya Kijamii na Kidini

Katika **Wagalatia 3:28**, Paulo anasema kuwa **kwa Kristo, hakuna tena mpango wa upendeleo wa kijamii au kidini**, na wote walio katika Kristo ni **moja katika Kristo**. Hii ina maana kwamba **upendo wa Kristo haujizuii kwa kundi lolote la watu**, bali unalenga **watu wa mataifa yote**. Katika **Matendo 10:34-35**, Petro anasema:

"Kwa hakika nalijua kwamba Mungu hakubali uso wa mtu, bali katika kila taifa, yule amchae na kutenda haki ni kumpendeza."

Petro anathibitisha kuwa **wokovu wa Kristo ni kwa watu wote**, na **upendo wa Mungu haujui mipaka ya kijamii au kidini**. Yesu alikufa kwa **wote**, na wokovu wake ni wa **kimataifa**. Hata wakati wa huduma yake, Yesu alionyesha kuwa **hakuwa na ubaguzi**

wa kijamii au kidini, kwani alikubaliana na **wafanyabiashara wa Mataifa** (Matayo 8:10-13) na **akakutana na wanawake na watoza ushuru**, ambao walichukuliwa kama **madhambi na jamii zilizotengwa**.

Katika **Yohana 10:16**, Yesu alisema:

"Bado ninazo kondoo wengine, wasio wa zizi hili; lazima niwalete, nao watasikia sauti yangu, na watakuwa kundi moja na mchungaji mmoja."

Hii inaonyesha kuwa **wokovu wa Kristo haujizuii kwa Wayahudi pekee**, bali unahusisha **watu wa mataifa yote**. Yesu alileta **upendo wa kimataifa** na aliwakaribisha **wasemama** kwa upendo wake. **Upendo wa Kristo ni kwa wote**, na wokovu unapatikana kwa **wote wanaomwamini Kristo**.

2. Kristo Analeta Umoja kati ya Wayahudi na Wasemama

Katika **Wagalatia 3:28**, Paulo anasema kwamba **kwa Kristo, hakuna tofauti kati ya Wayahudi na Wasemama**, kwa sababu **wote ni mmoja katika Kristo Yesu**. Hii ina maana kwamba **Kristo alileta Umoja wa kimungu** kwa watu wote, na **alivunja mipaka ya kabila**. Yesu alikufa kwa ajili ya **wote**, na alileta **wokovu wa kimataifa** kwa **watu wa kila kabila na jamii**.

Katika **Waefeso 2:14-16**, Paulo anasema:

"Kwa maana yeye ndiye amani yetu, aliyetufanya sisi sote tuwe na umoja, akabomoa kuta zilizotenganisha, yaani, uadui, kwa kutangua ile sheria ya amri zilizo na maagizo, ili kwao afanye wawili kuwa mmoja, akifanya amani."

Hii inaonyesha kuwa **Kristo alileta umoja** kati ya **Wayahudi na Wasemama**, na alibadilisha hali ya uadui kati ya mataifa kwa kuleta **amani kwa njia ya msalaba. Upendo wa Kristo unaleta umoja wa kimungu** kwa watu wote, na wokovu wake unavunja **mipaka ya kijamii na kidini**. Yesu alikufa kwa ajili ya **watu wa mataifa yote**, na kwa imani katika Kristo, **watu wa mataifa yote wanaweza kuungana kama familia moja katika Kristo**.

3. Upendo wa Kristo Unavunja Mipaka ya Jinsia

Katika **Wagalatia 3:28**, Paulo anasema kuwa **kwa Kristo, hakuna tofauti kati ya mwanaume na mwanamke**, kwa maana **wote ni mmoja katika Kristo**. Hii inaonyesha kuwa **upendo wa Kristo haujui mipaka ya jinsia**. Katika jamii za wakati wa Yesu, wanawake walikuwa wakiishi kwa **hadharani ndogo** na walikuwa **wametengwa** katika hali nyingi za kijamii na kidini. Hata hivyo, Yesu alionyesha kuwa **wote, wanawake na wanaume, wanathaminiwa mbele za Mungu**, na **wote wanastahili kuwa sehemu ya wokovu wa Kristo**.

Katika **Luka 8:1-3**, tunasoma jinsi Yesu alivyowahusisha wanawake katika huduma yake:

"Pia akatembea kupitia miji yote na vijiji, akihubiri na kuhubiri habari njema za Ufalme wa Mungu; na pamoja naye walikuwa kumi na wawili, na wanawake ambao walikuwa wameponyiwa kutoka kwa roho mbaya na magonjwa, Maria aitwaye Magdalene, ambaye alitoka kutoka kwa mapepo saba, na Yohana mke wa Kusa, msimamizi wa Herode, na Suzana, na wengine wengi, waliokuwa wakihudumia kwa mali zao."

Hii inaonyesha kwamba **wanawake walikuwa sehemu ya huduma ya Yesu**, na **walikubalika kama sehemu ya familia ya kimungu**. Yesu alionyesha kuwa **upendo wa Mungu haujui jinsia**, na **wote wanahusiana na Kristo kwa imani**, bila kujali kuwa ni wanawake au wanaume.

---

4. Wokovu wa Kristo ni wa Kimataifa, Haujizuii kwa Watu Maalum

Upendo wa Kristo unavuka **mipaka ya kikabila, kijamii, kidini, na jinsia**, na wokovu wa Kristo unapatikana kwa **wote wanaomwamini Yesu Kristo**. **Yesu alikufa kwa ajili ya wote**, na **hakuwa na upendeleo**. Katika **Matendo 13:47**, Paulo anasema:

"Kwa maana ndivyo alivyoagiza Bwana, Nikakupa iwe mwanga wa mataifa, ili uwe wokovu hata mwisho wa dunia."

Hii inaonyesha kuwa **wokovu wa Kristo unahusisha watu wa mataifa yote**, na **upendo wa Kristo haujui mipaka**. Yesu alileta

wokovu wa kimataifa, na **upendo wake ni kwa watu wa kila taifa, kabila, na jamii**. Hii inaonyesha kuwa **wokovu wa Kristo unajumuisha wote wanaoamini, bila kujali hali zao za kijamii au kabila**.

5. Tafsiri za Wasomi wa Biblia Kuhusu Upendo wa Kristo kwa Wayahudi na Wasemama

(i) Augustine wa Hippo (354-430 AD)

"Upendo wa Kristo unavunja mipaka ya kabila na jamii. Yesu alikufa kwa ajili ya wote, na wokovu wake unapatikana kwa imani kwa watu wa mataifa yote."

(ii) John Calvin (1509-1564 AD)

"Kristo alikufa kwa ajili ya watu wa mataifa yote, na wokovu wa Yesu unavunja mipaka ya kijamii, kidini, na kijinsia. Wote wanaoamini wanastahili kuwa sehemu ya familia ya kimungu."

(iii) Charles Spurgeon (1834-1892 AD)

"Upendo wa Kristo unaleta umoja wa kimungu. Yesu alikufa kwa ajili ya watu wa mataifa yote, na wokovu unapatikana kwa wote wanaomwamini Kristo."

6. Hitimisho: Upendo wa Kristo kwa Wayahudi na Wasemama

1. **Upendo wa Kristo unavunja mipaka ya kikabila, kijamii, kidini, na jinsia** (**Wagalatia 3:28**).
2. **Kristo alikufa kwa ajili ya watu wa mataifa yote, na wokovu wake unapatikana kwa wote wanaomwamini** (**Matendo 10:34-35**).
3. **Upendo wa Kristo unaleta umoja wa kimungu kati ya Wayahudi na Wasemama, wanawake na wanaume, na watu wa mataifa yote** (**Waefeso 2:14-16**).

4. **Upendo wa Kristo haujizuii kwa kundi lolote la watu, bali unalenga watu wote wanaoamini katika Kristo (Yohana 6:37).**

Kwa hivyo, **upendo wa Kristo** unavunja **mipaka ya kijamii, kikabila, na kidini. Kristo alikufa kwa ajili ya wokovu wa wote**, na **wokovu wa Kristo unapatikana kwa wote wanaoamini katika yeye. Upendo wa Kristo ni wa kimataifa**, na unaleta **umoja, amani, na wokovu kwa watu wa mataifa yote.**

UPENDO WA KRISTO ULIVYOVUNJA MIPAKA YA MATAIFA NA KABILA

Amri Kuu Inayotaka Kuenea kwa Upendo wa Kristo Duniani (Mathayo 28:19-20)

Upendo wa Kristo ni wa **kimataifa**, na **Amri Kuu** inatufundisha kuwa **upendo wa Kristo haujizuii kwa taifa, kabila, au jamii yoyote. Mathayo 28:19-20** inatoa amri ya **kutangaza Injili** kwa **mataifa yote**, na kueneza **upendo wa Kristo** duniani kote. Katika aya hii, Yesu anasema:

"Basi enendeni, mfanye mataifa yote kuwa wanafunzi, mkiwabatiza kwa jina la Baba na la Mwana na la Roho Mtakatifu, mkiwafundisha kuyashika yote niliyowaamuru ninyi. Na tazama, mimi ni pamoja nanyi siku zote, hata mwisho wa dahari." (Mathayo 28:19-20)

Aya hii inatufundisha kuwa **upendo wa Kristo unapaswa kuenea duniani kote**, na **Amri Kuu** ni mwaliko wa kimataifa wa **upendo wa Kristo**. Katika sura hii, tutachunguza jinsi **upendo wa Kristo unavyovunja mipaka ya mataifa, kabila, na jamii**, na jinsi **Amri Kuu** inavyohusisha waumini **kutangaza upendo wa Kristo** kwa watu wa mataifa yote, bila kujali rangi, hadhi, au asili.

1. Amri Kuu: Wito wa Kimataifa wa Wokovu

Katika **Mathayo 28:19-20**, Yesu aliwapa wanafunzi wake **amri ya kuenda kwa mataifa yote** na **kufanya wanafunzi wa mataifa yote**. Hii inamaanisha kuwa **upendo wa Kristo unapaswa kuenea kwa kila mtu**, bila kujali kabila, jamii, au taifa. Yesu alijua kuwa **wokovu wa Kristo unalenga watu wa mataifa yote**, na **Amri Kuu** ilikusudia kuleta **upendo wa Kristo kwa watu wote**. Katika **Marko 16:15**, Yesu alisema:

"Enendeni ulimwenguni kote, mkahubiri habari njema kwa kila kiumbe."

Hii inathibitisha kuwa **upendo wa Kristo haujizuii kwa kikundi kidogo cha watu**. **Amri Kuu** inatoa **mwelekeo wa kimataifa** na inasisitiza kuwa **wokovu wa Kristo ni kwa watu wa kila taifa na jamii**. Yesu aliagiza **waumini wake kufikia **mataifa yote**, wakishirikiana **upendo wa Kristo** na **habari njema** kwa wote. Hii inaonyesha kuwa **upendo wa Kristo unavuka mipaka ya kabila, taifa, na jamii**, na unalenga **watu wote**.

2. Upendo wa Kristo Unavunja Mipaka ya Mataifa na Kabila

Upendo wa Kristo ulijulikana kuwa wa **kimataifa** na **usio na mipaka**. Katika **Yohana 3:16**, Yesu alithibitisha kuwa:

"Kwa maana jinsi hii Mungu aliupenda ulimwengu, hata akamtoa Mwana wake wa pekee, ili kila amwaminiye asipotee, bali awe na uzima wa milele."

Hii ina maana kuwa **wokovu wa Kristo ni wa kimataifa**, na **upendo wa Kristo unahusisha kila mtu**, bila kujali asili au taifa. Yesu alikuja kwa **watu wote**, na **amri yake kwa wanafunzi wake** ilikuwa ni kwamba **waende kwa mataifa yote** ili **kueneza upendo wa Kristo**. Katika **Matendo 10:34-35**, Petro alisema:

"Kwa hakika nalijua kwamba Mungu hakubali uso wa mtu, bali katika kila taifa, yule amchae na kutenda haki ni kumpendeza."

Hii inadhihirisha kuwa **wokovu wa Kristo unajumuisha watu wa mataifa yote**, na **upendo wa Kristo ni wa kimataifa**. **Kristo alikufa kwa ajili ya **wote**, na wokovu wa Kristo unapatikana kwa **wote wanaoamini**. **Amri Kuu** inatoa wito wa kueneza upendo wa Kristo **kwa watu wa mataifa yote**, ili watu wote waweze kupata **uzima wa milele**.

3. Upendo wa Kristo Unahusisha Mataifa Yote

Katika **Mathayo 28:19**, Yesu anasema:

"Basi enendeni, mfanye mataifa yote kuwa wanafunzi..."

Hapa, Yesu alifanya wazi kuwa **upendo wa Kristo haujizuii kwa taifa moja tu**, bali unahusisha **mataifa yote**. **Amri Kuu** ni **mwaliko wa kimataifa**, na inalenga **kueneza upendo wa Kristo kwa watu wa mataifa yote**. Yesu alikuja kwa ajili ya **watu wa mataifa yote**, na alikufa kwa **dhambi za ulimwengu**. Hii inadhihirisha kuwa **wokovu wa Kristo ni wa watu wa mataifa yote**. Katika **Matendo 13:47**, Paulo anasema:

"Kwa maana ndivyo alivyoagiza Bwana, Nikakupa iwe mwanga wa mataifa, ili uwe wokovu hata mwisho wa dunia."

Hii inathibitisha kuwa **upendo wa Kristo unalenga ulimwengu mzima**, na **Amri Kuu** ni mwito wa **kueneza wokovu kwa mataifa yote**, bila kujali mipaka ya kabila, jamii, au taifa.

---

4. Kueneza Upendo wa Kristo Duniani: Mchango wa Waumini

Amri Kuu inaonyesha kwamba **upendo wa Kristo unahitaji waumini kuwa sehemu ya kazi ya kimataifa ya kueneza Injili**. **Waumini wote** wanaitwa **kutangaza upendo wa Kristo**, kueneza habari njema ya wokovu kwa **mataifa yote**, na kuleta **wokovu wa kimungu kwa watu wote**. Katika **Matendo 1:8**, Yesu alisema:

"Lakini mtapokea nguvu zitakaposhuka juu yenu Roho Mtakatifu, na mtakuwa mashahidi wangu, katika Yerusalemu, na Yudea yote, na Samaria, na hata upeo wa dunia."

Hii inaonyesha kuwa **upendo wa Kristo ni wa kimataifa**, na kwamba **wokovu unapaswa kuenezwa kwa watu wa kila taifa**. Waumini wameitwa kuwa **mashahidi wa Kristo**, na **kazi yao ni kueneza upendo wa Kristo** na **habari njema za wokovu**. **Roho Mtakatifu** anawapa nguvu **waumini waende kwa mataifa yote**, wakielekeza watu kwenye **upendo wa Kristo** na **wokovu wa milele**.

---

5. Tafsiri za Wasomi wa Biblia Kuhusu Amri Kuu na Upendo wa Kristo kwa Mataifa Yote

(i) Augustine wa Hippo (354-430 AD)

"Amri Kuu ni mwito wa kimataifa wa upendo wa Kristo, ambapo Yesu alijua kuwa wokovu wake unahusisha watu wa mataifa yote. Yesu alikusudia kwamba wokovu uwe wazi kwa wote, bila kujali taifa au jamii."

(ii) John Calvin (1509-1564 AD)

"Upendo wa Kristo unajumuisha mataifa yote. Amri Kuu inahusisha kueneza wokovu kwa watu wa mataifa yote, ili wote wanaoamini wawe sehemu ya familia ya kimungu."

(iii) Charles Spurgeon (1834-1892 AD)

"Kristo alikuja kwa ajili ya watu wa mataifa yote. Upendo wa Kristo unapaswa kuenezwa kwa kila taifa, na waumini wanapokea amri ya kimataifa ya kuhubiri wokovu wa Kristo."

---

6. Upendo wa Kristo na Amri Kuu

1. **Upendo wa Kristo ni wa kimataifa na unalenga watu wa mataifa yote (Mathayo 28:19-20; Marko 16:15).**
2. **Amri Kuu inahitaji waumini kuwa sehemu ya kazi ya kimataifa ya kueneza Injili ya wokovu (Matendo 1:8).**
3. **Upendo wa Kristo unavunja mipaka ya kabila, taifa, na jamii, na unajumuisha watu wa mataifa yote (Matendo 13:47).**
4. **Wokovu wa Kristo unapaswa kuenezwa kwa mataifa yote, ili watu wa kila taifa wapokee upendo wa Kristo (Yohana 3:16).**

Kwa hivyo, **upendo wa Kristo unavuka mipaka ya mataifa, kabila, na jamii**, na **wokovu wa Kristo unapatikana kwa watu wa mataifa yote**. **Amri Kuu** inatuamuru **kutangaza upendo wa Kristo** na **wokovu wake kwa ulimwengu mzima**, ili **watu wa mataifa yote wawe na fursa ya kupokea wokovu wa kimungu. Waumini wa Kristo wanapokea wito wa kimataifa wa kueneza Injili**, na **Roho Mtakatifu anawapa nguvu ya kutimiza amri hii kwa ufanisi**.

Kanisa la Awali Lilivunja Mipaka ya Kijamii na Kikitaifa Kupitia Upendo wa Kimataifa wa Kristo (Matendo 10:34-35)

Katika **Matendo 10:34-35**, tunasoma tukio muhimu ambalo linaonyesha **viziwi vya kabila na kitaifa** vilivyovunjwa kupitia **upendo wa Kristo**. Hadithi hii inahusiana na **Petro na Kornelio**, mmoja wa **wasemama**, ambaye alikuwa akifanya kazi ya kijeshi na alikuja kwa Mungu. Katika tukio hili, Petro alijua kuwa upendo wa Kristo haubagui, na alikubali kuwa **wokovu unapatikana kwa watu wa mataifa yote**, bila kujali kabila au jamii zao.

"Petro akafungua kinywa chake akasema, Hakika nalijua ya kuwa Mungu hakubali uso wa mtu, bali katika kila taifa, yule amchae na kutenda haki ni kumpendeza." (Matendo 10:34-35)

Hii inadhihirisha kwamba **upendo wa Kristo unavuka mipaka ya kijamii, kikabila na kidini**, na kwamba wokovu wa Kristo unapatikana kwa **watu wote**. Katika sura hii, tutachunguza **maana ya upendo wa Kristo kwa mataifa yote**, jinsi **kanisa la awali lilivunja vizuizi vya kijamii na kitaifa** kwa kupitia **upendo wa Kristo**, na jinsi **wokovu unavyohusisha watu wa mataifa yote na vizazi vyote**.

---

1. Upendo wa Kristo ulivunja Mipaka ya Kijamii na Kitaifa

Katika **Matendo 10:34-35**, Petro alikiri kwamba **upendo wa Kristo haujui mipaka ya kitaifa na kikabila**. Hii ni muhimu kwa sababu Wayahudi walikuwa na **mtindo wa kutengwa na watu wa mataifa ya nje**. Walikuwa na **vikwazo vya kijamii** na **misingi ya kidini** ambayo iliwatenga na wasemama na watu wa mataifa mengine. Hata hivyo, Petro aliona kwa wazi kupitia ufunuo kutoka kwa Mungu kwamba **wokovu wa Kristo ni kwa watu wa mataifa yote**, na **hakuwa na ubaguzi wa kitaifa au kikabila**.

Katika **Matendo 10:9-16**, Petro alipokea maono kutoka kwa Mungu, ambapo aliona **mnyama aliyetungwa katika kamba**, na sauti ilimwambia, *"Inua, Pete, na ule."* Petro alikataa kwa sababu alijua kuwa **kuna wanyama waliokatazwa kula kwa mujibu wa sheria za Kiyahudi**. Lakini Mungu alijibu:

"Mungu alichokifanya kisicho cha kawaida, usikichukue kuwa kisicho safi."

Hii ilionyesha kuwa **upendo wa Mungu haujizuii kwa makundi au sheria za zamani**, bali unavuka mipaka ya kijamii na kikabila. Wokovu wa Kristo unajumuisha **watu wote**, na **kanisa la awali lilianza kuelewa kuwa Injili ilikuwa kwa ajili ya wote, bila kujali jamii yao au kabila lao.**

2. Kanisa la Awali Lilivunja Vizuwizi vya Kijamii na Kikabila

Katika **Matendo 10:44-48**, tunasoma jinsi **Petro alivyohubiri kwa Kornelio na familia yake**, na jinsi **Roho Mtakatifu alivyoshuka juu yao**:

"Petro alipokuwa akisema maneno haya, Roho Mtakatifu akawashukia wote waliosikia neno." (Matendo 10:44)

Roho Mtakatifu alionyesha kwamba wokovu wa Kristo haujizuii kwa kikundi cha watu fulani. **Petro aliwabatiza Wasemama**, na **hii ilikuwa ni ishara ya wazi kwamba wokovu wa Kristo ulikuwa wa kimataifa**, haujui mipaka ya kijamii au kikabila. **Kanisa la awali lilivunja vizuizi vya kabila**, na **kanisa linapaswa kuendelea kuwa na mwaliko wa kimataifa wa upendo wa Kristo**.

Katika **Matendo 11:18**, wakati Petro alirudi Yerusalemu, alithibitisha kuwa:

"Basi, waliposikia haya, walitulia, wakamsifu Mungu, wakisema, Basi Mungu amewapa pia Wasemama toba ya uzima."

Hii inathibitisha kwamba **kanisa la awali lilielewa kuwa wokovu wa Kristo unajumuisha watu wote**, na **Roho Mtakatifu alithibitisha kwamba wokovu haujizuii kwa Wayahudi pekee**. **Kristo alikufa kwa ajili ya wote**, na **upendo wake haujizuii kwa kikundi chochote cha watu**.

3. Wokovu wa Kristo ni kwa Wote Bila Kujali Hali zao za Kijamii au Kidini

Katika **Matendo 10:34-35**, Petro alisema:

"Hakika nalijua ya kuwa Mungu hakubali uso wa mtu, bali katika kila taifa, yule amchae na kutenda haki ni kumpendeza."

Hii inadhihirisha kuwa **wokovu wa Kristo unavunja mipaka ya kijamii, kikabila na kidini**, na **upendo wa Kristo ni kwa watu wote**. Watu wa **mataifa yote** na **vizazi vyote** wanahusishwa na wokovu wa Kristo kwa njia ya **imani**. Wokovu wa Kristo ni **wa kimataifa**, na **kanisa linapaswa kueneza injili kwa mataifa yote**. Hii ni kazi ya **Roho Mtakatifu** na **upendo wa Mungu** unalenga **wote**.

Katika **Mathayo 28:19-20**, Yesu aliwapa wanafunzi wake **Amri Kuu**:

"Basi, enendeni, mfanye mataifa yote kuwa wanafunzi..."

Hii inaonyesha kuwa **upendo wa Kristo unahitaji kuwa kwa mataifa yote**, na **kanisa la Kristo linatakiwa kueneza upendo wa Kristo kwa mataifa yote**. **Upendo wa Kristo unavuka mipaka ya kijamii na kidini**, na **hii ni sehemu ya mpango wa Mungu wa kimataifa wa wokovu**.

---

4. Tafsiri za Wasomi wa Biblia Kuhusu Upendo wa Kristo kwa Wote

(i) Augustine wa Hippo (354-430 AD)

*"Kristo alikufa kwa ajili ya watu wa mataifa yote. Kanisa la awali liliona kuwa wokovu wa Kristo ni kwa wote, na **hii ilikuwa ishara ya kuvunja vizuizi vya kabila na jamii**."*

(ii) John Calvin (1509-1564 AD)

"Upendo wa Kristo ni wa kimataifa. Wokovu wa Kristo unahusisha mataifa yote, na kanisa linapaswa kutangaza injili kwa watu wa mataifa yote."

(iii) Charles Spurgeon (1834-1892 AD)

"Wokovu wa Kristo unahusisha watu wa mataifa yote. Kristo alikufa kwa ajili ya wote, na wokovu unapatikana kwa wote wanaomwamini."

---

5. Upendo wa Kristo Unavunja Mipaka ya Kabila na Mataifa

1. **Upendo wa Kristo ni wa kimataifa na unavunja mipaka ya kijamii, kikabila, na kidini (Matendo 10:34-35).**
2. **Kristo alikufa kwa ajili ya watu wa mataifa yote, na wokovu wake unajumuisha watu wa kila taifa, kabila, na jamii (Mathayo 28:19-20).**
3. **Kanisa la awali lilivunja vizuizi vya kijamii na kikabila kwa kueneza injili kwa watu wa mataifa yote (Matendo 10:44-48).**
4. **Upendo wa Kristo haujizuii kwa kabila, jamii, au taifa, bali unalenga wokovu wa watu wote (Mathayo 28:19; Yohana 3:16).**

Kwa hivyo, **upendo wa Kristo ni wa kimataifa**, na **wokovu wa Kristo unajumuisha watu wa mataifa yote. Kanisa la Kristo linapaswa kuwa na mwaliko wa kimataifa wa kueneza injili ya wokovu wa Kristo** kwa watu wa mataifa yote. **Upendo wa Kristo haujizuii mipaka ya kijamii, kikabila, na kidini**, bali unalenga **wokovu wa watu wote wanaoamini katika Kristo.**

SURA YA 07

Kansia Kama Mwili Mmoja Katika Kristo

Kanisa Kama Mwili Mmoja Katika Kristo

Kanisa la Kristo linahusisha watu kutoka mataifa yote, na linaonyeshwa kama **mwili mmoja katika Kristo**. Hii ni moja ya mafundisho makuu ya maandiko ambayo inasisitiza umoja wa waumini na umoja wa kanisa la Kristo. Katika **1 Wakorintho 12:12-14**, Paulo anaandika:

"Kwa maana kama vile mwili ni mmoja na sehemu zake zote nyingi, na hizo sehemu zote za mwili, ingawa ni nyingi, bado ni mwili mmoja, ndivyo ilivyo na Kristo. Kwa maana sisi sote tuliobatizwa kwa Roho mmoja, tumeingia katika mwili mmoja, iwe Wayahudi au Wasemana, iwe watumwa au huru; na sisi sote tumekunywa kwa Roho mmoja. Kwa maana mwili si sehemu moja, bali ni nyingi."

Paulo anatumia mfano wa mwili ili kuelezea **umoja wa waumini** katika Kristo. Kama mwili wa binadamu unavyokuwa na viungo vingi, ndivyo ilivyo kwa kanisa la Kristo, ambapo waumini wote wanashirikiana na kuwa sehemu moja ya mwili wa Kristo, **pasipo kujali tofauti zao za kijamii, kabila, au hali zao**.

---

1. Kanisa ni Mwili wa Kristo

Katika **1 Wakorintho 12:27**, Paulo anasema:

"Ninyi ninyi ni mwili wa Kristo, na kila mmoja wenu ni sehemu ya hiyo."

Hii inaonyesha kuwa **kanisa la Kristo linaunda mwili mmoja**, na kila mmojawapo wa waumini ni **sehemu muhimu ya mwili huo**. **Kristo ni kichwa cha mwili**, na waumini ni viungo vya mwili huo. **Upendo wa Kristo ni wa kimataifa**, unajumuisha watu wa mataifa yote na wa kila aina. Hivyo, kanisa linapaswa kuwa **lililo na umoja** na **lililo na mshikamano**, licha ya tofauti yoyote kati ya waumini wake.

Katika **Waefeso 1:22-23**, Paulo anasema:

"Na amemtiisha kila kitu chini ya miguu yake, akamfanya kuwa mkuu juu ya kila kitu, kanisa, ambalo ni mwili wake, ukamilifu wake yeye atimilaye yote kwa yote."

Kanisa linaitwa **mwili wa Kristo**, na Kristo ndiye **kichwa cha mwili huo**. Hii inadhihirisha kuwa **kanisa la Kristo lina umoja**, na umoja huo unategemea **Kristo kama kichwa na mfalme wa kanisa**. Kanisa halipaswi kuwa na migawanyiko, bali **linapaswa kuunganishwa katika Kristo**.

2. Umoja wa Waumini Katika Kristo

Katika **Waefeso 4:4-6**, Paulo anasema:

"Mwili mmoja, na Roho mmoja, kama vile ninyi mlivyokulia mwito mmoja wa kuitwa kwake; Bwana mmoja, imani moja, ubatizo mmoja, Mungu mmoja na Baba wa wote, aliye juu ya wote, na kati ya wote, na ndani ya ninyi nyote."

Paulo anasisitiza **umoja wa waumini** katika **Kristo** kama mwili mmoja, na **Roho mmoja**. Kwa maana hii, kanisa lina **umoja katika imani na ibada kwa Mungu**, na linajumuisha **watu wa kila taifa na kizazi**. **Imani katika Kristo inawaunganisha waumini wote**, na **Kristo anakuwa kiungo kinacholeta umoja** katika mwili huu.

3. Viungo Vingi, Lakini Mwili Mmoja

Katika **1 Wakorintho 12:12-14**, Paulo anasema:

"Kwa maana kama vile mwili ni mmoja na sehemu zake zote nyingi, na hizo sehemu zote za mwili, ingawa ni nyingi, bado ni mwili mmoja, ndivyo ilivyo na Kristo. Kwa maana sisi sote tuliobatizwa kwa

Roho mmoja, tumeingia katika mwili mmoja, iwe Wayahudi au Wasemana, iwe watumwa au huru; na sisi sote tumekunywa kwa Roho mmoja."

Paulo anaonyesha kuwa, licha ya kwamba waumini ni **sehemu nyingi**, **kanisa la Kristo ni mwili mmoja**. Huu ni mfano mzuri wa jinsi **umoja wa kanisa** unavyotegemea ushirikiano wa **viungo mbalimbali** katika mwili wa Kristo. **Watu wa mataifa yote, kutoka kila jamii na kabila**, wanakuwa **sehemu ya mwili mmoja wa Kristo**. **Kristo ndiye kiungo cha mwili huu**, na kwa imani kwa Kristo, waumini wote wanakuwa **moja**. Hii inaonyesha kuwa **upendo wa Kristo haujizuii kwa kikundi kimoja**, bali ni wa kimataifa na unaunganisha watu wa mataifa yote.

4. Kanisa ni Sehemu ya Umunda wa Mungu wa Kimataifa

Katika **Matendo 10:34-35**, Petro anasema:

"Hakika nalijua ya kuwa Mungu hakubali uso wa mtu, bali katika kila taifa, yule amchae na kutenda haki ni kumpendeza."

Hii inadhihirisha kuwa **kanisa la Kristo halijui mipaka ya kikabila**. **Kanisa linajumuisha waumini wa mataifa yote**, na **Kristo anapata utukufu kutoka kwa watu wa kila taifa na jamii**. **Wokovu wa Kristo ni wa kimataifa**, na **upendo wa Kristo unalenga kumfanya kila mtu kuwa sehemu ya mwili wake**, pasipo kujali kabila, jamii, au taifa alilotoka. **Kristo amevaa mwili wa kanisa lake** na **anataka kuwaunganisha watu wa mataifa yote** katika mwili mmoja.

5. Kanisa Lina Umojo wa Kiutakatifu na Mshikamano

Katika **Waefeso 2:19-22**, Paulo anasema:

"Basi, ninyi si wageni wala wahadhiri, bali ni raia pamoja na watakatifu, na nyumbani mwetu kwa Mungu, mmejengwa juu ya msingi wa mitume na manabii, na jiwe kuu la pembeni likiwa ni Kristo Yesu mwenyewe, ambaye katika yeye kila jumba likijengwa kwa pamoja linakuwa hekalu takatifu kwa Bwana."

Paulo anasisitiza kuwa **kanisa ni nyumba ya Mungu**, na kwamba **waumini wamejengwa kama sehemu ya nyumba hii**. **Kristo ni jiwe kuu la pembeni**, na **waumini wanaunda hekalu la Mungu** katika mwili wa Kristo. Hii inaonyesha kuwa **kanisa linapaswa kuwa na umoja wa kiutakatifu**, na kwamba **mshikamano wa waumini ni sehemu muhimu ya mwili wa Kristo**.

---

6. Tafsiri za Wasomi wa Biblia Kuhusu Kanisa Kama Mwili Mmoja Katika Kristo

(i) Augustine wa Hippo (354-430 AD)

"Kanisa la Kristo ni mwili mmoja, na waumini wote ni viungo vya mwili huu. Kristo ndiye kichwa cha mwili huu, na waumini wanahitaji kushirikiana kwa mshikamano wa kiroho."

(ii) John Calvin (1509-1564 AD)

"Kristo ni kichwa cha mwili, na waumini ni viungo vya mwili huu. Umojo na mshikamano katika Kristo ni msingi wa kanisa la kweli."

(iii) Charles Spurgeon (1834-1892 AD)

"Kanisa la Kristo linajumuisha watu wa mataifa yote, na Kristo ni kiungo cha mwili huu. Umojo wa waumini ni ushuhuda wa upendo wa Kristo."

---

7. Kanisa la Kristo Kama Mwili Mmoja

1. **Kanisa ni mwili wa Kristo, na waumini ni viungo vya mwili huu (1 Wakorintho 12:12-14; Waefeso 1:22-23).**
2. **Kristo ni kichwa cha mwili wa kanisa, na waumini wanahitaji kuunganishwa na yeye kwa imani (Waefeso 4:4-6).**

3. **Kanisa linajumuisha waumini wa mataifa yote, na upendo wa Kristo unavunja mipaka ya kikabila na kijamii (Matendo 10:34-35).**

4. **Umojo wa waumini katika Kristo ni sehemu ya kazi ya Mungu ya kimataifa ya kuleta wokovu kwa dunia (Matendo 1:8).**

Kwa hivyo, **kanisa la Kristo ni mwili mmoja**, na **waumini wote ni sehemu muhimu ya mwili huo. Kristo ni kichwa cha mwili**, na **waumini wanaitwa kuishi kwa umoja na mshikamano katika Kristo**. **Upendo wa Kristo unavunja mipaka ya kijamii, kikabila, na kidini**, na unawaleta waumini wa mataifa yote kuwa **moja katika Kristo.**

JUKUMU LA ROHO MTAKATIFU KATIKA UMOJA WA MWILI WA KRISTO

Roho Mtakatifu na Umoja wa Mwili wa Kristo

Roho Mtakatifu anachukua nafasi muhimu katika umoja wa **mwili wa Kristo**, ambao ni **kanisa la waumini wa Kristo**. Katika **1 Wakorintho 12:13**, Paulo anasema:

"Kwa maana sisi sote tuliobatizwa kwa Roho mmoja, tumeingia katika mwili mmoja, iwe Wayahudi au Wasemama, iwe watumwa au huru; na sisi sote tumekunywa kwa Roho mmoja."

Aya hii inathibitisha kwamba **Roho Mtakatifu ni kiungo cha umoja wa waumini**, na anachangia katika kuleta **umoja wa kimungu** kwa waumini wote, bila kujali tofauti zao za kijamii, kabila, au taifa. Roho Mtakatifu ni **kiungo kinachowaleta waumini kuwa sehemu ya mwili mmoja wa Kristo**. Katika sura hii, tutachunguza **jinsi Roho Mtakatifu anavyochangia umoja wa mwili wa Kristo**, **athari za Roho Mtakatifu katika umoja wa waumini**, na **jinsi umoja wa waumini unavyotekelezwa kwa nguvu za Roho Mtakatifu**.

1. Roho Mtakatifu Anajumuisha Waumini Katika Mwili Mmoja

Katika **1 Wakorintho 12:12-13**, Paulo anasisitiza kwamba **Roho Mtakatifu ni kiungo kinachowaunganisha waumini** katika mwili wa Kristo:

"Kwa maana kama vile mwili ni mmoja na sehemu zake zote nyingi, na hizo sehemu zote za mwili, ingawa ni nyingi, bado ni mwili mmoja, ndivyo ilivyo na Kristo. Kwa maana sisi sote tuliobatizwa kwa Roho mmoja, tumeingia katika mwili mmoja, iwe Wayahudi au Wasemama, iwe watumwa au huru; na sisi sote tumekunywa kwa Roho mmoja."

Hii inadhihirisha kuwa **Roho Mtakatifu ndiye anayeleta umoja katika mwili wa Kristo**. Kila mmoja wa waumini, akiwa **Wayahudi au Msamaria, mtumwa au huru**, anapata nafasi ya kuwa sehemu ya **mwili mmoja wa Kristo** kwa kupitia **Roho Mtakatifu**. Hivyo, Roho Mtakatifu anachukua nafasi muhimu katika **kuleta umoja** na **mshikamano** kati ya waumini wa mataifa yote.

Roho Mtakatifu anafanya kazi ya kuunganisha waumini katika Kristo, ambapo **waumini wote wanakuwa sehemu ya mwili mmoja wa Kristo**, bila kujali tofauti zao za kijamii au kidini.

---

2. Roho Mtakatifu Anamwaga Upendo wa Mungu Kwa Waumini

Roho Mtakatifu anajulikana kwa kazi yake ya kuonyesha **upendo wa Mungu kwa waumini**, na huu ni msingi wa umoja wa kanisa. Katika **Warumi 5:5**, Paulo anasema:

"Na tumaini halifadhili, kwa maana upendo wa Mungu umemiminwa mioyoni mwetu kwa Roho Mtakatifu aliyetupwa kwetu."

Roho Mtakatifu **anapomiminika mioyoni mwa waumini**, **huleta upendo wa Mungu** ambao unaleta **umoja**. **Upendo wa Mungu ni kiungo cha mshikamano** kati ya waumini, na Roho Mtakatifu anawawezesha waumini kuishi kwa **upendo wa kimungu** na kwa **umoja katika Kristo**. Wakati waumini wanapokuwa na **upendo wa kweli wa Mungu**, wanakuwa na **umoja wa kimungu** na **ushirika wa kiroho**. Hii inadhihirisha kuwa **Roho Mtakatifu**

anawaunganisha waumini katika upendo wa Kristo, na **umoja wa waumini unategemea upendo wa kimungu** unaoletwa na **Roho Mtakatifu**.

3. Roho Mtakatifu Anavua Migawanyiko na Kujenga Umoja

Roho Mtakatifu anachukua nafasi muhimu katika **kuvunja migawanyiko** na **kuelekeza waumini kuwa na umoja**. Katika **Waefeso 2:14-16**, Paulo anasema:

"Kwa maana yeye ndiye amani yetu, aliyetufanya sisi sote tuwe na umoja, akabomoa kuta zilizotenganisha, yaani, uadui, kwa kutangua ile sheria ya amri zilizo na maagizo, ili kwao afanye wawili kuwa mmoja, akifanya amani."

Hii inaonyesha kuwa **Roho Mtakatifu anafanya kazi ya kuleta amani na umoja** kwa waumini. Yesu alikuja kuleta **amani ya kimungu** kwa watu wa mataifa yote, na **Roho Mtakatifu anatekeleza kazi hii** kwa kuunganisha waumini wa mataifa yote kuwa **mwili mmoja katika Kristo. Roho Mtakatifu anavunja vizuizi vya kabila na jamii**, na anawaleta waumini kuwa **umoja wa kimungu**.

4. Roho Mtakatifu Anatumika Katika Kila Kitu Kinachofanyika Katika Kanisa

Roho Mtakatifu ni kiungo cha **umoja wa waumini katika Kristo**. Hii inadhihirisha kuwa **Roho Mtakatifu anahusika katika kila kitu kinachofanyika katika kanisa**. Katika **1 Wakorintho 12:4-11**, Paulo anasema:

"Basi, kuna aina mbalimbali za karama, lakini Roho ni yuleyule. Kuna aina mbalimbali za huduma, lakini Bwana ni yuleyule. Kuna aina mbalimbali za matendo, lakini Mungu ni yuleyule anayetenda yote katika yote."

Hii inaonyesha kuwa **Roho Mtakatifu anatumika katika huduma za kanisa**, **karama za Roho**, na **matendo ya kimungu** yanayotekelezwa na waumini. **Roho Mtakatifu anahusika katika kila kazi ya kanisa**, na **anawapa waumini uwezo wa kutenda kazi ya Mungu kwa umoja**. Hii ina maana kwamba **umoja wa kanisa**

unategemea kazi ya Roho Mtakatifu, ambaye anafanya kazi ya **kuunganisha waumini** na kuwawezesha kufanya kazi za kimungu pamoja.

5. Tafsiri za Wasomi wa Biblia Kuhusu Jukumu la Roho Mtakatifu Katika Umoja wa Mwili wa Kristo

(i) Augustine wa Hippo (354-430 AD)

"Roho Mtakatifu ni kiungo kinachowaunganisha waumini wote katika mwili wa Kristo. Bila Roho Mtakatifu, hatuwezi kuwa na umoja wa kweli katika Kristo."

(ii) John Calvin (1509-1564 AD)

"Roho Mtakatifu ni nguvu inayowaunganisha waumini kuwa mwili mmoja. Kwa njia ya Roho Mtakatifu, waumini wote wanakuwa na ushirika na Kristo na wao kwa wao."

(iii) Charles Spurgeon (1834-1892 AD)

"Upendo wa Roho Mtakatifu unaleta umoja miongoni mwa waumini. Kristo anatuunganisha, na Roho Mtakatifu ni kiungo cha mshikamano wa waumini."

6. Roho Mtakatifu na Umojo wa Mwili wa Kristo

1. **Roho Mtakatifu ni kiungo cha umoja wa waumini katika mwili wa Kristo (1 Wakorintho 12:13-14).**
2. **Roho Mtakatifu anawasaidia waumini kuishi kwa upendo wa kimungu, na upendo huu unaleta umoja miongoni mwa waumini (Warumi 5:5).**
3. **Roho Mtakatifu anavunja vizuizi vya kijamii na kikabila, na anawaleta waumini kuwa mwili mmoja wa Kristo (Waefeso 2:14-16).**

4. **Roho Mtakatifu anahusika katika kila huduma na kazi inayofanyika katika kanisa, akiwaunganisha waumini kufanya kazi kwa umoja (1 Wakorintho 12:4-11).**

Kwa hivyo, **Roho Mtakatifu anachukua nafasi muhimu katika umoja wa waumini wa Kristo**, na anawawezesha **kuishi kwa umoja wa kimungu**. **Roho Mtakatifu ni kiungo cha mshikamano miongoni mwa waumini**, na anafanya kazi ya **kuleta umoja wa waumini kwa Kristo**.

JUKUMU LA ROHO MTAKATIFU KATIKA HUDUMA YA KANISA

Roho Mtakatifu na Huduma ya Kanisa

Roho Mtakatifu anachukua nafasi muhimu katika **huduma ya kanisa**. Kanisa la Kristo, kama mwili wa Kristo duniani, lina wito wa kutangaza **Habari Njema ya Wokovu** na kufanya **wanafunzi wa mataifa yote** (Mathayo 28:19). **Roho Mtakatifu anahusika moja kwa moja katika utekelezaji wa wito huu**, akiwapa nguvu na uongozi wa kimungu waumini wa Kristo ili waweze kutimiza jukumu lao duniani. Roho Mtakatifu si tu anahusika katika uumbaji wa kanisa, bali pia anatekeleza **kazi ya kueneza Ufalme wa Mungu**, kuleta wokovu kwa wote na kufanya kazi za kimungu kupitia waumini.

Katika sura hii, tutachunguza **jinsi Roho Mtakatifu anavyoshirikiana na kanisa katika kutekeleza huduma ya kimataifa**, **vitu muhimu katika huduma ya kanisa** ambazo zinategemea nguvu za Roho Mtakatifu, na **athari za Roho Mtakatifu katika ufanisi wa huduma ya kanisa**.

---

1. Roho Mtakatifu kama Msaidizi wa Kanisa

Roho Mtakatifu ni **msaada mkuu** kwa kanisa, akifanya kazi ya **kuongoza, kutia nguvu, na kutoa faraja**. Katika **Yohana 14:26**, Yesu alisema:

"Lakini Msaidizi, Roho Mtakatifu, ambaye Baba atamtuma kwa jina langu, Yeye atawafundisha vitu vyote na kuwaakikishia vitu vyote niliyowaambia."

Hapa, **Roho Mtakatifu anaitwa Msaidizi**, ambaye anakuja kusaidia waumini katika kutimiza kazi za kimungu. **Roho Mtakatifu anawafundisha waumini**, akiwasaidia kuelewa **mapenzi ya Mungu**, na **kuwatia nguvu katika kutenda kazi za Ufalme wa Mungu**. Hii inadhihirisha kuwa **huduma ya kanisa inategemea nguvu na uongozi wa Roho Mtakatifu**. Wakati waumini wanapotenda kazi za kanisa, wanahitaji **msaada wa Roho Mtakatifu** ili waweze kufanikisha malengo ya kimungu kwa ufanisi.

2. Roho Mtakatifu Anapeleka Injili kwa Dunia

Roho Mtakatifu anachukua nafasi ya **kutangaza Injili kwa ulimwengu**. Katika **Matendo 1:8**, Yesu anasema:

"Lakini mtapokea nguvu zitakaposhuka juu yenu Roho Mtakatifu, nanyi mtakuwa mashahidi wangu, katika Yerusalemu, na Yudea yote, na Samaria, na hata upeo wa dunia."

Hii inaonyesha kuwa **Roho Mtakatifu anatekeleza jukumu muhimu katika kueneza Ufalme wa Mungu**. **Roho Mtakatifu anatoa nguvu kwa waumini** ili waweze kushuhudia na kuhubiri **Habari Njema** katika maeneo yote, kutoka katika **Yerusalemu hadi sehemu za mbali za dunia**. **Roho Mtakatifu anawapa waumini ujasiri na uwezo wa kimungu** kueneza injili, hata katika maeneo ambayo yanaweza kuwa magumu au yenye upinzani mkubwa. Bila nguvu za Roho Mtakatifu, kazi ya kueneza injili ingekuwa ngumu.

Katika **Matendo 2:4**, tunasoma kuhusu **waumini walipokuwa wakijazwa na Roho Mtakatifu**:

"Wote walijazwa na Roho Mtakatifu, wakaanza kusema kwa lugha nyingine, kama vile Roho alivyowajalia kusema."

Hii inathibitisha kuwa **Roho Mtakatifu anatoa nguvu ya kimungu** ili waumini waweze kufikisha ujumbe wa wokovu kwa watu wa mataifa yote. **Huduma ya kanisa inategemea uongozi wa Roho Mtakatifu**, ambaye anawapa waumini **nguvu za kushuhudia** na kuleta mabadiliko katika jamii.

3. Roho Mtakatifu Anatekeleza Wokovu kwa Nguvu za Mungu

Roho Mtakatifu anafanya kazi ya **kuletea wokovu kwa watu wa mataifa yote** kwa kuunganishwa na waumini kwa Kristo. Katika **Tito 3:5**, Paulo anasema:

"Alituokoa, si kwa ajili ya matendo yetu ya haki tuliyoyafanya, bali kwa rehema yake mwenyewe, kwa kuosha kwa maji ya kuzaliwa upya, na kwa kufanya upya kwa Roho Mtakatifu."

Hii inaonyesha kuwa **Roho Mtakatifu anatekeleza kazi ya wokovu kwa kufanya upya maisha ya waumini**. **Huduma ya kanisa** haiko tu katika kutoa huduma ya kimwili, bali pia katika **kuletea wokovu wa kiroho**, ambapo Roho Mtakatifu anafanya kazi ya **kubadilisha na kuleta uzima wa milele**. Wokovu unapatikana kwa **kupitia nguvu za Roho Mtakatifu**, ambaye anageuza maisha ya waumini na kuwa sehemu ya **wokovu wa Mungu kwa dunia**.

---

4. Roho Mtakatifu Anazalisha Matunda ya Roho Katika Maisha ya Waumini

Roho Mtakatifu anafanya kazi katika maisha ya waumini kwa **kuzalisha matunda ya Roho**, ambayo ni dalili za maisha yaliyokombolewa. Katika **Galatia 5:22-23**, Paulo anasema:

"Lakini matunda ya Roho ni upendo, furaha, amani, uvumilivu, wema, wema, imani, upole, self-control; halafu dhidi ya mambo haya hakuna sheria."

Hii inaonyesha kuwa **Roho Mtakatifu anafanya kazi ya kubadilisha tabia ya waumini**. **Matunda ya Roho** ni ishara ya **kazi ya kimungu** inayofanyika katika maisha ya waumini. **Kanisa linapaswa kuwa na ushuhuda wa kiroho** unaoonekana kupitia **matunda ya Roho**. Roho Mtakatifu anafanya kazi ya **kuonyesha upendo wa Kristo** kwa ulimwengu, na hivyo **kanisa linafanya kazi ya kimungu kwa kutoa ushuhuda wa maisha ya Kristo** kwa jamii.

---

5. Tafsiri za Wasomi wa Biblia Kuhusu Jukumu la Roho Mtakatifu Katika Huduma ya Kanisa

(i) Augustine wa Hippo (354-430 AD)

"Roho Mtakatifu ndiye anayefanya kazi ya kuunganisha waumini na Kristo, na anawapa nguvu za kufanya kazi za Ufalme wa Mungu. Huduma ya kanisa inategemea Roho Mtakatifu kwa kuwa Yeye ndiye anayeshuhudia na kufanya kazi ya wokovu."

(ii) John Calvin (1509-1564 AD)

"Roho Mtakatifu ndiye anayetufundisha na kutuwezesha kuishi kwa njia inayompendeza Mungu. Anatoa nguvu ya kimungu katika kazi ya kanisa, na bila Yeye, hatuwezi kutimiza kazi ya wokovu."

(iii) Charles Spurgeon (1834-1892 AD)

"Roho Mtakatifu ni nguvu inayotufanya kuwa mashahidi wa Kristo, na anatuwezesha kueneza injili kwa ufanisi. Huduma ya kanisa inategemea nguvu za Roho Mtakatifu."

---

6. Roho Mtakatifu na Huduma ya Kanisa

1. **Roho Mtakatifu anawapa waumini nguvu za kimungu kutangaza injili kwa mataifa yote (Matendo 1:8; Marko 16:15).**
2. **Roho Mtakatifu anatekeleza wokovu kwa nguvu zake**, akifanya upya maisha ya waumini na kuleta wokovu duniani (**Tito 3:5**).
3. **Roho Mtakatifu anazalisha matunda ya Roho katika maisha ya waumini**, ambayo ni ushuhuda wa kazi ya kimungu katika kanisa (**Galatia 5:22-23**).
4. **Roho Mtakatifu anajenga umoja katika kanisa**, akiwaunganisha waumini kwa Kristo kama mwili mmoja (**1 Wakorintho 12:13**).

Kwa hivyo, **Roho Mtakatifu anachukua nafasi muhimu katika huduma ya kanisa**, na anafanya kazi ya **kueneza injili, kuleta wokovu, na kubadilisha maisha ya waumini**. **Kanisa linahitaji nguvu za Roho Mtakatifu** ili kutimiza wito wake wa kimataifa na kuleta **wokovu wa kimungu kwa dunia**.

SURA YA 08

Upendo wa Milele wa Kristo

Upendo wa Kristo ni wa milele na haubadiliki. Unapita wakati na ufahamu wa kibinadamu, ukileta matumaini, ukombozi, na mabadiliko. Mtume Paulo anauzungumzia ukweli huu kwa uzuri katika **Warumi 8:38-39**:

"Kwa maana ninasadiki kwamba wala kifo wala uzima, wala malaika wala falme, wala mambo ya sasa wala ya baadaye, wala nguvu yoyote, wala urefu wala kina, wala kiumbe kingine chochote katika uumbaji, hakitaweza kututenga na upendo wa Mungu ulio katika Kristo Yesu Bwana wetu."

Kitabu hiki kinakusudia kutoa uelewa wa kina, wa kimaandiko kuhusu upendo wa Kristo na athari zake katika maisha ya Kikristo. Kwa kumjua Kristo na upendo wake, tunaitwa:

1. **Kuishi katika upendo wake kila siku.**
2. **Kushiriki upendo wake na wengine.**
3. **Kutembea kwa hakikisho kwamba upendo wake hauwezi kushindwa.**

Upendo wa Kristo ni wa milele na usio na mwisho, na sisi kama waumini, tunahimizwa kuishi na kushuhudia upendo huu kwa ulimwengu. Tunapotembea katika upendo wake, tunapata nguvu, amani, na hakikisho kwamba hakuna chochote kitakachoweza kututenganisha na upendo wake usio na mwisho.

www.ingramcontent.com/pod-product-compliance
Lightning Source LLC
LaVergne TN
LVHW050644051026
849532LV00002B/514